गोलमाल

विज्ञानरंजन आणि मनोरंजन यांचं अनोखं मिश्रण

डॉ. बाळ फोंडके

मेहता पब्लिशिंग हाऊस

GOLMAAL by DR. BAL PHONDAKE

गोलमाल : डॉ. बाळ फोंडके / विज्ञानकथा

Email : author@mehtapublishinghouse.com

प्रकाशक : सुनील अनिल मेहता, मेहता पब्लिशिंग हाऊस,
१९४१, सदाशिव पेठ, माडीवाले कॉलनी, पुणे - ४११०३०

मुद्रक : ट्रिनिटी अ‍ॅकॅडमी फॉर कॉर्पोरेट ट्रेनिंग लिमिटेड

मुखपृष्ठ : सरदार जाधव

प्रकाशनकाल : ऑक्टोबर, १९९३ / पुनर्मुद्रण : जून, २०१८

किंमत : ₹ २२०

P Book ISBN 9788171612925
E Book ISBN 9789353170134
E Books available on : amazonkindle Apple Books Google Play Books

---

औषधापेक्षाही आपल्या विनोदाच्या
प्रसन्न शिडकाव्यानेच
ज्याने आजवर बरेच रोगी
बरे केले,
त्या
मित्रवर्य
डॉ. 'श्रीयुत' रमेश रांगणेकर
आणि
त्याच्या विनोदाचं अनेकवार
लक्ष्य होऊनही प्रसन्न असणारी त्याची
सहधर्मचारिणी
डॉ. शालिनी रांगणेकर
यांना स्नेहपूर्वक

– बाळ

मनोगत

विज्ञानाला विनोदाचं वावडं असतं, असा एक गैरसमज विनाकारणच पसरलेला आहे. विसंगती हा विनोदाचा आत्मा व अतिशयोक्ती हे त्याचे वाहन असल्यामुळेच कदाचित अशी समजूत होत असावी; कारण विज्ञानात विसंगती काय किंवा अतिशयोक्ती काय– यांना थारा नसतो, हे खरं असलं, तरी ते विज्ञानसूत्रांचा मागोवा घेण्याच्या प्रक्रियेपुरतं किंवा या सूत्रांचं विवरण करण्यापुरतंच खरं आहे; पण विज्ञानकथांमध्ये जेव्हा या सूत्राचं बोट पकडून किंवा, खरं तर, त्यांना भोज्ज्यासारखं शिवून पुढची वाटचाल कल्पनेच्या भरारीवर केली जाते, तेव्हा या सत्याला मुरड पडतेच; कारण कल्पनेच्या राज्यातला स्वच्छंद विहार, विशेषतः कथेच्या अनुषंगाने केलेला, तर्कसुसंगत असलाच पाहिजे, असं थोडंच आहे! तिथे अतिशयोक्तीला मज्जाव थोडाच आहे! शिवाय विज्ञानाचं सूत्र, त्यापाठची कारणमीमांसा ही कितीही तर्ककर्कश असली, तरी त्या सूत्राचा उपयोग आपलं दैनंदिन जीवन सुसह्य करण्यासाठी केला जातो, तेव्हा विसंगतीनंच ठासून भरलेल्या या जीवनाचा गुण नाही, तरी वाण त्या विज्ञानाला लागणारच की! अन् त्यातून जर काही विनोदी घटना उभ्या राहिल्या, तर हसून हसून दात दिसतील, म्हणून तोंड मिटून घ्यावं, हवं तर; पण आश्चर्यानं 'आ' वासायची मात्र बिलकूल आवश्यकता नाही. हेच प्रमेय सिद्ध करण्यासाठी हा विनोदी विज्ञानकथांचा पुरावा सादर केलेला आहे. तो सबळ, भक्कम आहे, की 'गोलमाल'मधल्या त्या विचित्र पॉलिमरसारखा ठिसूळ आहे, हे वाचकांनीच ठरवायचं आहे.

विज्ञानकथांच्या मीच केलेल्या व्याख्येत या कथा कदाचित बसणार नाहीत. किंबहुना, बहुसंख्य कथा फॅन्टसीच्या अंगाने जाणाऱ्या आहेत. तरीही त्यातील प्रस्थापित विज्ञानसूत्रांना जराही धक्का लावलेला नाही. त्यांचा मर्यादाभंग केलेला नाही. त्यावर कल्पनेचा साज चढविताना मात्र नेहमीपेक्षा जरा जास्त स्वातंत्र्य

घेतलेलं आहे. काही विज्ञानसूत्रं कदाचित काल्पनिक वाटण्याचा संभव आहे; कारण ती थोडाफार भविष्याचा वेध घेऊन मांडली आहेत. याचं उत्तम उदाहरण म्हणजे ज्या ध्वनिलहरींचा एकमेकींना छेद देऊन जावयाच्या प्रक्रियेचा उपयोग 'शांतता! प्रयोग चालू आहे'मध्ये केला आहे, त्याच सूत्रासंबंधीचं प्रमेय 'नेचर' या नियतकालिकात १९९१मध्ये मांडलं गेलं आहे. कथा लिहिली होती त्याआधी सहा वर्षांपूर्वी, १९८५मध्ये.

विनोदाच्या प्रांतातली ही मुशाफिरी मी दोन पूर्वसुरींना वाट पुसत केली आहे. विनोदाची ओळख मला बालपणीच चिं. वि. जोशी, वि. मा. दी. पटवर्धन, श्रीपाद कृष्ण कोल्हटकर, आचार्य अत्रे यांच्याकरवी झाली होती; परंतु त्यानंतर इंग्रजी साहित्याचं वाचन सुरू झाल्यानंतर पी. जी. वुडहाऊसच्या नर्म विनोदाची माझ्यावर जबरदस्त मोहिनी पडली. त्यांच्या अनेक मानसपुत्रांनी माझ्या मनावर आपला ठसा उमटविला आहे. त्यातल्या त्यात त्याचा मि. मलिनर हा मानसपुत्र माझा खास आवडता आहे. या मलिनरचे अगणित नातेवाईक आहेत आणि असं एकही क्षेत्र नाही, की त्यात त्यांनी धुमाकूळ घातलेला नाही. त्या गमतीदार करामतींची वर्णनं मलिनर सतत 'अँगलर्स रेस्ट' या पेयगृहातील सहपिवय्यांना ऐकवत असतो. या त्याच्या 'व्यसनेषु सख्यं' असलेल्या मित्रांची ओळख वुडहाऊसनी त्यांच्या नावांनी न करून देता त्यांच्या आवडीच्या पेयांद्वारेच करून दिली आहे. माझ्या कथांचा नायक, बंडोपंत मलुष्टे, 'मलिनर'वर बेतलेला आहे. तसेच त्याचा गप्पागोष्टींचा अड्डा 'आकाशगंगा', 'अँगलर्स रेस्ट' च्या आराखड्यावर उभा केलेला आहे. अर्थात साम्य आहे, ते एवढ्यापुरतेच; कारण वुडहाऊस-कथा विज्ञानकथा नाहीत.

पण बंडोपंत मलुष्ट्यांचे भाचे, पुतण्या, मेव्हणे वगैरेंचा विक्षिप्तपणा जयवंत दळवींच्या 'विक्षिप्तकथां'च्या नायकांच्या जातकुळीचा आहे. दळवींच्या या विक्षिप्तकथांची मोहिनीही इतकी भक्कम आहे, की कित्येक वेळा माझ्या नकळत त्या विक्षिप्तपणाची छटा मलुष्ट्यांच्या नातेवाईकांच्या उपद्व्यापांवर पडली आहे.

विज्ञानकथा ही कथाप्रांतात आपला सवतासुभा करू इच्छित नाही, असे मी अनेकवार म्हटले आहे. कथा ही जशी प्रेमकथा, भावकथा, विनोदी कथा अशा अनेक मार्गांनी घोडदौड करते, तशीच विज्ञानकथाही आपली वाटचाल करते, याचा पुरावा सादर करण्यासाठीच विनोदी विज्ञानकथांचा हा एक प्रयोग मी केला आहे. प्रयोगाच्या यशापयशाची चिंता वाचकांवर सोपवतो. प्रयोग करण्यात मी यशस्वी झालो, यात मी समाधानी आहे.

- बाळ

अनुक्रमणिका

गोलमाल

कोणत्याही शाळा-कॉलेजात न जाता हसतखेळत विज्ञान शिकायचं असेल तर संध्याकाळच्या वेळी 'आकाशगंगा'मध्ये जाऊन आपल्या आवडत्या पेयाचा एखादादुसरा प्याला पित बसावं असाच उपदेश कोणाही जाणकारानं तुम्हाला केला असता. वास्तविक, 'आकाशगंगा' हे तसं इतर चारचौघांसारखं एक साधंसं उपाहारगृह. 'नॅशनल रिसर्च सेन्टर'च्या जवळ असल्यामुळे तिथं साहजिकच वैज्ञानिकांची वर्दळ सुरू झाली, ती मध्येच 'सोया कॉफी' किंवा 'सिन्थेटिकचहा' घेण्यासाठी; पण तिथल्या या उत्तेजक पेयांपेक्षा तिथं होणाऱ्या मुक्त चर्चेचीच ओढ या वैज्ञानिकांना एवढी लागली की, सायंकाळी काम संपवून घरी जाण्यापूर्वी 'आकाशगंगा'मधील बैठकींना हजर राहिल्यावाचून त्यांना चैन पडेना. निवृत्त संशोधक, शास्त्रज्ञही संध्याकाळी चौपाटीवर जाऊन मोकळी हवा खाण्याऐवजी 'आकाशगंगा'मध्ये आपलं आवडतं पेय पिणं पसंत करू लागले.

त्या बैठकीमधील चर्चा काही ठरवून होत नसे. कोणतातरी धागा पकडून गप्पा सुरू होत अन् त्यामधून नकळत गाडी कोणत्यातरी गहन वैज्ञानिक स्वर्गाच्या दिशेनं निघे. 'आकाशगंगा'चा मालकही मोठा रसिक गडी. पेयाचा एकच प्याला पुढ्यात घेऊन तासन्तास एका वेगळ्याच विश्वात रमणारी ती मंडळी पाहून दुसरा वैतागला असता. न भरणाऱ्या गल्ल्याकडं नजर ठेवून त्यानं त्या मंडळींना आपलं चंबूगबाळं आवरावयास सांगितलं असतं; पण हा मालक मोठ्या चवीनं त्या गप्पांचा स्वाद घेई. त्यात भाग घेण्याची आवड असूनही आपलं तोंड गप्प ठेवी. नजर मात्र कोणाचा पेला रिकामा होतोय आणि त्याचं आवडतं पेय कोणतं याकडे रिव्हॉल्व्हिंग टीव्ही कॅमेऱ्यासारखी लागलेली असे.

आणि पेयं तरी किती तऱ्हेतऱ्हेची. सोया कॉफी, कोल्ड सोया कॉफी, मायलोमा मिल्कशेक, मोसंत्री, शैवालरस, सिन्थेटिक लिंबूपाणी, उसाचा रस, थार्मेटोकॉकस

आसव... नाना प्रकार. सारं त्यांच्या त्यांच्या आस्वादकांसहित लक्षात ठेवायचं म्हणजे कॉम्प्युटर मेमरीच हवी; पण मालक विनातक्रार आणि हसतमुखानं ते करी.

आज मात्र पुरा कोरम असूनही आणि पेयांची एक राऊंड संपली असूनही, गप्पा होत नव्हत्या. सारेजण मलूल चेहऱ्यानं, नावडतं पेय प्याल्यासारखे कडवट तोंडानं बसले होते. प्रसंगही तसाच होता. दोन दिवसांपूर्वी एक अवकाशयान स्पेसपोर्टवरून उड्डाण केल्यानंतर थोड्याच वेळात कोसळलं होतं. आतील सर्व प्रवासी ठार झाले होते. असे अपघात अधूनमधून होत असत. खरं म्हणता अवकाशप्रवास इतका कॉमन झाला होता, की त्या मानानं असे अपघात विरळाच म्हणावयास हवे; पण या अपघातापाठची कारणमीमांसा सर्वच वैज्ञानिकांना धक्का देणारी होती.

अपघात झालेलं अवकाशयान आपल्या पहिल्याच शुभारंभाच्या सफरीवर निघालं होतं. मोठा गाजावाजा करून त्या सफरीची तयारी केली गेली होती. इन्डिस्ट्रक्टिबल, कधीही मोडतोड न होणाऱ्या धातूपासून तयार केलं गेलेलं ते यान मेटल फटीगमुळे, तो धातू तसा ठिसूळ निघाल्यामुळे कोसळलं होतं. विसाव्या शतकातील 'टायटॅनिक' बोटीच्या बुडण्यानंतर जसा हाहाकार माजला होता तसा गदारोळ उठला होता. चौकशी समिती नेमली गेली होती. सर्वच विज्ञानजगत काळजीच्या, भीतीच्या छायेत वावरत होतं.

"मला समजतच नाही हे असं झालं कसं?" उसाच्या रसानं सर्वांच्याच मनातला प्रश्न उघडपणे विचारला.

"तर काय! त्या धातूची घनता, ताकद, लवचिकता, यंग मॉड्यूलस, ब्रेक पॉइंट, ताण सहन करण्याची क्षमता, लोड कपॅसिटी, कोणकोणते गुणधर्म टेस्ट केले गेले होते, काही म्हणता काही शिल्लक ठेवलं गेलं नव्हतं," शैवालरसानं सर्वांनाच माहीत असलेली माहिती परत सांगितली.

"परत कॉम्प्युटरनं टेस्ट केलेली. उगीच कोणा मर्त्य मानवानं केलेली नाही. साऱ्या टेस्ट्स अजूनही जपून ठेवलेल्या आहेत," मोसंत्रीनं दुजोरा दिला.

"तरीपण हे निरनिराळे मिश्र धातू काही काही वेळा चमत्कारिकपणे वागतात," संभाषणात प्रथमच भाग घेत बंडोपंत म्हणाले, "माझे चुलत आतेमामा दिगंबर पाष्टे, त्यांचं नाव माहिती असेलच तुम्हाला?"

हताशपणे, असहाय्यपणे सर्वांनी नकारार्थी माना डोलावल्या. आपण मान डोलावली नाही तर तेवढंच निमित्त बंडोपंतांना पुरेल असं वाटल्यानं काहीजणांनी परत परत माना डोलावल्या. शिवाय समजुतीचा घोटाळा होऊ नये म्हणून एका सुरात 'नाही'चा कोरसही केला.

"वाटलंच होतं मला! कसं माहीत असेल तुम्हाला! कारण प्राध्यापक दिगंबर पाष्टे (बंडोपंत सांगू लागले) संरक्षणदलाच्या प्रयोगशाळेत संशोधन करत असल्यामुळे

त्यांच्या कार्याविषयी फारशी माहिती कोणाला नाही. प्रसिद्धिवलयापासून दूर राहून राष्ट्रासाठी तनमनधन वेचून कार्यरत राहण्याचं आम्हा मलुष्टे कुटुंबीयांचं ध्येय, ब्रीद तुम्हाला ठाऊकच आहे.''

यावर काहीही न बोलता प्रत्येकानं समोरचा (आपलाच) पेला तोंडी (स्वत:च्याच) लावला. रिकामा आहे की भरलेला आहे याचीही पर्वा केली नाही. तोंडचा हुंदका बाहेरच्या हवेपेक्षा पेल्यात (अशरश:) बुडवावा या इच्छेनं.

''तर दिगंबरमामा असेच संरक्षणदलाच्या नव्या रणगाड्यासाठी असाच एक अभेद्य कवच देणारा नवीन मिश्रधातू शोधण्याच्या कामात दंग होते. त्यांचे प्रयोग सतत चालू होते. तयार झालेल्या धातूंची सर्वांगीण परीक्षा होत होती. त्यांचे निष्कर्ष तपशीलवार नोंदवले जात होते. अजूनही मात्र हवा तसा मिश्रधातू मिळत नव्हता.

एक दिवस असेच एक मिश्रण बर्नरवर ठेवून उकळवीत असताना अकस्मात ते उतू गेलं. बीकरमधून एकदम उडालंच. शेजारीच असलेल्या खिडकीतून बाहेर उडालं. खिडकीखाली कोणी नाही ना, या भीतीनं मामा वाकून पाहात आहेत तो खाली पडतापडता तो तप्त रस घट्ट होत गेला. त्याचा एक पूर्ण गोलाकृती क्रिकेटच्या चेंडूएवढा गोळा झाला आणि प्रयोगशाळेच्या मुख्य दरवाज्यासमोरील उतार असलेल्या डांबरी सडकेवरून घरंगळत समोरच्या हमरस्त्याच्या मध्यभागी जाऊन विसावला. ज्या वाटेवरून तो घरंगळत गेला ती सडक डांबरी असूनही अणकुचीदार नांगरानं नांगरल्यासारखी होऊन चांगली पन्हळ तयार झाली होती, दोन बोटं खोलीची.

मी आता म्हटलंच प्रयोगाबाबतच्या बारीकसारीक नोंदी करून ठेवण्यात मामा तत्पर होते. त्यामुळे त्यांनी लगेच घड्याळात पाहून या घटनेची वेळ नोंदवून ठेवली : चौदा तास सदोतीस मिनिटे साडे तेवीस सेकंद.

प्रयोगशाळेतून बाहेर पडून, जिना उतरून, तो चेंडू जिथं पडला होता तिथपर्यंत पोचायला त्यांना आणखी साडे अठरा सेकंद लागले. अगदी नक्की तेवढंच; कारण त्यांच्या नोंदवहीत ते त्या धातूच्या गोळ्याजवळ पोचायची वेळ नोंदवलेली आहे. चौदा तास, अडोतीस मिनिटे, शून्य सेकंद.

खरं म्हणजे तो एक सेकंद असं हवंय; कारण आदल्या रात्रीच जगभरची सारी घड्याळं एक सेकंद पुढे केली गेली होती. प्रयोगशाळेत काम करीत रात्र घालवल्यामुळे मामांच्या नजरेतून तो क्षण निसटला होता.

त्या गोळ्याचं काय करावं, याचा मामा विचार करत आहेत तोच त्यांच्या कानाशी डावीकडून साडेसतरा अंशावरून आवाज आला. बरोबर ओळखलंत, अंशात्मक नोंद मामांच्या वहीतलीच.

तर आवाज आला.

"हं काय, काय गोलमाल आहे?" हवालदार पांडुरंग गंध्ये – यांचा तो आवाज. नाही, त्याची डेसिबल लेव्हल काय ते मामांनी नोंदवलं नाही; पण त्यांची त्यावेळची मन:स्थिती लक्षात घेता ही चूकभूल क्षम्यच म्हटली पाहिजे.

"गोलमाल? कसली गोलमाल? ओ ऽ ह आय् सी हवालदार, म्हणजे हा माल गोल आहे असं म्हणायचंय तुम्हाला. गुड, गुड ऑब्झर्व्हेशन. माझ्या लक्षातही आलं नव्हतं. थँक्यू, थँक्यू! खरंच अगदी पर्फेक्ट स्फिअर आहे." घाईघाईने खिशातली टिपणवही काढीत त्यांनी नोंद केली आणि – राइट, त्याबरोबर वेळेचीही नोंद आलीच. तो एक सेकंदाचा फरक सोडता.

"गोल असो, चौकोनी असो–"

"चौकोनी कसं - सरळ ३६० अंशाचा–"

"१७६० म्हणजे – एक टोटली रेव्होल्यूशनरी प्लॅटॉनिक सॉलिड."

"साहेब, मला पुरतं बोलू द्या. मी विचारतोय ही भानगड काय आहे? ही तुमच्या पुढ्यातली – रस्त्यात येऊन पडलेली. आणि माझ्या म्हणण्याचा अर्थ सरळ आहे – त्याचा भलताच अर्थ लावू नका. भानगड म्हणजे भानगड."

"ओ ऽ ह, आय सी–"

मामांनी एवढं म्हणताच हवालदारांनी एकदम हात ठेवून त्यांचं तोंड दाबलं. आणि परत तेच, म्हणजे हवालदारच म्हणाले,

"काय पण सी नाही. भानगड काय ते सांगा."

"भानगड? भानगड काही नाही," मामा म्हणाले. अर्थात त्याच्या आधी त्यांच्या तोंडावरचा हवालदारांचा हात निघाला होता. तोंडावर हात असतानाही नाकावाटे घेतलेला श्वास स्वरयंत्राकडे वळवून बोलणं शक्य आहे की काय यासंबंधी प्रयोग करण्याच्या निकडीची नोंद तेवढ्यात त्यांनी मेंदूत केली. वहीत करणं हवालदारांच्या हातामुळे (आता मामांच्या हातावर होता तो) शक्य नव्हतं.

"म्हणजे हवालदार, मी असा प्रयोगशाळेत प्रयोग करत होतो. एका नव्या भन्नाट मिश्रणावर – तर बघता बघता ते मिश्रण बीकरमधून उडालं, खिडकीतून बाहेर पडलं, खाली पडता पडता ते घट्ट घनरूप झालं आणि त्याचा हा असा तुम्ही म्हणालात तसा गोलमाल होऊन घरंगळत इथं येऊन पडला."

"ओ ऽ ह, आय. सी–" पांडुरंग गंध्यांनी एकदम जीभ चावली. (स्वत:चीच) "च्यायला, माझ्यावरही परिणाम व्हायला लागला की काय, साहेब तुमचा," ते म्हणाले. "पण तुमच्या या गोळ्यानं हा सारा रस्ता उखडून काढलाय, त्याचं काय? आहे तरी कसला हा गोळा? एवढा डांबरी सडक खणून काढणारा?"

"त्याचं असं आहे, हवालदार, काही काही ताऱ्यांमध्ये त्यातील घटक जणू एकमेकांशी इतक्या जवळ असतात, एकमेकांना इतके चिकटून बसलेले असतात

की या पृथ्वीवरची लोकवस्तीही त्यापुढे फिकी पडावी. ओमेगा सेंटॉरी या ताऱ्याच्या केंद्रस्थानी असलेल्या पदार्थाची घनता तर पाऱ्याच्या घनतेपेक्षा तीन लाख पटींनी अधिक आहे इतका घन असल्यामुळे तो पदार्थ अतिटणकही बनला आहे. असाच काही, ज्यात अणू, पोत्यात हलवून हलवून साखर भरावी तसे भरलेले असतील, असा धातू बनवण्याची माझी धडपड चालू आहे. त्यातलाच एक हा प्रयोग. मी मघाशी सांगितलेल्या ओमेगा सेंटॉरीच्या केंद्रस्थानी असलेल्या पदार्थाची टाचणी करून मी फुलासारखी मारली तरी तुमचा तळहात छेदून तो आरपार जाईल.''

हवालदारांनी घाईघाईनं आपल्या तळहाताकडे पाहिलं. मघाशी या इसमाच्या तोंडावर तो दाबून धरलेला असताना ती टाचणी आरपार गेली असती तर याची ही बडबड बंद पडली नसती का, असा एक चमकदार विचार त्यांच्या मनात चमकून गेला; पण त्याआधी याच्या त्या आवाजातल्या ऊर्जेनंच त्या हाताच्या चिंधड्या उडाल्या असत्या हे लक्षात येऊन त्यांनी परत घाईघाईनंच हात पाठी लपवला.

''ते सर्व ठीक आहे,'' हवालदार म्हणाले, ''पण आता या चेंडूनं हा रस्ता अडवला आहे त्याचं काय? भयानक ट्रॅफिक जाम होईल इथं. हलवा पाहू हा तुमचा चेंडू.''

''चेंडू नाही, गोल.''

''हो, गोल, गोल.''

''गोल गोल नाही. गोल माल तुम्हीच तर म्हणालात...''

''तेच ते हो. हलवा पाहू,'' हवालदारांनी ठेवणीतला आवाज काढला.

''शक्य नाही,'' मामा म्हणाले.

''का? का?''

''हलतच नाही. जड आहेसा वाटतोय,'' तो उचलण्याचा निष्फळ प्रयत्न करीत मामांनी सांगितलं.

''जड कुठला! त्या पन्हळीत अडकला असेल. आता बाहेर काढतो.''

आपला दहा नंबरच्या जाडजूड पोलिशी बुटाची लाथ अंगातला सगळा जोर काढून हवालदारांनी त्या चेंडूवर हाणली. त्या चेंडूच्या जागी मामांचा पृष्ठभाग हवालदारांना दिसत असावा, या कयासाला पुष्टी देणारी नोंद मला कुठंच (मामांच्या वहीतसुद्धा) आढळली नाही.

चेंडू वर उडेल, तो झेलण्याच्या तयारीत वर नजर लावून बसलेल्या मामांना क्षणभर तो चेंडू हवालदाराचा आकार घेऊन आल्यासारखा वाटला. त्या धातूमध्ये निटिनॉलच्या विरोधी असा आकार बदलण्याचा गुणधर्मही आहे की काय हे

अजमावण्यासाठी मामांनी आपली दृष्टी खाली वळवली. तो चेंडू जागेवरच असून, त्यापासून फूटभर अंतरावर पडलेले हवालदार बुटासकट आपला पाय घट्ट आवळून विव्हळताना दिसले.

पलीकडून जाणारा मॅटॅडोर ते दृश्य पाहून थांबला. त्यातून नाना नांदगावकर उतरले.

"वा, वा, काय मस्त फुटबॉल खेळता तुम्ही, हवालदार!"

आदल्याच दिवशी रेड लाईट क्रॉस केल्याबद्दल हवालदारांनी नांदगावकरांना पकडलं होतं. त्याचं उट्टं काढण्याची ही संधी ते कसे गमावतील!

"पण हा चेंडू तर इथंच पडलाय."

"हो ना, आणि निघतही नाही," मामांनी सांगितलं. "तुमच्याकडे काही हत्यारं आहेत का? हा परत प्रयोगशाळेत नेला पाहिजे मला."

"अरे, ते काम माझ्याकडे लागलं. त्याला ताकद लागते रावसाहेब, उगीच अंगावर वर्दी चढवली म्हणजे ताकद नाही येत मनगटात."

असं म्हणून नांदगावकर गेले. ते चांगला दहा किलोचा भला थोरला हातोडा घेऊन आले. अंगातली सारी ताकद पणाला लावून त्या हातोड्याचा एक जबरदस्त टोला त्यांनी त्या चेंडूवर लगावला.

पण चेंडू ढिम्म. पडल्या जागी सूतभरदेखील हलला नाही. उलट त्या धक्क्यानं हातातून सुटलेला हातोडा डोक्यावर पडून कपाळमोक्ष होऊ नये म्हणून मामा, हाताला आलेल्या झिणझिण्या घालवण्यासाठी तो (म्हणजे हात) काखेत दाबून धरलेले नांदगावकर आणि दुखरा पाय घेऊन लंगडणारे हवालदार यांची मिनिटभर धावपळ झाली.

हातोडा पडला तो रस्त्याला आणखी एक खड्डा पाडून. फरक एवढाच, की हातोडा सहज उचलता येत होता.

"त्या हातोड्याच्या प्रहाराने ४०-५० किलोचा चेंडूही हलायला हवा होता. म्हणजे या चेंडूचे वजन त्याहूनही जास्त असणार तर," मामांनी लगेच खिशातून वही काढली. त्यात ते नोंदी करण्यात गुंतलेले असतानाच सायरनचा आवाज आला.

पाहतात तो जवळच्या फायर ब्रिगेड डेपोमधून आगीचा बंब आला होता. हवालदारांनीच बोलावला होता. बंबावरच्या जवानांनी त्या चेंडूकडे एकदाच एक तुच्छतापूर्ण नजर टाकली. कसकसल्या कामासाठी बोलावलं जातं आम्हाला, असा काहीसा विचार त्यापाठी असावा. दुसऱ्याच क्षणी न बोलता मूकपणे त्यांनी एक लोखंडी साखळदंड काढला. त्या चेंडूभोवती चांगले दोन-तीन वेढे दिले आणि त्या साखळदंडाचं दुसरं टोक त्यांनी बंबावरच्या एका हुकात अडकवलं.

सगळे जवान आपापल्या जागा पकडून बसताच ड्रायव्हरला मोटार सुरू करण्याची आज्ञा दिली गेली. नेहमीप्रमाणे पहिल्या गिअरमध्ये टाकून गाडी सुरू केली गेली; पण हलेचना. म्हणून मग एकदम दुसऱ्या गिअरमध्ये टाकून ड्रायव्हरनं ॲक्सिलरेटर पार मुळापर्यंत दाबला. पुढच्या क्षणी तो साखळदंड तुटून बंब समोरच्या भिंतीवर जाऊन आदळला. त्याची अशी काही अवस्था झाली की, नंतर येणारे-जाणारे प्रथम त्या बंबाकडे आणि नंतर त्याची अशी स्थिती करणाऱ्या ड्रायव्हरकडे आपली तुच्छतापूर्ण नजर टाकू लागले.

हवालदारांना आता आणखी कडक उपाय योजणं भाग होतं; पण म्हणजे नेमकं काय करायला हवं हे समजत नव्हतं. त्यांनी पोलीस ठाण्यावर आपल्या जवळच्या वॉकीटॉकीवरून वर्दी दिली. तिथून हेडक्वार्टरला कळवून थोड्याच वेळात पोलिसांच्या तीन-चार गाड्या हजर झाल्या. त्यांनी त्या रस्त्याची नाकेबंदी करून तो रस्ता रहदारीला बंद केला.

रेडिओवरून, टीव्हीवरून तशा सूचना देण्यात आल्या. मुख्यमंत्र्यांच्या कार्यालयात माहिती कळवण्यात आली. त्यांनी घाईघाईनं वार्ताहर परिषद बोलावून विरोधी पक्षांच्या अडेलतट्टू सबगोलंकार पुढाऱ्यांचे गोलमाल प्रकरण उघडकीस आल्यामुळे त्यांनी 'रास्ता रोको'चा कसा प्रयत्न चालवला आहे व त्यामुळे पोलिसांनी स्वत: तो रस्ता बंद करून त्याला कसं सडेतोड उत्तर दिलं आहे, याची माहिती दिली. 'बंद रास्ता रोको' अशी एक त्यांच्या दृष्टीनं भयंकर विनोदी कोटीही त्यांनी केली. परिणामी, वार्ताहर मंडळींनी 'विरोधी पक्षाचा रास्ता रोको अयशस्वी; आता बंदची हाक' अशा बातम्या आपापल्या वर्तमानपत्रांकडे पाठवल्या.

एव्हाना बातमी नजीकच्या सैन्याच्या ठाण्याकडे पोचली होती. मामांची प्रयोगशाळा संरक्षणदलाच्या आखत्यारीत येत असल्यामुळे दोन मेजर जनरल, तीन ब्रिगेडियर, पाच कर्नल एका तुकडीसह हजर झाले.

आपल्याबरोबर दोन्ही मेजर जनरल ताबडतोब येऊन मामांसमोर उभे ठाकले.

''प्रोफेसर पाष्टे,'' पहिला ओरडला.

''प्रोफेसर पाष्टे,'' दुसरा ओरडला.

''यस जनरल जनरल.''

ही नवी रँक कोणती याविषयी क्षणभर दोघांचाही घोटाळा उडाला; पण क्षणभरच. दोघंही सावरले. सैनिकच ते.

''प्रोफेसर, आपलं संशोधन गुप्त राखण्याबद्दल सांगण्यात आलं होतं तुम्हाला.''

''असा चीप पब्लिसिटी स्टंट कधीच सँक्शन केला जाणार नाही.''

''पण जनरल, जनरल, माझा काही दोष नाही. ते मिश्रण एकदम कोणीतरी ओढल्यासारखं, खेचल्यासारखं बाहेर पडलं.''

"कोण खेचणार? कोणी खेचलं?"

"त्याला हजर करा. आता लंबे करतो?"

"मला वाटत होतं, कदचित ग्रॅव्हिटेशन असेल."

"असू दे, असू दे, कसलंही फॉर्मेशन असलं तरी आम्ही डरत नाही."

"पण ग्रॅव्हिटेशन नसणार."

"अहं हं, ते तुम्ही नका ठरवू. आमच्यावर सोपवा. आमचा इंगा दाखवला की झट सारं कबूल करेल."

"ग्रॅव्हिटेशन नसणार; कारण प्रथम मिश्रण वर उडालं आणि मग खाली आलं. तेव्हा एक्स्ट्रा ग्रॅव्हिटेशन पूल असणार."

"हे मग कठीण आहे," जनरल जनरलनी आपला पवित्रा बदलला. 'एक्स्ट्रा कॉन्स्टिटय़ूशनल रूलसारखाच हा एक्स्ट्रा ग्रॅव्हिटेशनल पूल असेल तर कठीण आहे."

"एनी वे. हा चेंडू इथून आधी हलवला पाहिजे. गेट द टँक क्रेन," शेवटची ऑर्डर त्यांनी आपल्या तुकडीला दिली होती.

रणगाड्यावर बसवलेली ती यारी लागलीच पुढे आणण्यात आली. प्रथम बराच वेळ त्याची पकडच नीटशी त्या चेंडूवर बसेना. एकदाची बसली तेव्हा क्रेन हलेचना.

जनरल जनरल चिडले. आजवर त्यांच्या ऑर्डर्स कोणीच नाकारल्या नव्हत्या. मग क्रेनची ही मजाल!

त्यांनी परत ऑर्डर दिली.

"डबल अप."

क्रेन ड्रायव्हरने जास्तीत जास्त शक्ती लावली. पुढच्याच क्षणी क्रेन मोडली. त्याची दांडी वेडीवाकडी झाली. त्याचे एक चाक रुतून बसले. त्या मोडलेल्या क्रेनला हलवण्यासाठी दुसरी क्रेन पाठविण्याचे आश्वासन देऊन जनरल निघून गेले. आणि मुलकी अधिकाऱ्यांनी हलक्या प्रतीचे सामान पुरवून सैन्याची कशी दुर्दशा चालवली आहे, याविषयीचे अहवाल लिहिण्यास सुरुवात केली. सर्वच शासन यंत्रणेचे 'शासन' हे नाव सार्थ करण्यासाठी ताबडतोब सैनिकीकरण करणं कसं आवश्यक आहे, हेही त्यांनी सविस्तर विशद करावयास सुरुवात केली.

दुसऱ्या दिवशी सर्वच वर्तमानपत्रांनी पहिल्याच पानावर या घटनेची हकिकत दिली. नाना नांदगावकर हे बहुतेक वार्तापत्रांचे जनक होते. एकंदर प्रकरणात त्यांना भलतंच महत्त्व आलं होतं. त्यांची कल्पनाशक्तीही तल्लख असल्यामुळे सर्वच वर्तमानपत्रांनी खळबळजनक बातम्या छापल्या. त्यामुळे घाबरून जाऊन नागरिकांचा एक उत्स्फूर्त मोर्चा मुख्यमंत्री शेषराव पाटील नागनगरकर यांच्या निवासस्थानावर गेला.

शेषरावांनी सुरुवातीला एकट्यानंच दिल्लीला फोन लावला आणि मोर्च्याला

सामोरं जावं किंवा कसं यावर श्रेष्ठींचा सल्ला मागितला. श्रेष्ठी त्यांना तशी परवानगी द्यायला राजी नव्हते; परंतु तेवढ्यात अमेरिकन अध्यक्षांची एक तार आली, तो चेंडू आपल्या वजनानं असाच हळूहळू खोलवर जात राहिला तर आरपार जाऊन तो पृथ्वीच्या दुसऱ्या भागावर म्हणजे अमेरिकेत नेमका वर्ल्ड बेसबॉल सिरीजचा अंतिम सामना ज्या यँकी स्टेडियमवर खेळला जाणार होता, तिथं उपटेल हे पेन्टॅगॉनच्या कॉम्प्युटरनं दाखवून दिलं होतं. त्या सामन्यात व्यत्यय आल्यास आणि एकाच मैदानावर असे दोन चेंडू आल्याबरोबर तो येणारच– पुढल्या महायुद्धाची ठिणगी पडण्यास वेळ लागला नसता, तेव्हा याबाबतीत भारतीय सरकार काय पावलं उचलणार आहे, अशी विचारणा त्या तारेत करण्यात आली होती. त्यामुळे श्रेष्ठींनी मुख्यमंत्र्यांना ताबडतोब मोर्च्याला सामोरं जाण्यास सांगितलं.

मुख्यमंत्री बाहेर आले. पुराणकाळी बुडणाऱ्या पृथ्वीच्या गोलाला शेषनागाने आपल्या पाठीवर घेऊन तारले होते, याची आठवण जनतेला करून देऊन हा शेष नागनगरकर हा चेंडूचा गोल सहज उचलून काढेल, असं आश्वासन त्यांनी दिलं. चेंडू हटवण्यासाठी बेचाळीस कलमी कार्यक्रम त्यांनी ताबडतोब जाहीर केला आणि त्याची कार्यवाही त्वरित करण्यासाठी एका निवृत्त उद्योगमंत्र्याच्या अध्यक्षतेखाली एक तरुण (सरासरी वयोमान साडेएकोणसत्तर वर्षे) समिती नेमल्याची घोषणा केली.

दुपारपर्यंत मामला अधिकच गंभीर झाला. मुख्यमंत्र्यांची कलमगिरी आम्ही चालू देणार नाही, अशी प्रतिघोषणा करून सर्व विरोधी पक्षांनी एकमुखानं तो चेंडू हलवण्यासाठी भूमिगत हायड्रोजन बॉम्बचा स्फोट करण्याची मागणी केली. त्यामुळ आसपसचा काही मैलांचा प्रदेश कदाचित उद्ध्वस्त झाला असता; पण त्याची विरोधी आघाडीला फिकीर नव्हती; कारण नाहीतरी तो सत्तारूढ पक्षाचा बालेकिल्लाच होता.

अमेरिकेनं आपल्या सुपरसॉनिक बॉम्बर विमानांना लावली जाणारी क्रेन पाठवण्याची घोषणा केली. भारत मदत मंडळानं काहीतरी तातडीनं करावयास हवं, हे लक्षात घेऊन विमानातून धान्याची पोती टाकण्याचं कबूल केलं. केवळ धान्याची पोती टाकून चेंडू हलवण्याचं अत्याधुनिक तंत्रज्ञान देण्याचं मान्य केल्याबद्दल भारत मदत मंडळाचे सरकारनं जाहीर आभार मानले. ऐन संकटात धावून येणारा तो खरा मित्र म्हणून मंडळाचं नाव बदलून 'भारत मित्र मंडळ' करावं असा ठराव संसदेच्या पुढील अधिवेशनात आणण्याचं आश्वासन देण्यात आलं.

दुपारच्या प्रीतिभोजनाचा कार्यक्रम आटोपल्यानंतर तो चेंडू असलेल्या स्थळाला भेट देण्याचा मनोदय मुख्यमंत्र्यानी जाहीर केला. सुरुवातीला ते हेलिकॉप्टरमधून पाहणी करणार होते; परंतु त्या उंचीवरून तो चेंडू दिसेल अशी दुर्बीण पटकन उपलब्ध न झाल्यामुळे त्यांनी तो विचार रद्द केला. एवढ्यात कोणीतरी पदयात्रेची

कल्पना मांडली. ती उचलून धरली गेली आणि काठी टेकत टेकत मुख्यमंत्री घटनास्थळी पोचले.

ज्यांना आपली काठी सांभाळता येत नाही ते हा चेंडू काय हलवणार, अशी कुत्सित टीका त्यांच्याच पक्षातल्या काही मंडळींनी तेवढ्यात केली.

मुख्यमंत्र्यांना पाहताच मामा लगबगीने पुढे झाले आणि म्हणाले, "माफ करा साहेब, पण माझा इलाजच चालला नाही. हा चेंडू जो अकस्मात उडाला तो..."

"हं, या अशाच उडवाउडवीने आज देशापुढे हे प्रश्न उभे केले आहेत. देश आज एका अवघड परिस्थितीतून जात आहे.

एकोणीसशे सत्तेचाळीस साली भारताला स्वातंत्र्य मिळालं, तेव्हापासून आजपर्यंत असा प्रकार झाला नाही, हा आमच्या खंबीर राजनीतीचाच परिणाम समजला पाहिजे. यानंतरही असे होणार नाही, याची दक्षता शासन घेत आहे. त्यासाठी आम्ही एक ठोस कार्यक्रम आखला आहे."

कार्यक्रम किती ठोस हे दाखवण्यासाठी त्यांनी आपली काठी उंचावली. अन् तेवढ्यात त्यांचा तोल जाऊ लागल्यानं त्यांनी ती घाईघाईने खाली आणली ती नेमकी त्या चेंडूवर.

त्याचबरोबर तो चेंडू जो टुणकन उडाला, तो नेमका मामांच्या पायावर. मामांच्या पायाचे काय झाले असेल, या भीतीने लोकांनी डोळे घट्ट मिटून घेतले. त्यामुळे मामांनी तो सहज उचलून खिशात टाकल्याचं त्यांना दिसलंच नाही.

मामांनी घड्याळात वेळ पाहिली.

चौदा तास सदतीस मिनिटं साडेतेवीस सेकंद. बरोबर चोवीस तास झाले होते. त्यांनी वहीत नोंद करावयास सुरुवात केली.

"अस्थिर पदार्थ अन्स्टेबल कम्पाउंड. त्याच्या रेणूंच्या रचनेत चोवीस तासांत बदल होऊन तो घन व वायू किंवा द्रव यांच्या संमिश्र अशा मधल्या रूपात बदलतो. मिश्रणात बदल करावयास हवा."

आणि मामा प्रयोगशाळेकडे चालू लागले.

आपल्या काठीच्या एका फटकाऱ्यासरशी समस्येची उकल केल्याबद्दल मुख्यमंत्र्यांचं अभिनंदन होऊ लागलं.

तर पदार्थांच्या गुणधर्माची ही कथा. त्यांच्या रूपाची अशी कालनिहाय पाहणी केल्याशिवाय काहीही सांगता यायचं नाही.

काय मालक!

(सृष्टिज्ञान, दिवाळी १९८५)

●

आकाशरेखिते

दुपारची उन्हं उतरली आणि समुद्रावरून येणारी वाऱ्याची पहिली झुळूक उघड्या खिडकीतून आत शिरली, की 'आकाशगंगा'मधील बैठकींना आणि गप्पांना रंग चढे. नॅशनल रिसर्च इन्स्टिट्यूटच्या शेजारीच असल्यामुळे सुरुवाती-सुरुवातीला इन्स्टिट्यूटमधील वैज्ञानिक चहा घेण्यासाठी 'आकाशगंगा'मध्ये येऊ लागले. पुढे संध्याकाळी घरी जाण्यासाठी निघालेली हीच मंडळी आपली न संपलेली चर्चा पुढे चालू ठेवण्यासाठी 'आकाशगंगा'ला आश्रय देऊ लागली. त्याची म्हणजेच चहाची नव्हे; पण त्या रिकाम्या प्याल्याच्या संगतीनं केलेल्या अटीतटीच्या वादविवादांची इतकी सवय लागली या लोकांना, की निवृत्त झाल्यावरही वामकुक्षी संपली की या मंडळींची पावलं इकडंच वळत. आणि मग आपल्या आपल्या आवडत्या पेयाचा एखाददुसरा पेला पुढे घेत गप्पांना उधाण येई. प्रथम प्रथम गप्पा वैज्ञानिक विषयांपर्यंतच मर्यादित होत्या; पण पेन्शनरांची गर्दी वाढू लागली, तशा सुख-दुःखाच्या, शिळोप्याच्या गप्पाही सुरू झाल्या. फरक इतकाच की ही सुखदुःखं तुमच्यामाझ्यासारख्या सामान्य माणसांची नसत, वैज्ञानिकांची असत.

'आकाशगंगा'चा मालकही या मंडळींशी इतका समरस झाला होता, की सायंकाळच्या तिन्हीसांजेच्या वेळानंतर 'आकाशगंगा' इतरांना जवळजवळ बंदच असे. सगळे मेंबर्स मालकांच्या खास ओळखीतले. कोणाचं कोणतं पेय आवडतं हे सारं त्यांना तोंडपाठ. कोणाला शैवालरस पसंत आहे, कोणाला मोसंत्रीचा प्याला लागतो, कोण आल्यावर 'निर्झरा'ची बाटली फोडावयास हवी, कोण 'मिल्कशेक'शिवाय दुसऱ्या कशाला हात किंवा तोंड लावत नाही, हे सारं त्यांनी कॉम्प्युटरनं आपल्या मेमरीत साठवावं तसं आपल्या स्मरणात साठवून ठेवलं होतं. त्यामुळे कोणीही नेहमीचा मेंबर येऊन बसला की त्यानं न सांगताही त्याच्या आवडत्या पेयाचा पेला त्याच्यासमोर ठेवला जाई. आणि मग त्या अगत्यानं खुश

झालेल्या जिभा सैल सुटत.

कोणीतरी काहीतरी ताजी बातमी हळूच सोडून देई आणि मग ते इंधन घेऊन गप्पांचं अवकाशयान अंतराळात भराऱ्या मारू लागे.

त्या दिवशीही सुरुवात अशीच झाली. इतर मर्त्य मानवांप्रमाणे वैज्ञानिकांनाही प्रेम, राग, लोभ, मत्सर वगैरे विकारांची लागण होते की काय असा प्रस्ताव विचारार्थ होता.

"छे! छे! अशक्य! वैज्ञानिक म्हणजे स्थितप्रज्ञ... या सर्व मानवी गुणदोषांपलीकडे पोहोचलेली मंडळी ती." शैवालरसानं आपलं मत मांडलं.

"अगदी योग्य बोललास! असल्या क्षुद्र मतिविकारांना बळी पडला की तो शास्त्रज्ञ संपलाच म्हणून समजा. त्याची निर्मितिक्षमता अस्तंगत झालीच म्हणून समजा. काय समजलेत!" 'निर्झर'नं पाठिंबा दिला.

"मला नाही हे पटत. वैज्ञानिक झाला तरी माणूसच आहे. प्रेमाच्या ओलाव्यानं, रागाच्या धगीनं त्याची सर्जनशीलता चाळवलीच जाईल. त्याची अस्मिता जागृतच होईल," सिन्थेटिक 'लिंबूपाणी' म्हणालं.

यावर उसाचा रस काही बोलणार तोच बंडोपंत मलुष्ट्यांनी घसा खाकरून स्वत:च्या अस्तित्वाची जाणीव करून दिली.

"खरं आहे तुमचं म्हणणं. प्रेमापोटी माणूस कसा पेटून उठेल हे सांगता नाही यायचं. आणि विशेष करून आपलं प्रेम धिक्कारलं जातंय असा संशय जरी एखाद्याला आला तरी तो त्याच्यातील सुप्त ज्वालामुखी चेतवायला पुरेसा पडतो. शूर्पणखेचं नाक कापलं गेल्यामुळे रामायण घडलं म्हणतात. एखाद्या वैज्ञानिकाचा असा प्रणयउतारा झाला तर महाभारतच होईल यात शंका नाही. माझा चुलत पुतण्या मनोहर याचीच गोष्ट घ्या ना."

मनोहर हा एक रसायनशास्त्रज्ञ होता. (बंडोपंत सांगू लागले) तरुण रक्त होतं. नवनवीन कल्पनांनी, त्याच्या मनात – आणि मेंदूत नेहमीचा पिंगा धरलेला असे. 'भारत फीव्हर' कंपनी ठाऊकच असेल तुम्हाला, नाही? १९९५च्या सुमारास साबण बनविणारी एक अग्रगण्य कंपनी होती. त्यावेळचे टीव्हीवरचे सर्व प्रायोजित कार्यक्रम ही एकट्या भारत फीव्हर कंपनीची मक्तेदारी होती. आक्रमक जाहिरात हे कंपनीचं वैशिष्ट्य होतं. आणि ही जाहिरात कल्पक व्हावी यासाठी कंपनीचे अध्यक्ष रुस्तुमजी नारगोलवाला स्वत: जातीनं त्यात लक्ष घालत.

रसायनशास्त्राची पदवी हाती पडताच मनोहर याच कंपनीत रिसर्च केमिस्ट म्हणून कामाला लागला. पहिल्याच महिन्यात एक भन्नाट एक्सपरिमेंट करण्याच्या प्रयत्नांत झालेल्या स्फोटामुळे जेव्हा जवळजवळ अर्धीअधिक प्रयोगशाळा उडाली तेव्हा त्याची बदली अकाउंट्स खात्यात करण्यात आली. तिथं त्या कॉम्प्युटर

टेप्सवर कंपनीच्या हिशोबाची नोंद ठेवण्यात येई, त्या टेप्सचं आयुष्य वाढावं म्हणून त्यानं केलेल्या प्रयोगात त्या सगळ्या टेपवरचं रेकॉर्ड पुसून जाता जाता बचावलं. तेव्हा तिथून प्रथम विक्री, मग वाहतूक, मग सिक्युरिटी असा बदलत बदलत मनोहर आता जाहिरात विभागात पोचला होता.

त्यानंतरच्या काही दिवसांतलीच गोष्ट. पाठीमागं वाघ लागलेल्या बैलानं मुसंडी मारून शिरावं तसे रुस्तुमजी जाहिरात विभागात शिरले. आजूबाजूला न पाहता सरळ जात त्यांनी पलीकडची खिडकी धाड्कन उघडून टाकली. आणि एकवार आकाशाकडे नजर टाकून त्यांनी विचारायला सुरुवात केली,

"धिस, धिस, हे हे जे काही भायेर लिवला जाते आहे त्येला जिम्मेदार कोन हाय?"

अल्कली जास्त झालेला साबण वापरून धुतल्यासारखा त्यांचा चेहरा लालेलाल झाला होता. सोडा जास्त पडलेल्या साबणाचा नुसताच फेस व्हावा तसा त्यांच्या तोंडातून आवाजापेक्षा बुडबुडेच जास्त येत होते.

त्यांच्या प्रश्नाचं उत्तर देण्याचं धाडस जाहिरात विभागातील कर्मचाऱ्यांना झालं नाही. फक्त मनोहर सोडून; कारण कोणत्याही प्रसंगी न डगमगण्याचं आणि स्वत:च्या कर्तृत्वावर ठाम विश्वास ठेवण्याचं आम्हा मलुष्ट्यांचं ब्रीद त्याच्या रक्तात भिनलेलं होतं.

"मी. मीच ते आकाशलेखन करावयास लावलं आहे," नम्रपणे, ठामपणे मनोहरनं सांगितलं.

केकवर साखर व लोणी यांच्या मिश्रणानं एखादा संदेश लिहावा, तसा एखादं रसायन वापरून आकाशाच्या धूळपाटीवर आपल्या जाहिरातीचा संदेश कोरावा, अशी काहीतरी कल्पना त्या काळात रुस्तुमजी मनात बाळगून होते. आणि ती कल्पना साकार करून दाखवण्याचा रास्त अभिमान मनोहरला वाटत होता.

"अरे साला, तोंड वर करूनशी काय सांगते मीच लिवला म्हणून. तुझ्या बापनी लिवला होता काय आकाशमंदी!"

"माझे वडील केमिस्ट नव्हते. इलेक्ट्रॉनिक इंजि..."

"ते लिवते ते कोणी वाच्याला नको काय! हे बघला काय?" आपली डावी मूठ उघडून त्याच्यापुढे धरत रुस्तुमजी म्हणाले.

"हे, हे स्टॉपवॉच आहे."

"हे तू मला सांगते! ते स्टॉपवॉच आहे हे काय मला समजते नाय? ते स्टॉपवॉचमंदी काय हाये ते बघ. साला, तुझा लिवलेला लेटर्स पूरा पात्रीस सेकंद पण टिकते नाय."

"पण वारा आहे म्हणून-"

"पवन! पवन तो असणारच. पवन काय आपली कंपनीमंदी काम करटे के काम न करता निघूनशान जाईल. लिवतानाच ते तू ध्यानमंदी घेटला पायजेल. साला, समदा लेटर्सची धूर होऊन जाते साडे तेत्रीस सेकंदमधी. ते धूर सोडायला कंपनी तुला पैसे देत काय!"

रागारागानं चिरुटाच्या धुराचा भलामोठा लोट सोडत रुस्तुमजी म्हणाले, "भारत फीव्हर कंपनीचा मॉटो काय हाय! पर्मनन्स! तुला हिथे पर्मनन्ट व्हायचा असेल तर ते लेटर्स पण पर्मनन्ट रायला पायजेल हाय!"

आणि ताडताड करत रुस्तुमजी निघून गेला. रुस्तुमजीकडून कानउघडणी होण्याचा मनोहरचा हा पहिलाच प्रसंग नव्हता. त्याची तशी आता त्याला सवय झाली होती; पण यावेळचा हा प्रकार घडला होता तो रुस्तुमजींची सेक्रेटरी मीरा मविन कुर्वेच्या उपस्थितीत.

त्या कंपनीत पाऊल टाकल्यापासून घाऱ्या डोळ्यांच्या, अपऱ्या नाकाच्या आणि सोनेरी लांबसडक केसांच्या मीरानं मनोहरच्या हृदयात एक इरिव्हर्सिबल रिॲक्शन घडवून आणली होती. तिला पाहताच त्याच्या छातीत, पाण्यामध्ये सल्फ्युरिक ॲसिड टाकल्यासारखं होत असे. फसफसणाऱ्या टेस्टट्यूबसारखा त्याचा श्वासोच्छ्वास होऊ लागे. केवळ मलुष्टे असल्यामुळेच त्यानं स्वत:वर ताबा ठेवला होता; पण मीरालाही त्याच्या बाबतीत काहीतरी वेगळंच वाटत असावं अशी तिच्या घाऱ्या डोळ्यांतून येणाऱ्या लेसर संदेशांवरून मनोहरची खात्री झाली होती.

थोडक्यात, त्यांची ऑर्बिटल्स एकमेकांत गुंतून गेली होती.

बॉस निघून गेल्यावर – तेही अशी डोक्यात राख घालून – मीराला पाठोपाठ जाणं भागच होतं; पण जाता जाता त्याच्याकडे पाहून प्रसन्न स्मित करीत ती हळूच म्हणाली होती, "धीर सोडू नकोस. प्रयत्न करीत रहा."

एखाद्या फोटोसेन्सिटिव्ह केमिकलवर प्रकाशाचा झोत पडताच वादळ उठावं तसंच काहीसं मीराच्या स्मितानं मनोहरमध्ये झालं. तो जो तिथून ताड्कन निघून गेला तो जवळजवळ दहा दिवस कुणालाच दिसला नाही.

बरोबर दहाव्या दिवशी सकाळी ठीक दहा वाजता रुस्तुमजी आणि मीरा जुहूच्या विमानतळावर हजर झाले. रुस्तुमजी अतिशय अस्वस्थ होते. वारंवार हातातल्या घड्याळाकडे नजर टाकत होते. तोच समोरून मनोहर आला. हातातला इंटर डिपार्टमेन्टल मेमोचा कागद त्याच्यापुढे फडफडावत रुस्तुमजींनी विचारलं,

"ह्येचा मीनिंग काय? साला, तुझा डोस्काबिक्सा फिरला तर नाय. मला, चेअरमनला बराबर धा वाजता इथे यायला सांगटे तू! साला, आज मी एकदम

हॅपी मूडमंदी हाय म्हणून... नायटर... बट वॉट इज दी मीनिंग ऑफ ऑल धिस? अशा काय झ्याला? आकाश तो नाय ना पडला?''

'नो सर; पण वर आकाशझोत...''

वर आकाशझोत कंपनीचंच एक हेलिकॉप्टर घिरट्या घालत होतं. त्या तिघांनी त्याच्याकडे बघताच सिग्नल मिळाल्यासारखा त्याच्या शेपटीमधून कसलासा पदार्थ बाहेर पडू लागला. आणि पाहता पाहता त्याची अक्षरं तयार झाली.

'गडद निळा गडद निळा
जलद पळवितो मला'
'पाहिजे निर्मळ जीवन
वापरा जलद साबण'

'जलद' साबणाच्या जाहिरातीची घोषवाक्यं लिहिली जात होती.

इतक्यात वाऱ्याची जोरदार झुळूक आली. मीराच्या चेहऱ्यावर केसांची बट खट्याळपणा करू लागली.

''ओह माय गॉड, वारा आला,'' कातर आवाजात मीरा म्हणाली.

तिच्या आवाजातला कंप आणि चेहऱ्यावरचे काळजीचे भाव मनोहरच्या हृदयात सतार छेडून गेले.

''येऊ दे ना, वारा.''

आकाशातल्या त्या अक्षरांना त्याची झळ पोहोचू शकणार नाही म्हणून मनोहर असं म्हणाला की, मीराच्या चेहऱ्यावरची ती अवखळ बट त्याला आवडली होती म्हणून तो तसं म्हणाला, हे सांगणं कठीण आहे;

पण त्या वाऱ्याबरोबर ती अक्षरं किंचित थरकल्यासारखी झाली. आणि विरून न जाता राहिली हे मात्र खरं.

''ओऽह, ती बघ, मनोहर, ती खाली येऊ लागली.''

हलके हलके ती घोषवाक्यं, त्यातल्या एक एक ओळी खाली येऊ लागल्या. तसातसा त्यांचा आकारही मोठा होत गेला. थोड्याच वेळात ती जमिनीवर आपटली. परत टण्कन वर उडाली आणि असंच होत होत शेवटी धावपट्टीवर विसावली. प्रचंड आकाराची ती अक्षरं. पाचसात फूट जाडीची पंधराएक फूट लांबीची आणि तरीही हलकी. त्यातला 'ग' सहजपणे आपल्या तळहातावर उभा करत मनोहरनं विचारलं,

''यू वॉन्टेड पर्मनन्स सर? आता पाहा, तीन मिनिटं सदतीस सेकंद झालेत. अजून विरघळलेली नाहीत ही अक्षरं.''

अर्घ्य दिल्यासारखा तो 'ग' चा पुतळा जमिनीवर सोडत मनोहर अपेक्षेनं रुस्तुमजींकडे पाहत राहिला;

पण रुस्तुमजी गप्पच राहिले. आयुष्यात प्रथमच त्यांना बोलणंच सुचेना. सदैव धुराचा भपकारा सोडणारा त्यांचा चिरूटही विझून गेला होता. काय करावं हे न सुचल्यामुळे त्यांनी सहजपणे एका 'द'ला लाथ मारली. त्याबरोबर तो प्रचंड 'द' एखाद्या फुटबॉलच्या सहजतेनं तीस-चाळीस फुटांवर उडाला; पण खाली येताना मात्र पिसासारखा तरंगत तरंगत उतरला. खायची जेली आणि फोम रबर या दोन्हींचे थोडेथोडे गुणधर्म उचललेल्या कसल्यातरी पदार्थाची ती अक्षरं बनली होती. सहजासहजी विरघळत नव्हती. आपला आकार राखून होती. आणि तरीही हलकी होती. रबरासारखी इलॅस्टिक होती.

'नि'ची वेलांटी एका चिमटीत दाबत रुस्तुमजीनं राखून विचारलं, "होली स्मोक! साला हाये तरी काय हा सब्स्टन्स?"

"विशेष काही नाही, थोडासा सिलिकोन रबर, त्यात चिमूटभर निओप्रीन, बचकभर कार्बन फायबर्स आणि थर्मोप्लास्टिकची..."

"रव्हा दे, रव्हा दे. लॅबोरेटरीमंदी सॅम्पलच भेजते. संध्याकाळपर्यंत ॲनॅलिसिस करून देल."

खिशातून पॉकेट नाइफ काढत रुस्तुमजी पुढे सरसावले आणि त्यांनी 'ळा'च्या गाठीवर हल्ला चढवला; पण धार हरवल्यासारखा त्यांचा चाकू नुसताच फिरत राहिला. 'ळा' डोळे मिचकावून तसाच रुस्तुमजींचा आश्चर्यानं वासलेला 'आ' पाहत राहिला. रागावून रुस्तुमजींनी जोर लावला. त्यांचा हात पार कोपरापर्यंत 'ळा'च्या जाडीत घुसला; पण त्याचा छोटासा तुकडाही त्यांच्या हाती लागला नाही.

घाम पुसत रुस्तुमजींनी त्याचा नाद सोडला. आणि मग आपला विझलेला चिरूट पेटवत ते म्हणाले,

"ए नीट ट्रिक! साला हाय – काय पण जादू हाय. पर..."

"पर काय, सर!"

"पर, यू आर लेट. ते स्कायरायटिंगला काय पण फ्यूचर नाय जाहिरातीसाठी आणि फुडल्या महिन्यामंदी आपल्या स्पॉन्सर प्रोग्रॅमसाठी नवी चॅनेल खुलते हाय टीव्हीवर. तवा हे स्कायरायटिंग बंद. मनोहर, यू हॅव फेल्ड अगेन! मीरा, टायम काय झाला?"

"क्वार्टर पास्ट टेन, सर."

"माय गॉड, मीरा चल, चल जल्दी. फ्लाइटला लेट होयल."

मीराने जाता जाता परत मनोहरकडे पाहत प्रसन्न स्मित केलं आणि तिनं आपला नेहमीचा संदेश दिला, "धीर सोडू नकोस, प्रयत्न करत रहा, रा..." तेवढ्यात रुस्तुमजींनी घाई केल्यामुळे ती निघून गेली.

त्या शेवटच्या अर्धवट राहिलेल्या 'रा'वरून ती 'राजा' म्हणणार होती, की 'रागवलेय मी' असं सांगणार होती, याचा विचार मनोहर करतोय तोच रुस्तुमजी परत आले आणि म्हणाले,

"साला मनोहर, तुला परत वायला डिपार्टमेन्टमंदी पाठवायला पायजे. मी आता घाईमंदी हाये! हनिमूनसून मी वापस आला की-"

"हनिमून, सर?"

"हा! मीरा आणि मी आताच्या फ्लाइटनी गोव्याला जाते हाय. थिटे मी आणि – पर, साला तुला काय सांगटे मी! ते तर माझा पर्सनल सिक्रेट हाय. बाय."

स्कायरायटिंग करणारं ते हेलिकॉप्टरच डोक्यावर कोसळावं असा मनोहर सुन्न झाला. क्षणभर तो संभ्रमित अवस्थेतच होता; पण नंतर मात्र निर्धार झाल्यासारखा तरतरा निघून गेला. त्यावेळची त्याच्या डोळ्यांतली ती वेगळीच चमक जर रुस्तुमजी पाहते तर आपला हनिमून कॅन्सल करून प्रथम मनोहरची व्यवस्था करते;

कारण त्यानंतरचे तीन दिवस मुंबईत काय महाभारत घडलं हे त्यावेळच्या कोणत्याही वर्तमानपत्राचा अंक काढून पाहिलंत तरी सहज लक्षात येईल.

दुसऱ्या दिवशी मुंबईकर जागे झाले ते एका विचित्र अनुभवानं. मुंबईत कधी बर्फ पडल्याचं किंवा हिमवर्षाव झाल्याचं ऐकिवात नाही; परंतु त्या दिवशी पहाटेपासून अशी भुरभुर सुरू झाली होती. कसल्यातरी पांढऱ्या पदार्थाच्या हिंदी, इंग्रजी, मराठी, गुजराती भाषेतील अक्षरांचा सतत पाऊस पडत होता. प्रचंड आकाराची अक्षरं आकाशातून अविरत झिरपत होती. रस्त्यावर, झाडांच्या शेंड्यावर, इमारतींच्या छपरावर विसावत होती. एक भलामोठा मराठी 'ढ' राजाबाई टॉवरला मिठी मारून बसला होता. एक मराठी 'ण' विधान भवनाच्या आवारातील महात्मा फुल्यांच्या पुतळ्याच्या गळ्यात हारासारखा विराजमान झाला होता. एक 'अ' गेटवे समोरच्या छत्रपतींच्या हातातील तलवारीवर असा काही येऊन राहिला होता की, महाराजांनी हातात तलवारीऐवजी जरीपटकाच बाळगलाय, अशी शंका येऊ लागली होती. रस्त्यावर तर दहा-दहा फूट जाडीच्या त्या अक्षरांनी वाहतुकीची कोंडीच केली होती.

हवामान खात्याकडे सर्वांनी चौकशीचा धोशा लावला होता; परंतु रशिया आणि अमेरिका यांनी सहारा वाळवंटात संयुक्तरीत्या केलेल्या हायड्रोजन बॉम्बच्या चाचणीमुळे हवामानात होणाऱ्या फरकांचा अभ्यास अजून चालू आहे, असं निसरडं, गुळगुळीत उत्तर देण्यापलीकडे ते काही करू शकले नाही. त्यांच्या त्या उत्तरापेक्षा आकाशातून अथक बरसणाऱ्या त्या अक्षरांमध्ये अधिक जान होती.

दिवसभर हा प्रकार चालू राहिला. काही मंडळींनी प्रलयकाळ होण्यापूर्वी असा प्रकार होत असल्याचा आपला प्रत्यक्ष अनुभव ठामपणे सांगितला. कोणी गणपती पाण्यात ठेवून पोहत पोहत गणपती पुळ्यापर्यंत जाऊन यावयाचा उपाय सांगितला. इतर कोणी ही इतर ग्रहांवरील परजीवांची स्वारी असल्याबद्दल सर्वांची खात्री पटवून देण्याचा प्रयत्न चालवला. तर्कवितर्क अनेक झाले. त्यातून निष्पन्न काहीच झालं नाही. जमिनीवर साठून राहिलेले त्या अक्षरांचे ढीग मात्र वाढत गेले. इमारतींच्या उंचीशी स्पर्धा करण्याचं धाडस करू लागले.

दुसऱ्या दिवशी – मंगळवार होता तो, मला आठवतंय – तर कहरच झाला. त्या मंगळवारचं महाभारत काही औरच होतं. कारण आतापर्यंत फक्त अक्षरांचाच पाऊस पडत होता. आता त्यांची जुळणी होऊन वाक्यांचा पाऊस पडू लागला. आणि त्याचबरोबर साऱ्या प्रकाराचा उलगडाही झाला. ही कोणा आकाशातील परकीयांची स्वारी नसून, केवळ जाहिरातबाजी आहे, एक अनोखा स्टंट आहे हे लोकांना कळून चुकलं. तोवर त्या अक्षरांचा आकार आणि वाक्यांची लांबीही वाढू लागली होती. केवळ 'गडद निळा, गडद निळा' या एकाच पंक्तीनं मेट्रोपासून रीगलपर्यंत महात्मा गांधी रोड व्यापून टाकला होता. 'नाही निर्मळ जीवन' ही ओळ वानखेडे स्टेडियममध्ये घुसून क्लबहाउसला अशी काही टेकून उभी राहिली होती, की जणू एखाद्या पेटीत चमचाच ठेवला गेला आहे. दुसरी एक अशीच ओळ नरिमन पॉइन्टपासून राजभवनपर्यंत फुलासारखी पसरली होती.

आधीच टीव्हीवरच्या सततच्या प्रायोजित कार्यक्रमांनी वैतागलेले लोक 'जलद'ची ही जादा जाहिरातबाजी पाहून खवळून उठले. रस्त्यावरच्या त्या रबरी चक्रव्यूहाची पर्वा न करता त्यांनी 'भारत फीव्हर' कंपनीच्या कचेरीवर मोर्चा काढला. वीस-पंचवीस हजारांचा जमाव घोषणा देऊ लागला. 'जलद'च्या घोषणांपेक्षा या जास्त प्रभावी वाटल्यानं तेवढ्यात जाहिरात विभागातील काही कॉपी रायटरनी त्या लिहूनही घेतल्या. कंपनीचा फोन तर इतका घणघणत होता की टेलिफोन ऑपरेटर्सच्या तोंडचं पाणी अक्षरशः पळालं.

थोड्याच वेळात महापौर गगन पडवळ ('बंदर, मुंबई, चकचकीत मुंबई, साफ मुंबई' या घोषणेचे जनक) आपल्या सहाकाऱ्यांसहित रुस्तुमजींना भेटायला गेले.

"या साऱ्या गोंधळाला जबाबदार कोण?" आणि कोणता गोंधळ याविषयी कसलाही व कुणाचाही गोंधळ उडू नये म्हणून खिडकीजवळ जात आकाशाकडे बोट दाखवत त्यांनी आपलं म्हणणं स्पष्ट केलं, "हे ताबडतोब थांबलं पाहिजे."

"हां, हां थांबला तर पायजेल हाय. मला पण पायजेल हाय; पण कसा बंद करनार? तो साला मनोहर मॅड झाला हाय."

"पण तो तुमच्या मस्टरवर आहे ना? तुमच्या कंपनीत कामाला आहे ना?"

"हां हाय."

"मग तुम्ही आपली जबाबदारी टाळू शकत नाही."

"ते समदा खरा; पण मी त्येला स्टॉप नाय करू शकत."

"मग आकाश प्रदूषणाच्या गुन्ह्याखाली आम्हाला तुमच्यावर कारवाई करावी लागेल."

"अरे, टुमी पण काय वार्ता करते. माज्याकडे तो स्कायरायटिंगचा लायसेन्स हाय. टुमीच दिलेला. हे बग नी," लायसेन्स पुढं करीत रुस्तुमजी म्हणाले.

त्यांच्या हातातून ते खसकन ओढून घेत, महापौरांनी ते आयुक्तांकडे दिलं. त्यांनी तपासून ते परत रुस्तुमजींकडे दिलं.

"खरं आहे यांचं म्हणणं. आकाशांत फिरून घोषणा लिहिण्याचा परवाना यांच्याकडे आहे. त्यांची वागणूक बेकायदा नाही."

"मग आम्ही करायचं काय?"

"समोरच्या चौपाटीवर जाऊनशान चनाफुटाना खायचा आणि पोरीयासंगटी क्रिकेट खेळायचा. ते फुलस्टॉपच्या च्यांगला बॉल होयल."

"तुमची ही चेष्टा महागात पडेल तुम्हाला. वाहतुकीची कोंडी केल्याचा खटला भरता येईल तुमच्यावर," संबंधित अधिकाऱ्याकडे आपला प्रश्नचिन्हांकित चेहरा वळवीत महापौर म्हणाले.

"नाही सर, आपण फक्त कर गोळा करतो. बाकीची व्यवस्था पाहणं आरटीओचं काम आहे."

"आय सी. मग रस्त्यावर कचरा केल्याखाली सॅनिटरी इन्स्पेक्टर कारवाई करू शकतील काय?"

सॅनिटरी इन्स्पेक्टर समोरच्या टेलिफोन ऑपरेटरकडे पाहण्यात गुंतले होते.

"काय?" त्यांनी दचकून विचारलं.

"काय, काय? कचरा म्हणतोय मी–"

"कचरा ना! अर्थात कचराच–" तेवढ्यात आयुक्त त्यांच्या कानात कुजबुजले. त्याबरोबर भानावर येत ते म्हणाले.

"मला नाही वाटत आपल्याला फारसं काही करता येईलसं; कारण १९४०च्या कायद्यातील कलम ४, पोटकलम २ब/ह प्रमाणे कचऱ्याची जी व्याख्या केली गेली आहे त्यात हा पदार्थ बसतो की नाही हे ठरवण्यासाठी प्रथम त्याचं रासायनिक विश्लेषण करावयास हवं. त्यासाठी सॅम्पल घेता यावयास हवं. त्यासाठी हा पदार्थ कापता यावयास हवा. त्यासाठी..."

"पण मग करायचं तरी काय? माझ्या घोषणेनुसार मुंबई साफ झालीच पाहिजे–"

"यासाठी प्रथम या मनोहर की कोण या हेलिकॉप्टरमधून फिरणाऱ्या इसमाला खाली आणलं पाहिजे."

"कसं आणणार?"

"गोळी घालूया काय त्याला?" इतक्यात आलेल्या पोलीस आयुक्तांनी विचारलं.

"नको, नको. या मंडळींच्या म्हणण्याप्रमाणे त्यानं कोणताच गुन्हा केलेला दिसत नाही. मग त्याला मारल्यास देशभर कोलाहल माजेल. आपल्यावर अत्याचाराचा, दंडुकेशाहीचा आरोप येईल."

बाहेरचा कोलाहल क्षणभर शांत झाल्यासारखा वाटला म्हणून मंडळी खिडक्यांकडे धावली. तेवढ्यात गलका वाढला; कारण मनोहर त्याच त्या घोषणा लिहून लिहून कंटाळल्यासारखा दिसला. शिवाय त्याच्यातील वैज्ञानिकही जागा झाला असावा; कारण आता त्यानं –

'जलद'मुळे मळ ताबडतोब नाहीसा होतो; कारण त्यात कार्बनचेन्स तोडणारी एन्झाइम्स असून त्यात ट्राय – सोडियम फेनोबार्बिटो हायड्रोक्लोरोसॉलचा समावेश आहे. तो तयार करताना पॉलिहायड्रिक अल्कोहोल आणि पॉलिबेसिक ॲसिड यांची एकमेकांशी प्रक्रिया करण्यात येते."

अशा प्रकारची वाक्यं लिहिण्यास सुरुवात केली होती. त्यातच परत,

"मैलको भगाईये
रुस्तुमको बुलाईये"

"गडद भुरा गडद भुरा
रुस्तुम पळवितो मीरा"

या पंक्ती वाचून मनोहरचं डोकं पार फिरलं असावं अशी इतरांची खात्री पटली. तरी मीराला त्यांचा खरा अर्थ कळला होता. रुस्तुमजींना फारसा कळला नसला तरी आपल्यावर मनोहरचा राग दिसतो याचा अंदाज त्यांना आला होता. त्यामुळे आता त्यांनीच पोलीस आयुक्तांना आग्रह करावयास सुरुवात केली,

"टुमीच शूट करानी त्याला."

"मघाशी मी म्हणालो खरा; पण शक्य नाही ते मिस्टर नारगोलवाला; कारण त्याच्यापाठी विमान पाठवलं तरी आपण लिहिलेल्या एखाद्या वाक्याच्या आड तो सहज दडी मारू शकतो. शिवाय मी मघाशी टेस्ट घेतली. हा बाहेर पडलेला पदार्थ एवढा विचित्र आहे की, त्याच्यावर गोळी झाडली तर ती त्याच्या आरपार न जाता त्यावर आपटून परत आपल्यावर उलटते. तेव्हा गोळी घालायला गेलो तर त्याला आपण खाली आणू शकणार नाहीच; पण आपणच खाली कोसळू."

"मग काय म्हणता, हात चोळीत, त्यालाच सद्बुद्धी सुचेपर्यंत बसून राहायचं म्हणाना?" महापौरांनी विचारलं.

“पण साहेब, त्याला खाली यावं लागेलच की. हेलिकॉप्टरमधलं पेट्रोल संपलं म्हणजे – मग–”

“तेची पन शक्यता नाय; कारण आमचा हेलिकॉप्टर ॲटोमिक एनर्जीवर चालनारं हाय. ते तो पायजे तितका टायम आकाशामंदी राहू शकते.”

“पण, शुअर्ली मिस्टर नारगोलवाला, ज्याची अक्षरं तो बनवत आहे तो पदार्थ संपल्यावर तरी त्याला उतरावं लागेलच,” कोणीतरी आशा दाखवली.

तेवढ्यात तत्परतेनं त्यावर पाणी ओतत कंपनीचे चीफ केमिस्ट बोलले,

“ही अक्षरं कितीही मोठी दिसली तरी त्यासाठी लागणारं मटेरिअल फारच कमी आहे. क्रॉफर्ड मार्केटपासून कुलाब्यापर्यंत पसरणारी एक ओळ करावयास लागणाऱ्या पदार्थापेक्षा कितीतरी पट अधिक रबर एखादा गोल्फचा चेंडू करावयास लागेल. शिवाय कोणती केमिकल रिॲक्शन वापरून हा पॉलिस्टर तो तयार करतोय हे अजूनही आम्हाला समजत नाहीय.”

“थोडक्यात, आपण काहीच करू शकणार नाही तर,” हताश होऊन महापौर म्हणाले आणि बाहेर जमलेल्या लोकांची तोंडं चुकवून कसं परतावं याचा खल आयुक्तांशी करू लागले; परंतु आता काय चाललंय याची कुणकुण नाही म्हटलं तरी बाहेर लागली होती. त्यामुळे सगळेच असहाय्य आहेत याची जाणीव होऊ लागली होती.

रुस्तुमजी तर इतके संतापले होते, की चिरूट तोंडात धरताच आपोआप पेटू लागला होता. त्यांच्या संतापाला अर्थात रास्त कारण होतं; कारण गनोहरनं आता आपल्या घोषणांमध्ये बदल केला होता.

“तुमची मोरी तुंबली आहे? ड्रेन पाइपमध्ये कचरा अडकला आहे? मग नारगोलवाला वापरा.”

“कचऱ्यावर उपाय उत्तम
नारगोलवाल्याचा रुस्तुम”

एका ठार पागल माणसाशी आपली गाठ पडलीय, याची लोकांनाही खात्री पटली. आणि ते परतू लागले. रस्त्यावरच्या रबरी अक्षरांनी आता इतकी कोंडी केली होती, की तळमजल्यावरच्या लोकांना घरात श्वासोच्छ्वास करणंही कठीण झालं होतं. गुदमरून जीव जावयाची पाळी आली होती; पण दरवर्षी पावसाळ्यात येणाऱ्या पुरामुळे अशावेळी काय करावं याचं शिक्षणही त्यांना मिळालं होतं.

नाही म्हणायला उपनगरांना मात्र या संकटाचा उपसर्ग झाला नव्हता; पण तिकडे जाणं अशक्य होतं. रस्ते, रेल्वे सर्वच मार्ग बंद झाले होते. उपनगरांतून असलेल्या मंडळींनाच घरी परतणं अशक्य होऊन बसलं होतं.

वरून होणारी बरसात अखंड चालूच होती. रात्री तर कमालच झाली. अंधार

पडू लागला तसा मनोहरनं आपल्या अक्षरांना कसल्यातरी फ्लोरेसन्ट रंगाचा मुलामा द्यायला सुरुवात केली. मंद चंद्रप्रकाशात स्पष्टपणे खुलणारा तो तसा पॉवरफुल फ्लोरेसन्ट रंग होता. निळ्या, पिवळ्या, हिरव्या, जांभळ्या रंगांचा सडा आकाशबाणातून पडणाऱ्या रंगीत चांदण्यांसारखा सगळीकडे पसरत होता आणि त्या भयाण अंधाराला अधिकच भेसूर करीत होता.

तिसऱ्या दिवशी सकाळपर्यंत हा धिंगाणा चालू होता. सकाळी सूर्योदयानंतर अर्ध्या तासानं मात्र जसा आकस्मिकपणे हा वर्षाव सुरू झाला होता तेवढ्याच आकस्मिकपणे तो बंद झाला.

सुरुवातीला तसं ते कोणाच्या लक्षात आलं नाही.

एकतर खालच्या मजल्यावरील लोकांना रस्त्यावरच्या त्या प्रचंड धुडांमुळे काही दिसणं अशक्य झालं होतं. वरच्या मजल्यावरच्या मंडळींना आकाश आणि त्यात घिरट्या घालणारं ते हेलिकॉप्टर दिसत होतं; पण त्याकडे पाहण्याचा उत्साह कोणामध्येही नव्हता.

काही मूठभर मंडळीच तिकडं लक्ष ठेवून होती. गेले तीन दिवस सतत होणाऱ्या वर्षावाची त्यांना इतकी सवय झाली होती, की तो थांबल्याचं प्रथम त्यांच्या लक्षातच आलं नाही; पण पुरी पाच मिनिटं झाली तरी एकही अक्षर लिहिलं गेलं नाही, तेव्हा मात्र काहीतरी वेगळं होतंय याची अंधूकशी जाणीव त्यांना झाली आणि त्यांनी हाका मारून त्या हेलिकॉप्टरकडे पहात असतानाच परत त्याच्या शेपटीमधून तो रबरी पदार्थ बाहेर पडत असल्याचं त्यांना दिसलं. बघत बघता एखाद्या अदृश्य हातानं घाट यावा तसा त्या रबरी गोळ्यांना आकार प्राप्त झाला आणि अक्षरं उमटली.

"नीट लक्ष देऊन पहा. आता एक विशेष सूचना."

रोधून धरलेला श्वास बाहेर सोडण्याच्या तयारीने असलेली मंडळी एकदम दचकली. घाईघाईने त्यांनी बाहेर पडणारा श्वास परत रोधून धरला. सर्वांचे चेहरे फुलले. लालीलाल दिसू लागले.

"नवाकोरा साबणचुरा,
'अफलातून' आया घरा"
"जलदाला लावा पळवून
वापरून अफलातून"
"अफलातून लाइये
जलदको हटाइये"

आता मात्र लोकांची सहनशक्ती आणि श्वास रोधून धरायची शक्तीही संपली होती. मनोहरला शिव्या देत लोक पांगले. त्यामुळे आकाशात लिहिल्या गेलेल्या

त्या शेवटच्या तीन घोषणा होत्या, हे बराच वेळ त्यांच्या लक्षातही आलं नाही.

आणि आलं तेव्हाही त्या थांबल्यामुळे रस्त्यावरच्या या ढिगाऱ्यांची वाढ होणार नाही, म्हणून आनंद मानावा, की हा पडलेला खच हटवणं जवळजवळ अशक्य आहे, म्हणून चिंता करावी हेच त्यांना कळेनासं झालं.

काही म्हणा, मुंबईची माणसं सोशिक, तशीच आलेल्या परिस्थितीतून मार्ग काढणारी, म्हणून हा रबरी डोंगर आता कायमचा राहणार, हे कटू सत्य पचवून हळूहळू नित्याचे व्यवहार सुरू करावयाचे प्रयत्न त्यांनी सुरू केले. उपनगरांत राहणारी, पण गेले तीन दिवस शहरात अडकून पडलेली मंडळी आस्तेकदम मजलदरमजल करीत घरी परतू लागली.

असाच मार्ग शोधत जाणाऱ्या भगवंत देशपांड्यांना प्रथम अफलातूनचा पत्ता लागल्याची नोंद महापालिकेच्या दप्तरांत आजही पहायला मिळेल. फिरता फिरता लालबागच्या नाक्यावर एका बंद पडलेल्या कापड गिरण्यांच्या रिटेल शॉपवर 'त्वरा करा, त्वरा करा, अफलातून वापरा' असा फलक लागलेला त्यांना दिसला. 'अफलातून' हा शब्द वाचताच कानात मुंगी शिरल्यासारखे त्यांना एकदम हुळहुळले. अंगातून एक शिरशिरी निघून गेली.

आत शिरताच समोरच झोप न मिळाल्यामुळे तांबारलेल्या डोळ्यांचा, पिंजारलेल्या केसांचा आणि चुरगळलेल्या कपड्यातला एक तरुण अफलातूनचे पाच पाच किलोचे कागदी पुडे विकत बसलेला त्यांना दिसला. भगवंत देशपांडेंना पाहताच न बोलताच त्यानं त्यांच्या हातावर 'अफलातून'चं एक सॅम्पल ठेवलं आणि बाहेरच्या दिशेनं बोट दाखवलं. भगवंतराव कुतूहल म्हणून बाहेर गेले आणि दुकानाच्या पायरीवर पडलेल्या एका अक्षरावर हातातली थोडीशी पावडर त्यांनी शिंपडली.

बंद फुग्याचं तोंड थोडंसं मोकळं होताच त्यातून रागारागानं बाहेर पडणाऱ्या हवेच्या फिस्कारण्यासारखा आवाज आला आणि ते अक्षर विरून गेलं. त्याची अक्षरश: राख झाली. साबणाच्या फुग्यानं विरून जायला थोडा जास्त वेळ घेतला असता.

घाईघाईनं भगवंतराव परत आत गेले. आणि पाच किलोचा एक पुडा घेऊन बाहेर पडले. घरापर्यंतचा त्यांचा पुढचा प्रवास अतिशय सुरळीत पार पडला; कारण जैन मुनींनी चालताना ज्या जागी आपलं पुढचं पाऊल पडणार ती जागा केरसुणीनं साफ करून घ्यावी, तशी आपल्या पावलांपुढे 'अफलातून'ची पेरणी करता करता रस्ता मोकळा करीत भगवंतराव घरी गेले.

भगवंतरावांची ही जादू रस्त्यावरचे लोक पाहत होतेच. त्या जादूचे रहस्य त्यांना कळताच एकच झुबंड उडाली. लांबलचक रांगा लागल्या. तीन दिवसांच्या

त्या रबरी ढिगाऱ्याची, एका दिवसात वासलात लागली. सर्वत्र राखेचा थर मात्र साचून राहिला; पण अग्निशामक दलाच्या जवानांनी पाण्याचे फवारे मारत तो धुऊन काढला. समुद्रात लांबवर टाकून दिला.

साऱ्या मुंबई शहरानं सुटकेचा निःश्वास टाकला. या सगळ्या गोंधळात मनोहरचं काय झालं ते विचारण्याची आठवण कोणालाच झाली नाही आणि ती झाली तोपर्यंत मनोहर नाहीसा झाला होता. त्याचं काय झालं असावं याविषयी अनेक तर्कवितर्क आहेत.

कोणी म्हणतात, की त्याचं हेलिकॉप्टर ठाण्याच्या खाडीत कोसळलं आणि मनोहरसकट बुडालं.

कोणाच्या म्हणण्याप्रमाणे खाली उतरताच पोलिसांनी मनोहरला पकडलं आणि सध्या तो येरवड्याला आहे. फक्त तुरुंगात की इस्पितळात याबद्दल त्यांच्याकडे खात्रीलायक पुरावा नाही.

आणखी काहीजण शपथेवर सांगायला तयार आहेत, की पश्चात्ताप होऊन मनोहर पापक्षालन करण्यासाठी अंटार्क्टिकाच्या पर्मनन्ट स्टेशनवर पर्मनन्ट रेसिडेन्ट सायंटिस्ट म्हणून निघून गेला.

फक्त एका व्यक्तीला त्याचा नक्की ठावठिकाणा अवगत आहे आणि त्या व्यक्तीला अर्थात पर्यायानं मनोहरला दिलेल्या वचनामुळे मी तुम्हाला अधिक तपशील देऊ शकत नाही.

फक्त त्यावेळच्या काही सूचक घटनांकडे तुमचं लक्ष वेधतो. त्यावरून तुम्ही काय अंदाज बांधायचा तो बांधा.

पहिली घटना म्हणजे भगवंत देशपांड्यांना आणि त्यानंतर साऱ्या मुंबईला इतक्या तडकाफडकी, इतक्या सहजासहजी आणि नेमक्या त्या रबरसारख्या या पदार्थावर जालीम उपाय असणारा 'अफलातून' उपलब्ध झाला हा निव्वळ योगायोग होता की – विचार करा.

दुसरी घटना– या प्रकारानंतर मनोहरचा विसर जरी लोकांना पडला तरी भारत फीव्हर कंपनी, रुस्तुमजी नारगोलवाला व 'जलद' साबण याविषयीचा संताप ते विसरले नाहीत. शिवाय मनोहर समोर दिसत नव्हता तरी ही तीनही डोळ्यांसमोर होती. त्यातच तो प्रायोजित कार्यक्रम. जनतेच्या रोषामुळे रुस्तुम नारगोलवाल्यांना कंपनीचं दिवाळं काढावं लागलं.

खड्या पारश्याच्या पायथ्याशी चंदन आणि उदबत्तीचे पुडे विकणारा बाबाजी म्हणजे रुस्तुम नारगोलवाला असं काहीजण झेंद अवेस्तावर हात ठेवून सांगतात.

तिसरी घटना– त्या रबरी पदार्थाची विल्हेवाट लावण्याखेरीज दुसरा कोणताही गुणधर्म नसणाऱ्या 'अफलातून'ची विक्री इतक्या झपाट्यानं वाढली, की ती बनवणाऱ्या

'मीराम' कंपनीची स्थापना झाली. त्या कंपनीचा दहा रुपयांचा शेअर आज साडेतीनशेच्या भावानं विकला जातोय; पण कंपनीचा मालक कोण याची जनतेलाच काय, पण ती चालवणाऱ्या डायरेक्टर बोर्डालाही माहिती नाही.

चौथी घटना –'अफलातून' मिळाल्या दिवसाच्या दुसऱ्या दिवशी मीरा मविन कुर्वेने मनोहरला उद्देशून दिलेली जाहीर नोटीस.

"मनोहर,

तुझा काहीतरी गैरसमज झालाय. रुस्तुमजींबरोबर मी लग्न करेन असं तुला वाटलं तरी कसं? प्लीज परत ये. तुझ्यावर कोणीही म्हणजे मी रागावणार नाही - मीरा"

पाचवी घटना म्हणजे यानंतर आठवड्यानं मीरा स्वतःच नाहीशी झाली. जाता जाता 'आजचा भारत' च्या वार्ताहराला तिनं दिलेल्या मुलाखतीचं कात्रण आजही तुम्हाला त्या साप्ताहिकाच्या दप्तरात वाचावयास मिळेल. तिनं सांगितलं,

"होय. मी 'भारत फिव्हर'चा राजीनामा दिलाय. मी आता लग्न करणार आहे. कोणाशी ते नाही सांगता यायचं. ते माझं गुपित आहे; परंतु माझ्या मनाचा राजकुमार मला मिळालाय. हे नक्की समजा. तरुण, देखणा आणि स्वतःच्या आकाशाएवढ्या कर्तृत्वानं साऱ्यांचे डोळे दिपवणारा असा हा माझा सखा.

"रुस्तुमजी नारगोलवाल्याबरोबर पळून जाऊन मी लग्न करणार होते, ही निव्वळ अफवा आहे. ते गोव्यात भेटलेल्या कोणा परदेशी तरुणीबरोबर लग्न करणार होते आणि त्यांची सेक्रेटरी म्हणून लग्नसमारंभाची सारी व्यवस्था पाहायला मला त्यांनी बोलावलं होतं; पण तेवढ्यात 'जलद'चा तो आगडोंब उसळला आणि सारंच ओंफस झालं.

पण मला आता जाऊ दे – कारण मला उशीर झाला तर आमचे 'हे' रागावतील. आणि यांचा राग म्हणजे –

नको गं बाई पुन्हा तो प्रकार."

तर असा हा प्रकार!

मालक, आणखी एक चॉकलेटशेक आणा बुवा!

(धर्मभास्कर, ऑगस्ट, १९८६)

●

शांतता! प्रयोग चालू आहे

'आकाशगंगा'मधील नेहमीच्या मेंबरांचा फुल कोरम आज भरला होता. आजच्याएवढी उपस्थिती यापूर्वी कधीच दिसली नव्हती. झाडून सारे हजर होते. तरीही गप्पांना अजून रंग भरत नव्हता. खरं म्हणजे गप्पाच होत नव्हत्या. शून्यात पाहात आपआपल्या पेयाचे घुटके घेत सारेजण बसले होते.

गप्पा व्हाव्यात कशा? बाहेर जो गोंगाट चालला होता त्यानं प्रत्येकाचे कान किटले होते. कुणाकडे तरी बारसं, लग्न, सत्यनारायण असाच कोणता तरी समारंभ होता अन् त्यामुळं क्वॉड्रोफोनिक सिस्टिमवर ताज्या होलोग्रॅफिक चित्रपटातील गाणी लावली जात होती. गाणी म्हटली तर कर्णमधुर होती; पण 'आकाशगंगा'मधील नेहमीच्या मेंबरांना कानात हायड्रोजन पेरॉक्साइड ओतल्यासारखं वाटत होतं.

"अरे, कोणीतरी जाऊन बंद करा रे तो गोंगाट," 'कोल्ड सोयाकॉफी'नं कान दोन्ही हातांनी बंद करून घेत किंकाळी फोडली.

"मालक, तुम्ही पोलिसांना का नाही कळवत?" 'निर्झरा'नं विचारलं.

"पोलिसांना केव्हाच कळवून झालंय; पण ते लक्ष देतील तर ना?" मालकांनीही तक्रारवजा सुरात सांगितलं.

"अहो, पण किती डेसिबल? काही मर्यादा – काही –" 'शैवालरसा'ला पुढे बोलवेना.

"या ध्वनिप्रदूषणाविरुद्ध का नाही कोणी आवाज उठवत?" 'सिंथेटिक लिंबू पाणी'नं सात्त्विक संतापानं विचारलं.

"म्हणजे आणखीच ध्वनिप्रदूषण!" शैवालरस म्हणाला. "त्यापेक्षा कोणीतरी शांतता प्रस्थापित करणारा सायलेन्सर बनवला तर..."

"असा सायलेन्सर बनवला होता," त्याला मध्येच अडवत व संभाषणात प्रथमच भाग घेत बंडोपंत मलुष्टे म्हणाले.

"कोणी? केव्हा?"

माझे आतेमावस काका प्राध्यापक दिवाकर मलुष्टे यांनी. प्राध्यापक मलुष्ट्यांचं नाव ऐकलंच असेल तुम्ही."

यावर कोणी काहीच बोललं नाही; पण प्रत्येकाच्या चेहऱ्यावर 'नाही' स्पष्ट दिसत होता.

दिवाकर काका (बंडोपंत सांगू लागले) हे संशोधक म्हणून प्रख्यात तर होतेच, पण जे काही थोडे संशोधक, उद्योजक, उद्योगपती झाले, त्यात त्यांचा प्रथम क्रमांक होता. संशोधनाच्या क्षेत्राशी संबंध ठेवून, कोणतंही नवीन संशोधन झालं की, त्याची भविष्यकालीन उपयुक्तता ओळखून, त्या शोधाचे सर्व अधिकार मूळ संशोधकाकडून विकत घेण्यात काका पुढे असत. त्यांची ही दूरदृष्टी नसलेली मंडळी, काका त्या संशोधकाला फसवतात, त्याची कोंडीत पकडून लुबाडणूक करतात, असा कांगावा करत; पण त्यात काही अर्थ नव्हता. संशोधकांबद्दल त्यांच्या पोटात नेहमीच माया होती. त्यांचा दावा होता तो विराज कौलशी.

विराज कौल हा परदेशी स्थायिक झालेला आणि गडगंज संपत्तीत लोळणारा लक्ष्मीपुत्र. इथे येऊन अडल्यानडल्यांना नाडून कंपन्या गिळंकृत करण्याचा त्यानं सपाटाच लावलेला होता. काकांनाही उठवण्याची त्यानं काही कमी खटपट केली नाही; पण काकांनी त्याची डाळ शिजू दिली नाही. तेव्हापासून दोघांमधून विस्तव जाईनासा झाला;

पण त्यांच्यामधल्या शीतयुद्धाला खरं तोंड फुटलं ते त्या ऑप्टिकल इंटिग्रेटरमुळे. डॉ. विपुल कांदेचं नाव तुम्ही ऐकलं नसेल. नसणारच; पण तो एक बृहस्पतीचा अवतारच होता. त्याच्यासारख्या संशोधकांना खरं म्हणजे आपल्याच लॅबोरेटरीत नजरकैद करून हातांनी भरवायला हवं. त्याच्या कामात त्याचा हात धरू शकणारं कोणीच नव्हतं; पण बाहेरच्या जगातलं व्यवहारज्ञान शून्य. कोणीही यावे चाट मारूनी जावे.

पहिला ऑप्टिकल कॉम्प्युटर आम्ही म्हणजे काकांच्या कंपनीनं बनवला तो विपुलच्याच रिसर्चवर. त्यांनी त्याचं डिझाइन आम्हाला विकलं आणि तो परत आपल्या कामात गढून गेला. त्यामुळेच या कॉम्प्युटरचा वेग कल्पनेबाहेर वाढवणारा इंटिग्रेटर जेव्हा त्यानं बनवला तेव्हा त्याबाबतचा रिसर्च पेपर प्रसिद्ध करून बेटा परत आपल्या कामात गढून गेला. त्याविषयी काकांकडे काही बोलला नाही की काही नाही.

काकाही नेमके त्या वेळेला कुठं तरी गुंतले होते. विराज कौलचे हेर सगळीकडे नजर ठेवून असतच. त्यांच्या दृष्टीला विपुलचा पेपर न पडला तरच नवल. विराज तर काय अशा गिऱ्हाइकांच्या शोधातच असे. विपुलला शेंडी लावून त्याच्याकडून

या इंटिग्रेटरचे हक्क विकत घ्यायला विराज कौलला आपलं बूडही हलवावं लागलं नसणार.

काकांना जेव्हा हे कळलं तेव्हा उशीर झाला होता. काका अर्थात विपुलला काहीच बोलले नाहीत. कोणालाच काही बोलले नाहीत; पण कुठंतरी आत उरात बाण लागला होता, हे मला त्यांच्या डोळ्यांत दिसलं होतं;

कारण दुसऱ्या दिवशी सकाळी ते ऑफिसमध्ये आले तेच पिकनिकला जायच्या कपड्यांत. आमचा प्रॉडक्शन मॅनेजर मेहरा आणि पब्लिसिटी मॅनेजर कापडिया यांच्यासह मला आपल्या छोट्या विमानातून पिकनिकला घेऊन गेले. पिकनिक कसली म्हणा! एका डोंगराच्या माथ्यावर झाडीत, मधल्या मोकळ्या हिरवळीवर, त्यांनी विमान उतरवलं. व्हर्टिकल टेक ऑफ व लॅन्डिंग होतं म्हणूनच त्या जागेत उतरू शकलो आम्ही. अन् बाहेर पडताच त्या हिरवळीवर काकांनी झकास ताणून दिली.

अशा वेळी त्यांना डिस्टर्ब केलेलं आवडत नाही. म्हणून आम्हीही न बोलता त्यांच्यासारखेच पसरलो. केव्हा डोळा लागला ते कळलंच नाही.

जागा झालो तो कानात कोणता तरी भला मोठा कीटक गुंगाट करीत राहिल्यामुळे.

कान कितीही झाडला तरी गुंगाट थांबेना, म्हणून डोळे उघडून पाहिलं तो खालच्या दरीत असलेल्या एका खेड्यावर एक हेलिकॉप्टर घोंघावत होतं. अन् त्यातून कसल्या तरी पत्रकांचा वर्षाव खेडुतांवर होत हाता. त्याच्या जोडीला हेलिकॉप्टरमधून घोषणांचा कानांना दडे बसवणारा धोशा चालला होता. निवडणुका तोंडावर आल्या होत्या; त्याच्या प्रचाराचा गदारोळ होता तो.

आताचं हे ध्वनिप्रदूषण काहीच नाही असा तो गोंगाट. काका तर जागे झालेच; पण ज्या नजरेनं त्यांनी त्या हेलिकॉप्टरकडे पाहिलं ती नजर ते खास विराज कौलसाठी राखून ठेवत असत. त्यावरून त्यांचं विचारचक्र कुठंतरी चालू झालं असलं पाहिजे, हे मी तात्काळ ओळखलं.

ते खरंही निघालं; कारण त्यानंतरचा आठवडा – दहा दिवस त्यांनी स्वत:ला आपल्या ऑफिसात कोंडून घेतलं होतं आणि एक दिवस नित्याच्या सवयीनुसार त्यांनी मला बोलावून घेतलं.

"बंड्या, गधड्या, होतास कुठं इतके दिवस?"

काका खुषीत होते हे त्यांच्या त्या प्रेमळ हाकेवरून मी पुरेपूर समजून चुकलो होतो. त्यांच्या खुषीचा उलगडाही थोड्या वेळानंतर झाला. एक अफलातून कल्पना त्यांच्या मनात आट्यापाट्या खेळत होती. आणि अशी नवी कल्पना प्रथम मला ऐकवून माझं मत अजमावण्याचा काकांचा रिवाज होता. माझ्या बुद्धिमत्तेवर,

उद्योजकतेवर, धंद्यातील कौशल्यावर काकांचा भारी विश्वास.

'हं ऽ ऽ ऽ फ्'

(सामुदायिकपणे सुटलेल्या त्या सुस्काऱ्याकडे लक्ष न देता बंडोपंत सांगू लागले)

"बंड्या, तुला लहरींच्या किंवा तरंगांच्या व्यतिकरणासंबंधी – इंटरफेरन्ससंबंधी काय माहिती आहे?"

"'अॅ हॅ हे काय काका? वेव्ह इंटरफेरन्स – म्हणजे – अहो, कोणी शेंबडा पोरही सांगू शकेल."

"म्हणूनच तर तुला विचारतोय. सांग ना."

"काका, मला ठाऊक आहे, तुम्ही मुद्दाम मला चिडविण्यासाठी हे विचारताय."

"मुळीच नाही. मी सीरियसली विचारतोय."

"म्हणजे काय काका! तुम्हाला वेव्ह इंटरफेरन्सही माहीत नाही?"

"मला माहीत आहे रे."

"मग सांगा ना तुम्हीच."

"अरे, हे बघ, प्रत्येक लहरीला माथा असतो तशीच दरीही असते. जेवढ्या उंचीचा माथा तेवढ्याच खोलीची दरी. आता समज, दोन लहरी एका ठिकाणाहून एकाच वेळी निघाल्या तर काय होईल?"

"काय? काय होईल – म्हणजे – ते आपलं त्या दोन लहरींच्या एकमेकींशी असणाऱ्या संबंधावर नाही का अवलंबून राहणार?"

"एक्झॅक्टली! हुशार आहेस!"

माझ्या हुशारीची काकांनी कबुली दिल्यामुळे हुरूप येऊन मी विचारलं,

"पण म्हणजे नक्की काय होईल?"

"एकाच वेळी दोन माथे एकत्र झाले तर दोन दऱ्याही एकत्र येतील. आणि अशा त्या एकसाथ, एकसंगत लहरींची बेरीज होईल. म्हणजेच माथ्यांची उंचीही दुप्पट होईल आणि दऱ्यांची खोलीही दुप्पट होईल; पण असा विचार कर की, या दोन लहरी एकसाथ पण विसंगत असतील तर काय होईल?"

"काय होईल?"

"काय, काय? एका लहरीच्या माथ्याच्या ठिकाणी दुसरीची दरी येईल आणि परिणाम?"

"परिणाम शून्य."

"बरोबर. त्या दोन लहरी कॅन्सल होतील. तिथं काहीच उरणार नाही. आता समज या लहरी साध्यासुध्या नसून ध्वनिलहरी आहेत."

"पण काका, अशा एकसाथ दोन ध्वनिलहरी येणार कुठून?"

"तेच तर सांगतोय. समज ध्वनीच्या उगमापासून निघणाऱ्या लहरी मी एका मायक्रोफोनमध्ये घेतल्या आणि त्यांचा आउटपुट एका इन्व्हर्टिंग ॲम्प्लिफायरमध्ये सोडला आणि तो एका लाउडस्पीकरला जोडला तर काय होईल? त्याच ध्वनिलहरी म्हणजे मूळच्याच या लाउडस्पीकरमधून बाहेर पडतील; पण उलट्या, विसंगत होऊन आणि या विसंगत लहरी मूळ लहरींबरोबर मिसळल्या की काय होईल?"

"त्यांची वजाबाकी होऊन – शांतता– संपूर्ण शांतता – पण पण हे शक्य नाही."

"का, का नाही? प्रकाशाच्या लहरींच्या अशा इंटरफेरन्समधून एकाआड एक प्रकाशाचे आणि अंधाराचे पट्टे उमटत नाहीत? न्यूटननं त्याच्या नावानं ओळखल्या जाणाऱ्या रिंग्ज याच प्रकारच्या प्रकाशाच्या वजाबाकीतूनच दाखवल्या होत्या ना! पावसानंतर रस्त्यावर जिथे जिथे मोटारींचं तेल सांडलेलं असतं तिथं दिसणारी इंद्रधनुष्यं याचमुळे बनत नाहीत?"

"ते ठीक आहे हो, काका; पण प्रकाशाप्रमाणे ध्वनीच्या लहरी नाहीत. ते केवळ हवेचं आकुंचन-प्रसरण आहे ना, मग?"

"पण तेही लहरीसारखंच तरंगत जातं ना. मग."

"तरीसुद्धा मला नाही पटत. नाही म्हणजे सिद्धान्त म्हणून हे सारं ठीक आहे; पण प्रत्यक्षात? छे! अशक्य!"

आणि त्या क्षणी एक भलतीच अचाट, विश्वास बसणार नाही अशी गोष्ट घडली. मी बोलतच होतो; पण माझं बोलणं मला ऐकू येईना. काय होतंय हे न समजून मी आवाज चढवला; पण छे! कानांना जणू दडे बसले होते. त्याच वेळी काकाही बोलू लागले. त्यांचे ओठ हलताना मला दिसत होते; पण आवाज कानी पडत नव्हता. काकांना याची कल्पना आलेली असावी; कारण मला खिजवण्यासाठीच त्यांनी पलीकडचं पेपरवेट उचललं आणि जमिनीवर आपटलं. ते आपटल्याचं, तिथून परत उडाल्याचं, फुटल्याचं, तुकडे झाल्याचं मला स्वच्छ दिसलं; पण आवाज? छे! ठार बहिरा झालो होतो मी. माझा पुरता गोंधळ उडाल्याचं पाहून काका हसू लागले. चांगलं सातमजली हसू होतं ते. हे अर्थात त्यांचं हलणारं पोट पाहून सांगू शकत होतो मी; कारण आवाज सात तर सोडाच तळमजल्यावरसुद्धा पोचला नव्हता.

त्याच क्षणी काकांनी टेबलाजवळ काहीतरी खुडबूड केली आणि घोंगावत आल्यासारखा आवाज परत कानी पडला.

माझी ट्यूब पेटली. केवळ आवाजानं.

"छे, छे, माझा नाही विश्वास बसत."

"अस्सं? मग परत दाखवू याचा प्रताप?"

"नको, नको, पण आहे कुठं तुमचा हा इन्व्हर्टिंग ॲम्प्लिफायर?"

काकांनी आपल्या टेबलाचा खण उघडून आत असलेलं एक सर्किट दाखवलं. जागजागी पडलेले सोल्डरचे गोळे आणि तारांचा वेडावाकडा गुंता ही सारी काकांचीच हातचलाखी हे सरळसरळ दाखवत होता.

"लाउडस्पीकर त्या पडद्याआड लपवलेला आहे; पण आणखी काही प्रयोग केले तर सारं छोटेखानी, पोर्टेबलसुद्धा करता येईल."

यावर मी काही विचारणार तोच मला आठवण झाली आणि मी काकांना विचारलं,

"ते-ते तुमचं मशिन चालू नाही ना?"

माझाच आवाज माझ्या कानांना इतका हवाहवासा त्यापूर्वी कधीच वाटला नव्हता.

"मग सांगा काका, त्या मशीनमुळे किती अंतरापर्यंत अशी ही शांतता पसरते?"

"साधारणपणे वीस फुटांच्या परिघात संपूर्ण शांतता. त्याही पलीकडे तीसएक फुटांपर्यंत आवाज असा धुसफुसल्यासारखा, कुजबुजल्यासारखाच राहतो. त्या पलीकडे मात्र या यंत्राचा प्रभाव नाही; पण त्याची पॉवर लेव्हल वाढवता आली तर हे प्रभावक्षेत्रही वाढवता येईल."

"काय उपयोग? एक प्रयोग म्हणून ठीक आहे हे, काका; पण सामान्यजनांना याचा उपयोग काय? तुम्ही शास्त्रज्ञ आपल्या हस्तिदंती मनोऱ्यात राहून केवळ स्वत:च्या समाधानासाठी..."

मी आणखीही बोललो असतो; पण काकांचा हात टेबलाकडे गेल्याचं पाहून मी गप्प बसलो.

काका फक्त गूढ हसले.

"हा पहिला उपयोग; पण बाकीचं शोधून काढण्याचं काम तुझं. नाहीतरी फुकट पोसतोय तुला."

हे आपलं प्रेमानं बरं का. काकांच्या मनात तसं काही नसे.

पुढील काही दिवसांत मग मी, मेहरा, कापडिया यांनी बसून, काकांच्या म्हणण्याप्रमाणे मी बसून आणि मेहरा व कापडिया यांनी काम करून, प्रोजेक्ट रिपोर्ट तयार केला. मला सुरुवातीला वाटलं होतं, त्यापेक्षा हे यंत्र तयार करणं सोपं होतं. त्याला भरपूर मागणीही येण्याची शक्यता होती. आमच्या कंपनीला त्यातून लठ्ठ नफा मिळाला असता यात शंका नव्हती;

पण काका मात्र रिपोर्टवर खुश दिसले नाहीत. त्यांनी त्यात अनेक खुसपटं काढली. एवढ्या मोठ्या प्रमाणावर उत्पादन करणं कसं अशक्य आहे, हे समजावून

सांगण्याचा प्रयत्न केला. शिवाय ते फ्रीली बोलत होते आणि आम्ही बोलायला लागलो, की हात टेबलाजवळ नेत होते. त्यामुळे मग आम्ही जीभ चावत बोलणंच बंद करीत असू.

त्यामुळे वादात त्यांचाच विजय झाला. तरीसुद्धा परत एकदा नीट वाचण्यासाठी त्यांनी तो रिपोर्ट ठेवून घेतला;

पण दुसऱ्या दिवशी ते ऑफिसात आलेच नाहीत. आणखी तीन दिवस फिरकले नाहीत.

आणि आले ते चेहऱ्यावर समाधान आणि खिशात एक लाखाचा चेक घेऊन. चेकवर सही विराज कौलची. आणि तो विपुल कांदेच्या नावाचा होता. विपुलनं तो आमच्या कंपनीच्या नावे एन्डॉर्स केला होता.

विराजनं त्या चेकवर सही का केली, हे जेव्हा आम्हाला समजलं तेव्हा आम्ही प्रथम अवाक्च झालो. काकांचा हात टेबलाजवळ गेला नसतानाही. नंतरही अवाक् झाला, काकांचा हात टेबलाजवळ गेला म्हणून;

पण काकांच्या या कृत्यानं जखमेवर मीठ चोळल्यासारखं झालं. काकांनी त्या ध्वनिविक्षेपकाचे (काकांनीच दिलेलं समर्पक नाव) हक्क विराज कौलला एक लाखाला विकल्याचं ऐकून आम्ही इतके चिडलो होतो, संतापलो होतो की, विराजनं इतक्या सहजासहजी हे हक्क विकत कसे घेतले, हे विचारायच्या मन:स्थितीतच राहिलो नाही;

पण काकांनीच सांगितलं. त्यांनी विपुलला मध्यस्थी घालून ध्वनिविक्षेपक हा त्याचाच शोध आहे, हे विराज कौलला पटवून दिलं होतं. तरी पण आपल्या हातची ही सोन्याची कोंबडी अशी सहजासहजी काकांनी आपल्या शत्रूला बहाल केल्याचं पाहून आम्हाला हसावं की रडावं हेच समजेना.

काकांना मात्र अजिबात वाईट वाटलं नव्हतं.

"अरे, कोणीही बनवलं म्हणून काय झालं! शेवटी उत्पादन आपल्या देशातच होणार आहे ना. आपली आर्थिक स्थिती जरा वाईट होती. तरीही हे राष्ट्रीय महत्त्वाचं साधन असं धूळ खात पडावं हे माझ्या राष्ट्रप्रेमाला न पटणारं होतं. विराज तरी भारतीयच आहे ना! शिवाय आपली अडचणही मिटली."

काकांच्या टकलावर एखादी पांढरी टोपी तर नाही ना, अशी शंका आम्हा सगळ्यांना आली. किंबहुना, ती तशी आहे; परंतु काकांनी ध्वनिविक्षेपकासारखा एखादा प्रकाशविक्षेपक चालू केल्यामुळेच ती अदृश्य झाली आहे. आणि म्हणूनच आपल्याला दिसत नाही, याविषयी माझी तर खात्रीच पटली होती.

काकांच्या अशा चक्रमपणाचा आम्हा सर्वांनाच पुरेपूर अनुभव होता. मला कंपनीत घेतलं या काकांच्या चक्रमपणाला मात्र तोड नाही, असं बरेच जण म्हणत

हा भाग अलाहिदा.

त्यानंतर दोन-तीन महिन्यांतच कौल सायलेन्सर बाजारात आला. धामधुमीत. पब्लिसिटी तर काही विचारू नका. पहिला सायलेन्सर कौलनी समारंभपूर्वक कोलकत्याच्या नॅशनल लायब्ररीला अर्पण केला. 'कोलकत्ता हे मृत शहर आहे. तेथे सायलेन्सरची काय गरज!' असा प्रश्न वर्तमानपत्रांनी उपस्थित केला. विराज कौलच्या विरोधकांची ही पोटदुखी आहे, त्यात काकांचा हात आहे, असा दावा इतरांनी केला; परंतु त्या समारंभासाठी प्रमुख पाहुणे म्हणून खुद्द भाषणमंत्रीच येणार म्हटल्यावर सगळ्यांचीच वाचा सायलेन्सर न वापरताही बंद झाली. भाषण-मंत्र्यांसारखा चालताबोलता सायलेन्सर असताना या निर्जीव यंत्राची काय आवश्यकता, असा बूट तेवढ्यातही काहीजणांनी काढलाच.

आम्ही मात्र या साऱ्याकडे विषण्ण नजरेनं पाहत होतो. नाव आणि पैसा दोन्ही कमावण्याची केवढी मोठी संधी आपण दवडली याबद्दल काकांना (मनातल्या मनात) शिव्यांची लाखोली आम्ही वाहिली. विशेषत: पुढील काही दिवसांत या सायलेन्सरचं पुष्कळ कौतुक झालं. लायब्ररीज, हॉस्पिटल्स, धडधडाट करणारे कारखाने यांची रीघ लागली. ते पाहून तर आमच्या पोटात तुटून आलं. आणखी काही महिन्यांत विराजनं पोर्टेबल पर्सनल सायलेन्सर बाजारात आणला तेव्हा काका असेच कुठंतरी गायब झाले होते म्हणून; नाहीतर त्यांचा आवाज कायमचा बंद करण्याचाच आमचा इरादा होता.

मध्ये साधारण महिना उलटला असेल. नॅशनल सेंटरच्या भल्यामोठ्या हॉलमध्ये राष्ट्रीय लोकनाट्याचा प्रयोग होता.

आपली कीर्तनं पूर्वी फक्त धार्मिक आख्यानांवर आधारित असत. आपल्यासारख्या निधर्मी राष्ट्राला हे शोभत नाही, अशा विचारानं राष्ट्रीय कीर्तनांची कल्पना प्रथम पुढे आली. त्यातून रामायणाऐवजी राम-आदिकांची, (जग) जीवनरामायण वगैरेतील चटकदार आख्यानं येऊ लागल्यामुळे कीर्तनं भलतीच लोकप्रिय झाली. त्यामुळे हुरूप येऊन लोकनाट्यंही राष्ट्रीय का नसावी, असा विचार काहींनी मांडला. आधीच राष्ट्रात तमाशा चालू असता त्यात परत ही लोकनाट्याची भर कशाला, असा मोडता घालण्याचा काहींनी प्रयत्न केला; परंतु निधर्मी तेजाचा त्यांना प्रत्यय नसल्यामुळे ते यशस्वी झाले नाहीत.

पूर्वी गणामध्ये गणेशस्तवन असे. निधर्मी राष्ट्रीय गणात अर्थातच याची हकालपट्टी झाली. अल्ला, येशू ख्रिस्त, बुद्ध, गुरुनानक आणि झरथुष्ट्र यांची स्तवनं आली. त्यातील कडव्यांची संख्या त्या त्या धर्मीयांच्या लोकसंख्येच्या प्रमाणात होती. केवळ ती वाढावी या माफक आणि समर्थनीय इच्छेमुळेच काही धर्मीय आपली लोकसंख्या वाढवण्याचा प्रयत्न करत. तरीही यात येशेव्हाचं स्तवन नाही

म्हणून कुट्टीनाड येथे साडेतीन ज्यू धर्मीयांनी निदर्शनं केली. त्याचा परिणाम म्हणून दर साडेतीन प्रयोगांमागे एकदा एक कडवं घालण्याचं आश्वासन मा. तमाशा व गोंधळ मंत्री यांनी दिल्यावर तो प्रश्न सुटला.

गणानंतर गवळण. यात कृष्ण, राधा, पेंद्या, मावशी वगैरे मंडळी चावट धुमाकूळ घालत. याला कोणतंही शैक्षणिक मूल्य नसल्यामुळे नव्या गवळणीत कृष्ण व पेंद्या हे स्मगलर असून, ते ऑपरेशन व्हाइट फ्लडनंतर निर्माण झालेले लोण्याचे डोंगर चोरून स्मगल करीत असता कस्टम्स कमिशनर राधा कृष्णस्वामी व सुपरिंटेंडन्ट मा(लन)वशी कसं अडकवतात, त्यांच्याकडचा माल कसा तपासतात, ते लोणीच आहे हे सिद्ध करण्यासाठी कसं चाखतात (हीच ती मस्काबाजी असं काही कुत्सितपणे म्हणत ते काही खरं नाही) वगैरे अतिशय वास्तववादी भाग असे. त्यात या राष्ट्रीय लोकनाट्याचं दिग्दर्शन प्रसिद्ध लोकनाट्यकार नाना ओंडके यांच्याकडे सोपवल्यामुळे आणि लोकनाट्य राष्ट्रीय असल्यामुळे ते सेन्सॉरफ्री ठेवल्यानं त्याला लोक तोबा गर्दी करत. विशेषत: –

'ड्यूटी चुकवुनी जाल पुढे चिंधड्या उडतील दहाव्या योजनेएवढ्या'

ही डिस्को लावणी तर लोकांनी डोक्यावर घेतली. त्यातल्या त्यात दहाव्या योजनेचं स्वरूप राधा जेव्हा केवळ अंगाभिनयानं समजावून देई तेव्हा तर प्रेक्षक शिट्या मारून थिएटर दणाणून सोडीत.

त्या दिवशीचा प्रयोगही असाच हाऊसफुल्लकडे गेला होता. गोऱ्या बाजारात (तटस्थ राष्ट्रांच्या शिखर परिषदेत ब्लॅक मार्केट – काळा बाजार – हा शब्दप्रयोग कृष्णवर्णीयांच्या भावना दुखावणारा आहे, असा आक्षेप आल्यापासून त्याचं नामांतर करण्यात आलं होतं.) पाच-पाच दहा-दहा पट किमतीनं लोक तिकिटं घेत होते.

प्रयोग सुरू झाला. गण व्यवस्थित पार पडला. गवळण सुरू झाली. कृष्ण-पेंद्या ट्रक घेऊन आले. कमिशनर राधानं छुमछुम करत एन्ट्री घेतली आणि लावणीचा मुखडा ती टाकणार, तोच –

एकदम आवाज बंद. कोणालाच काहीही ऐकू येईना. समोर राधा नाचताना दिसत होती. तिचं तोंड उघडताना दिसत होतं; पण आवाज येत नव्हता.

'आवाज आवाज' म्हणून प्रेक्षकांनी आवाज देण्याचा प्रयत्न केला; पण तोही असाच हवेत विरून गेला. स्टेजवरच्या लोकांनाही काय होतंय हे कळेना. त्यांचा ठेका चुकू लागला. ताल बिघडला. प्रेक्षकांनी तर ताळतंत्र केव्हाच सोडलं होतं. घाईघाईनं पडदा पाडला गेला. पोलिसांना बोलावून गर्दीला आवरावं लागलं.

हे विघ्न, गणेशस्तवन बंद केल्यामुळे आलं असा युक्तिवाद काहीजणांनी केला तरी त्याला शासन कसलं नाही. त्यांनी या गोंधळाची चौकशी करण्यासाठी एका निवृत्त न्यायमूर्तींच्या अध्यक्षतेखाली चौकशी मंडळ नेमलं. कौल सायलेन्सर कोणी

आणला असावा, हे शोधून काढण्यासाठी पोलिसांनी जंग जंग पछाडलं; पण नक्की पुरावा मिळाला नाही. संशयाखाली एक ढोलकीवादक (वर्ग ३) याला निलंबित करण्यात आलं.

कौल सायलेन्सरबद्दल लोकांच्या मनात प्रथम पाल चुकचुकली ती तेव्हा.

नंतरही अधूनमधून असे प्रकार होत राहिले. त्या त्या वेळी सायलेन्सरविरुद्ध लोक बोलत राहिले; पण त्याचा कोणताही दृश्य परिणाम सायलेन्सरच्या विक्रीवर, खपावर झाला नाही.

त्याच सुमारास शासनानं घटनेत दुरुस्ती करणारं एक महत्त्वाचं बिल आणलं होतं. त्याच्या चर्चेत सारा देश बुडून गेल्यामुळे या लहानसहान घटनांकडे लक्ष द्यायला तशी कोणालाच सवडही नव्हती. या बिलाला विरोधी पक्षीयांनी कडाडून विरोध करावयाचं ठरविलं होतं. त्यानुसार मोर्चेबंदीही सुरू झाली होती.

त्यानिमित्तानं विरोधी नेते संपसम्राट जॉन व्हरगीस यांनी एक विराट सभा आयोजित केली होती. शासन आपल्याला कसं बनवत आहे, आपली कशी गळचेपी करीत आहे, आपल्याला आपलं म्हणणं कसं नीट मांडू देत नाही. भाषणस्वातंत्र्यच काय, पण आवाजस्वातंत्र्यही कसं आज हिरावून घेतलं जात आहे वगैरे त्यांनी आपल्या भाषणातून सांगितलं आणि शेवटी 'आवाजस्वातंत्र्य हा आमचा जन्मसिद्ध हक्क आहे व तो आम्ही मिळवणारच,' अशी घोषणाही दिली.

नेहमीप्रमाणेच त्यांचं संपूर्ण भाषण राणा भीमदेवी थाटात झालं;

पण त्यातलं एक अक्षरही त्यांना स्वत:लासुद्धा ऐकू गेलं नाही. यावर कौल सायलेन्सरचाही त्यांनी निषेध केला; पण तोही ऐकू गेला नाही. शेवटी त्यांनी एका मोठ्या फलकावर आपली घोषणा लिहून जनसमुदायाला दाखवली आणि त्यांनीही आपले रुमाल फडफडवून त्याला प्रतिसाद दिला.

शांततापूर्ण निदर्शनांचा एक आदर्श घालून दिल्याबद्दल शासनानेही त्यांची पाठ थोपटली. कौल सायलेन्सरला एक भली मोठी सरकारी ऑर्डर मिळाल्याची अफवा त्याच सुमारास पसरली होती.

या अशा परिस्थितीत ते बिल संसदेपुढे चर्चेसाठी आलं. बिल मंत्र्यांनी वाचून दाखवलं आणि त्याच्या समर्थनासाठी ते मुद्दे मांडणार, तोच सभागृहात संपूर्ण शांतता पसरली. त्यांना स्वत:लाही त्यांचं म्हणणं ऐकू येईना. त्यांनी सभापतींकडे तक्रार करण्याचा प्रयत्न केला; पण त्याचं म्हणणं सभापतींना ऐकू तर गेलं नाहीच, उलट त्यांचे हातवारे पाहून सभापतींचा भलताच समज झाला.

वैतागून मंत्रिमहोदय खाली बसले आणि विरोधी पक्षनेते बिलाला विरोध करण्यासाठी उभे राहिले. त्याबरोबर सभागृहात त्यांचा खास खर्जातला आवाज घुमू लागला. त्यांच्या अमोघ वक्तृत्वानं आणि विशेषत: त्यांच्या दमदार आवाजानं सारं

सभागृह भरून आणि भारून टाकलं.

ते खाली बसले. विरोधी पक्षीयांनी बाकं वाजवून टाळ्यांचा कडकडाट केला. त्यांना उत्तर देण्यासाठी राज्यमंत्री उठले. त्यांनी तोंड उघडण्यापूर्वीच आवाज लुप्त झाला होता.

आणि मग असंच होत राहिलं.

सत्तारूढ पक्षाचा कोणी बोलायला उभा राहिला की आवाज गायब होई. विरोधी पक्षाचा कोणी कुजबुजला तरी ते साऱ्या सभागृहाला ऐकू जाई. त्यात सभागृहाच्या कामकाजाची नोंद स्वयंचलिततरीत्या टेपवर रेकॉर्ड करून संगणकात साठवली जाई. त्यामुळे तिथंही फक्त बिलाला विरोध करणारी भाषणंच नोंदवली गेली. एकंदर प्रकार ओळखून विरोधी पक्षीयांनीही आपली भाषणं आवरून आवाजी मतदानाची मागणी केली.

सभापतींनी ठरावाला पाठिंबा कोणाचा हे विचारताना आवाज बंद पडला होता. त्यामुळे कोणाचाच हात वर गेला नाही. विरोध कोणाचा हा त्यांचा प्रश्न मात्र स्वच्छपणे ऐकू आला आणि झाडून साऱ्या विरोधी पक्षीयांचे हात वर झाले.

अशा तऱ्हेनं आवाजी (किंवा बिन आवाजी म्हणा हवं तर) मतदानानं ते बिल फेटाळलं गेलं. सरकारची नाचक्की झाली.

कौल सायलेन्सरविरुद्ध आता मत तयार होऊ लागलं. सरकारदरबारही त्याच्या लायसेन्सची, सेल्स टॅक्स, इन्कम टॅक्स आदींची प्रकरणं सुरू झाली. विराज कौल परदेशी हेरसंस्थांचा हस्तक आहे, अशीही एक आघाडी उघडली गेली.

या घटनेच्या काही दिवस आधीच विपुल कांदे आमच्याकडे आला होता. विराज कौलनं त्याच्याकडे सायलेन्सरचं एक पॉवरफुल मॉडेल बनवण्यासाठी डिझाइन मागितलं होतं. केवळ विपुलवरच्या प्रेमापोटी काकांनी ते त्याला बनवूनही दिलं. त्यावर गलेलठ्ठ फी दिली ती मात्र विराजनं.

संसदेतला तो अभूतपूर्व प्रकार झाल्यानंतरच्या आठवड्यातच स्टेट बँकेवरचा तो गाजलेला दरोडा पडला. बँकेची स्ट्राँगरूम फोडून चोरट्यांनी दीड कोटी रुपये पळवले. त्यातही आश्चर्याची गोष्ट म्हणजे दरोडेखोरांनी अगदी व्यवस्थिततरीत्या सुरुंग लावून स्ट्राँगरूमचा दरवाजा फोडला. वास्तविक त्या सुरुंगस्फोटाचा आवाज काही मैलांवरसुद्धा ऐकू यावयास हवा होता; पण बँकेच्या दवाज्यावरच्या पहारेकऱ्यालाही काही ऐकू गेलं नाही. कानात डास गुणगुणल्यासारखं झाल्यामुळे क्षण दोन क्षण आपली झोप चाळवली गेल्याचं त्यानं खासगीत सांगितलं; पण एरवी आवाजाचा मागमूस नाही.

बरोबर ओळखलंत, कौलचा पॉवरफुल सायलेन्सर. लोकांनीही ओळखलं, सायलेन्सरवर बंदी आणवी असं सर्वजण म्हणू लागले. वर्तमानपत्रांनी तर एकजात

सायलेन्सरवर आणि पर्यायानं विराज कौलवर झोड उठवली. पोलिसांच्या धाडीही पडल्या. त्याच्या डिस्ट्रिब्युटर्सनी आपल्याकडचा स्टॉक परत पाठवावयास सुरुवात केली.

त्यानंतर आपल्या कंपन्या बंद करून आपलं चंबूगबाळं आवरण्यावाचून विराज कौलला गत्यंतरच उरलं नाही. त्यातल्या त्यात त्याचं नशीब एवढंच की अगदी शेवटच्या क्षणी त्याच्याकडच्या काही पेटंट्सना विशेषत: ऑप्टिकल इंटिग्रेटर व सायलेन्सरला-गिऱ्हाइकं मिळाली. दोन्ही पेटंट्स अक्षरश: कवडीमोलानं विकावी लागली; पण विराजला जे काही मिळेल ते घेऊन देश सोडून निघून जाणं भाग होतं.

हा एवढा गहजब होत असता काका मात्र शांत होते. किंबहुना, असा काही प्रकार चालला असल्याची गंधवार्ता नसल्यासारखं वागत होते. आम्ही जेव्हा त्यांना त्याविषयी छेडायचा प्रयत्न केला तेव्हाच ते म्हणाले,

"असं का? म्हणजे विराज कौलला देश सोडावा लागतोय म्हणायचा! अरेरे! वाईट झालं; पण मग आता त्या इंटिग्रेटरचं आणि सायलेन्सरचं काय? ते दोन शोध देशाबाहेर जाणं व्यापक देशहिताच्या दृष्टीनं अयोग्य आहे. ते इथंच राहतील असं कोणीतरी काहीतरी करणं आवश्यक आहे."

काका असं मोघम कधीच बोलत नसत.

आणि देशहित वगैरे शब्द ते वापरू लागले की काही तरी पाणी मुरतंय, हे आमच्या आता लक्षात येऊ लागलं होतं.

झालंही तसंच.

विराज कौल ज्या दिवशी देश सोडून गेला त्याच्या दुसऱ्या दिवशीच त्यांनी आम्हाला सगळ्यांना बोलावलं. "आपल्याला आता जोरानं कामाला लागायला हवं. ऑप्टिकल इंटिग्रेटरचं प्रॉडक्शन सुरू करायचंय आणि बंड्या, हे त्या सायलेन्सरचं डिझाईन अगदी कडेकोट बंदोबस्तात ठेवून दे पाहू. कोणाच्याही हाताात पडता कामा नये."

"व्यापक देशहिताच्या दृष्टीनं?" मी विचारलं.

यावर काका काय म्हणाले?

बरंच काही म्हणाले; पण व्यापक देशहिताच्या दृष्टीनं ते तुमच्या कानी पडू देता कामा नये. तेव्हा मी ध्वनिविक्षेपक वापरलाय असं समजा.

मालक, बोलूनबोलून घसा कोरडा पडलाय. आवाज जायची पाळी आलीय. मेन्थॉल शेक आणा बुवा.

(अमृत, दिवाळी, १९८५)

नांदा सौख्यभरे

'आकाशगंगा'मध्ये आज एक अभूतपूर्व दृश्य दिसत होतं. जवळजवळ सर्वजण आपापले पेले आपापल्या टेबलांवर विसरून मधल्या एका टेबलाजवळ गोळा झाले होते आणि खाली मान घालून बसलेल्या, जवळजवळ रडकुंडीला आलेल्या मसाला सोयामिल्कची समजूत काढण्याचा प्रयत्न करीत होते.

"उगी, उगी हं. काही काळजी करू नकोस. आपण यातूनही मार्ग काढू," मोसंत्रीने धीर दिला.

"पण मी म्हणतो. याच्या आई-वडिलांचा तरी असा हट्ट का?" टेबलावर दुसऱ्याच कोणाची तरी मूठ जोरजोरानं आपटत द्राक्षसुधानं विचारलं.

"अहो, असतो कोणाकोणाचा विश्वास कॉम्प्युटरवर आणि कॉम्प्युटरचा कौल न घेता स्वतःच्याच मनानं केलेली लग्नं तर मोडावी लागल्याची उदाहरणं कमी का आहेत?" निर्झरानं त्याला परस्पर उत्तर दिलं.

"असतील, त्याची जबाबदारी त्या त्या व्यक्ती उचलतील ना! पण म्हणून स्वतःच्या मनानं शोधलेला जोडीदार नाकारून जबरदस्तीनं कॉम्प्युटरनं निवडलेला जोडीदार स्वीकारावा हा कोणता न्याय! कॉम्प्युटर काय चुका करीत नाही काय?" द्राक्षसुधानं तावातावानं विचारलं;

पण हा प्रश्न विचारून पावित्र्य भंग करण्यापर्यंत मजल गेल्यावर सर्वचजण गप्प झाले. कॉम्प्युटरवर अविश्वास! अब्रह्मण्यम्! अब्रह्मण्यम्! अस्वस्थपणे चुळबुळण्याव्यतिरिक्त काही करणं कोणालाच सुचत नव्हतं. मसाला सोयामिल्कही आपलं दुःख विसरून हे भलतंच का आपण करून बसलो, अशी खंत बाळगून अपराधी चेहऱ्यानं बसून होता.

"कॉम्प्युटरही चुका करतो."

अकस्मात आकाशवाणी झाल्यासारखं हे कोण बोलला म्हणून दचकून सर्वजण

पाहू लागले. कोपऱ्यात बंडोपंत मलुष्टे आपल्या नेहमीच्या जागी आहेत, याकडे कोणाचंही आतापर्यंत लक्ष गेलं नव्हतं. इतका वेळ तेही स्वस्थ बसून सारा झगडा ऐकत होते. समोरचं पेय पिण्याखेरीज त्यांनी तोंडही उघडलं नव्हतं. त्यांनी अकस्मात हा बॉम्बशेल टाकलेला पाहून सारेच अवाक् झाले.

"कॉम्प्युटरही चुका करतो," आपली आधीची आकाशवाणी जर काही जणांच्या अँटेनांकडून ग्रहण करायची राहून गेली असेल तर त्याच्यासाठी ती पुन्हा प्रक्षेपित करत बंडोपंत म्हणाले.

"पण त्याच्या चुकाही कल्याणकारी असतात. एकशे साडेसदतीस कलमी कार्यक्रमाप्रमाणे तुमच्याआमच्या भल्यासाठीच असतात. हो, केवळ सांगोवांगी तर्क नाही. प्रत्यक्ष अनुभव आहे. माझा नाही."

हे ऐकताच सुटणारा एक सामुदायिक सुस्कारा घशातोंडातून नीटपणे बाहेर पडण्याबाधीच बंडोपंतांचे पुढचे शब्द आले, "माझा भाचा सुलक्षण याचा." त्याबरोबर त्या सुस्काऱ्याचं कण्हण्यात रूपांतर झालं.

"सुलक्षण हा तसा बुद्धिमान, सदाचरणी, आपण बरं की आपलं काम बरं, या विचारसरणीचा तरुण होता. (बंडोपंत सांगू लागले.) आपल्या बखरी, जुन्या पोथ्या, कागदपत्रं यांत सदोदित डोकं खुपसून बसल्यामुळे त्याला कशाची भ्रांत राहिली नव्हती. वयाची तिशी आली तरी हा पठ्ठ्या ब्रह्मचारीच. त्याच्या आई-वडिलांनी त्याला तसं आडूनपाडून बऱ्याच वेळा विचारलं. त्यानं स्वतःच कोणाची निवड केली आहे की काय, याचीही चौकशी केली, पण ते काय विचारताहेत हे या गब्रूच्या गावीही नव्हतं. शेवटी एक दिवस न राहवून त्यांनी स्पष्टच विचारलं,

"अरे सुलक्षण, काही लग्नाबिग्नाचा विचार आहे की नाही?"

"आहे ना. नाही कसा!" समोरच्या कागदपत्रातून डोकं किंचितही वर न काढता सुलक्षण म्हणाला, "गेला महिनाभर तोच विचार चाललाय. शिवाजी महाराजांनी सात लग्नं केली की आठ! कारण सोयराबाई हे नाव दोनदा येतं. आठव्या हेन्रीच्या बाबतीतही हाच प्रकार. त्यानं सात बायकांचा काटा काढला की आठ!"

आई-वडिलांनी कपाळावर हात मारून घेतला. तरीही चिकाटीनं विचारलंच,

"अरे, आम्ही तुझ्याबद्दल बोलत होतो."

"माझ्याबद्दल? मला कुठं आहेत आठ बायका?"

"तेच म्हणतोय आम्ही."

"म्हणजे, मी आठ बायका कराव्यात असं म्हणायचंय तुम्हाला?"

"आठच नको, तूर्तास एक केलीस तरी पुरे."

"पण आई, बाबा, मग शिवाजी, आठवा हेन्री यांचं काय?"

"त्यांची काळजी वाहायला चांगल्या आठ आठ बायका आहेत. तू नको

काळजी करू. उद्याच्या उद्या कॉम्प्युटरमॅच सेन्टरमध्ये जाऊन तुझी वधू आणि त्यानंतरचा गव्हर्नमेंट पॅकेज डील हनिमून याची निवड करून ये. त्याशिवाय तुला घरात घेणार नाही,'' आई-वडिलांनी त्याला अल्टिमेटम देत म्हटलं.

असा निरुपाय झाल्यावर सुलक्षण दुसऱ्याच दिवशी कॉम्प्युमॅच सेन्टरमध्ये गेला. बाहेरच चकाकणाऱ्या निऑन साईननी त्याचं स्वागत केलं.

'आपली आवड आमची निवड'

'आपकी राय सो आपकी राय, हमारी राय सुभान अल्ला'

या हल्ल्यानं अर्धा गारद झालेला सुलक्षण पुढे होऊन मुख्य प्रवेशद्वारासमोर उभा राहिला मात्र... समोरच्या दरवाज्यातून एकदम कोकिळेचं कूजन ऐकू आलं आणि त्यापाठोपाठ कुणीतरी मधभऱ्या स्वरात म्हणालं,

''यावं यावं, सुस्वागतम्, सुस्वागतम्!''

आणि पुढच्या क्षणी समोरचा दरवाजा आपोआप उघडला गेला. बावचळल्यासारखा सुलक्षण मागं वळून त्या दरवाज्याकडे पाहात पाहातच पुढे गेला.

समोरच एक गुळगुळीत, पॉलिश केलेला काउंटर होता. त्यापाठी एक सुंदर खाशी सुबक ठेंगणी आपलं लिपस्टिक लावलेलं स्मित ताणून बसली होती.

सुलक्षण जवळ पोचताच तिनं विचारलं,

''येस, बोला, कहिये, व्हॉट कॅन आय डू फॉर यू? मी आपली काय सेवा करू शकते? मै आपकी खिदमदमें हाजिर हूँ। शू सेवा करू आपडी?''

त्या बहुभाषिक स्वागतानं आणखी थोडा गारद होत सुलक्षण कसाबसा पुटपुटला.

''तसं काही विशेष नाही; पण इथं लग्नाचा जोडीदार – म्हणजे – काय आपलं वधूसंशोधन...''

''त्यासाठीच आमचे कॉम्प्युटरभटजी सज्ज आहेत. दक्षिणा आणली आहे?''

''दक्षिणा?''

''मग दक्षिणेशिवायच कॉम्प्युभटजी तुमच्या वधूची निवड कशी करतील? तुमचे गुण कसे जुळवतील?''

''किती?''

''सव्वा हजार.''

''सव्वा-''

''-हजार. आमचे कॉम्प्युभटजी साधे नाहीत, सवाई आहेत. म्हणून सगळा कारभार सव्वाच्या पटीत. यातच तुमच्या हनिमूनचीही व्यवस्था होणार आहे.''

''पण तो मी स्वत:च अरेंज केला तर?''

''बेकायदा होईल. अलीकडेच झालेल्या हुंडाबंदी कायद्यात, हनिमूनच्या खर्चाच्या रूपानं काळा हुंडा घ्यायला आळा बसावा म्हणून हनिमूनची व्यवस्था आमच्यासारख्या

अधिकृत कॉम्प्यु. संस्थांकडेच सोपवलेली आहे.''

''ठीक आहे, ठीक आहे,'' या हल्ल्यानं पुरता गारद होत सुलक्षणनं खिशातून सव्वा हजार काढून दिले.

समोरच्या यंत्रातून मिळालेली त्याची पावती सुलक्षणच्या हातात ठेवत त्या स्वागतिकेनं सांगितलं,

''आता मदनबाण तुम्हाला रस्ता दाखवील तसं जा.''

''पण कुठं?''

''अवास्तव प्रश्न विचारून माझ्या सर्किटचं व्होल्टेज वाढवू नका. एखादं सर्किट बिघडलं म्हणजे?''

''सर्किट?'' अविश्वासानं तिच्याकडे पाहात सुलक्षण म्हणाला, ''म्हणजे तुम्ही तू एक कॉम्प्युटर नियंत्रित रोबोच.''

''मग तुम्हाला काय तुमच्यासारखी स्वत:च्या जोडीदाराचीही निवड करू न शकणारी मानवी बाहुली पाहिजे होती की काय? काय तरी उद्धटपणा, जा आता.''

पायाखालच्या जवळजवळ पारदर्शक असणाऱ्या जमिनीतून सोनेरी मदनबाण स्पष्ट दिसत होता. त्याचा मागोवा घेत घेत एका लांब कॉरिडारमधून सुलक्षण चालत राहिला. आपल्या अंगावर अक्षता पडताहेत असा त्याला सतत भास होत होता.

शेवटी तो परत एकदा एका बंद दाराजवळ थांबला. त्याबरोबर मंगल सनईचे सूर येऊ लागले आणि अंतरपाट ओढल्यासारखा तो दरवाजा सरकला आणि सुलक्षणनं आत पाऊल टेकलं.

समोर जमिनीपासून छतापर्यंत एक भिंत म्हणजेच भला मोठा कॉम्प्युटर होता. अनेक लुकलुकणारे दिवे, उलट्यासुलट्या फिरणाऱ्या मॅग्नेटिक टेप असलेल्या चकत्या, अगदी टेप रिळासारखी गुंडाळलेली, ती आपल्या तोंडात हळूहळू एखाद्या जादुगारानं रिबिन खावी तशी ओढत असलेली तोंडं -

सुलक्षण तोंड तसंच उघडं ठेवून पाहतच राहिला.

''या, या, यजमान,'' ती भिंत म्हणाली.

''यजमान?''

''हो, आपण यजमान. मी आपला कॉम्प्युभटजी. माझं कार्य तसं सोपं आहे. आपल्याविषयी सारी माहिती आपण मला द्या. म्हणजे मग आपल्याशी छत्तीस गुण जुळणारी वधू मी निवडून काढू शकेन. तेव्हा प्रथम आपली माहिती. तयार?''

या सरबत्तीनं गांगरलेल्या सुलक्षणनं आपली मान हलवली.

''असं मान हलवून भागायचं नाही, यजमान. स्पष्टपणे बोलायला हवं. त्याशिवाय मला नीट कसं कळणार! मग सांगा वय, उंची, वजन, डोळ्यांचा रंग, केस असल्यास त्यांचा रंग, नसल्यास घेराची व्याप्ती, कमर, छाती, पोट यांची मापं,

हातापायांची लांबी, बोटांची संख्या, रक्ताचा वर्ग, आई-वडील, भाऊ-बहिणी- ठीक?''

''ठीक,'' म्हणत सुलक्षणनं सारी माहिती पुरवली, ''हे सगळं अगदीच रूटिन मिळमिळीत आहे हो.''

''मिळमिळीत? माझ्या दृष्टीने तर यापेक्षा चविष्ट काही नाही. उदाहरणार्थ एखाद्याच्या छातीच्या मापानं मला गुदगुदल्या होतात.''

''एखाद्याच्या?''

''हो-हो एखाद्याच्याच,'' खुदूखुदू हसत भिंत म्हणाली.

''पण पण हे हे म्हणजे भलतंच आहे हो.''

''हं. आता तुमची खाजगी वैयक्तिक म्हणजे अगदी इन्टिमेट माहिती द्या.''

''इन्टिमेट? म्हणजे?''

''अशी इन्टिमेट माहिती दिल्याशिवाय मी तुमच्या वधूची निवड करणार कशी? काय? इन्टिमेट आता काय सांगायचं तुम्हाला. अहो, तुमचं कामजीवन, सेक्स लाईफ-''

''पण असं काही नाहीय हो.''

''असं कसं होईल? प्रत्येकाचंच कामजीवन असतं. विवाहितांचं वेगळं. अविवाहितांचं वेगळं, तुम्ही नीला भानगडीकरांना ओळखत नाही वाटतं?''

''कोण ह्या?''

''तुम्हाला त्या माहीत नाहीत यातच सगळं आलं. हुं ऽऽ. भलतंच कठीण करताय तुम्ही माझं काम.''

''सॉरी म्हणजे जाणूनबुजून तसं करायचा उद्देश नाही माझा,'' बुटाच्या टोकानं जमीन उखडण्याचा अयशस्वी प्रयत्न करीत सुलक्षण म्हणाला.

''बरं. आता आपल्या अपेक्षा काय आहेत ते सांगा.''

''माझ्या कसल्याच अपेक्षा नाहीत.''

''असं कसं! काहीतरी अपेक्षा असणारच.''

''नाही हो,'' काकुळतीला येत सुलक्षण म्हणाला. ''आई-बाबांनी जबरदस्तीनं पाठवलं मला. मी आपला शिवाजी महाराज आणि आठवा हेन्री यांच्या आठ आठ बायकांसंबंधी–''

''म्हणजे? आठ बायकांची अपेक्षा आहे की काय तुमची?''

''छे छे! मुळीच नाही.''

''तेच बरं, तुमच्याकरता एक मिळवतानाही मुष्कील होणार आहे. तर आठ कुठून, आणायच्या! बरं तुम्हाला खायला काय आवडतं? जेवण कोणतं पसंत आहे?''

"वरण-भात आणि गवारीची भाजी."

"बाप रे!" एक भलामोठा सुस्कारा सोडत कॉम्प्युभटजींनी पुढे विचारलं, 'छंद? खेळ?"

"दोरीवरच्या उड्या."

"दोरीसकट की दोरीशिवाय?"

"शिवाय."

"जीवनाबद्दलचं आपलं तत्त्वज्ञान काय आहे?"

"तसं काही खास नाही बुवा! आता आयुष्य लाभलंच आहे तर ते जगायचं. आला दिवस गेला म्हणजे झालं."

"च्यायला," कॉम्प्युभटजी म्हणाले व पट्कन त्यांनी आपल्या एका तोंडातली टेप चावली. तिचा तुकडा खाली पडला.

"भलतीच कठीण केस आहे हो तुमची. तुमच्या जीवनाल रंगच नाही. निस्तेज आहे ते."

"खरंच – नाहीतरी माझा आवडता रंग म्हणजे करडा, राखाडी."

"तुम्हाला कधी राग येतो का हो? संतापानं तुमचा कधी तिळपापड होतो? समोर दिसणाऱ्या कोणावर तरी हात टाकावा, त्याला चेचावा असं कधी वाटलंय? बलात्कार, बलात्कार करावासा वाटला कधी?"

"आठवत नाही बुवा. असं कधी वाटलं असतं तर नक्कीच आठवलं असतं, नाही?"

"इतरांच्या बाबतीत हो! पण तुमच्या बाबतीत – कठीण आहे. इतके दशलक्ष न्यूरॉन्स, मज्जापेशी सज्ज करून बसलोय मी आणि –"

"अबब! इतके?"

"हे काहीच नाहीत, राव. तुम्ही जर काही खरोखरीची इन्टिमेट माहिती दिली असतीत ना याच्या दसपट न्यूरॉन्स कामाला लावले असते मी; पण तुम्ही भलतीच निराशा केलीत."

"राग मानू नका, भटजी, पण असे भिंतभटजी मी प्रथमच पाहतोय. विचित्रच वाटताय तुम्ही मला."

"मी? विचित्र, शाब्बास! विचित्र तुम्ही आहात. तुम्हाला आयुष्य म्हणजे काय वरण-भात आणि गवारीची भाजी वाटते?"

"मग आता काय?"

आता परत मदनबाणाचा मार्ग धरा आणि लताकुंजात जाऊन वाट पहा. मी तुमच्या वधूला तिथं पाठवतो."

"किती वेळ लागेल?"

“ते सांगता येणं कठीण आहे. तुम्ही चला. दरवाजा तुमच्या उजवीकडे आहे.”

आणि परत एकदा मदनबाणाच्या रस्त्यानं संगीत दरवाजे पार करीत सुलक्षण लताकुंजात पोचला. हृदयाकार लताकुंजात जिकडेतिकडे वेली सोडल्या होत्या. गुलाबाचे ताटवे होते. कारंजी होती. फुलांचा, अत्तराचा सुगंध सर्वत्र दरवळत होता. खुर्च्याही हृदयाच्या आकाराच्याच होत्या. सुलक्षण एकीवर टेकताच तिच्यातून एक सीत्कार निघून गेला. तो ऐकून सुलक्षण दचकलेला पाहून एका वेलीआड इतका वेळ लपून राहिलेला, गुलाबी कपडे घातलेला एक यंत्रमानव चाकावरून घरंगळत स्केट केल्यासारखा त्याच्यापुढे येऊन खिदळत उभा राहिला.

“आश्चर्य वाटलं ना तुम्हाला?”

“हो तर! ही खुर्ची अशी सीत्कारतेय का?”

“वातावरण निर्मितीसाठी. आम्ही अशा बारीकसारीक गोष्टींकडेही बारीक लक्ष ठेवून असतो. इथल्या उश्याही अशा आहेत की, तुम्ही त्यांच्यावर डोकं ठेवताच प्रीतीची अंगाई गीतं गातात. अलीकडेच एका उशीला आम्ही निवृत्त करून पाठवून दिलं.”

“का? ती काय देशभक्तिपर गाणी गाऊ लागली? का तिनं गाणंच बंद केलं?”

“नाही. ती भलत्याच शृंगारिक लावण्या म्हणायला लागली होती.”

“आपण कोण?”

“मी पुरोहित. बाहेर कॉम्प्युभटजी भेटलेच असतील तुम्हाला.”

“हो तर.”

“ते वधूची निवड करतात. आणि वर-वधू इथे भेटले, त्यांचा विवाह लागला की, मधुचंद्राचं पौरोहित्य करणं ही माझी जबाबदारी.”

“मधुचंद्राचं पौरोहित्य? म्हणजे?”

“अं, हं! हं! म्हणजे तसं नाही. मी सगळी तुमच्या मनाप्रमाणे व्यवस्था करतो. बारीकसारीक सुखसोयींकडे लक्ष पुरवतो.”

“हं! तहान लागलीय मला. जरा पाणी-”

“अरे पाणी काय? लताकुंजात आहात. मधुघट भरले आहेत. काही मधुपान, सुरापान, सोमरस...”

“छे! छे! सध्या पाणीच पुरे.”

“जशी आपली इच्छा,” असं म्हणत तो यंत्रमानव तसाच घरंगळत गेला आणि चांदीच्या सुरईतून एका चषकात पाणी ओतून घेऊन आला.

“चव काहीतरी विचित्र लागतेय,” एक घोट घेत सुलक्षण म्हणाला.

“त्यात गुलाबकळ्या कुस्करून टाकल्याहेत. कदाचित साखर कमी पडली असेल.”

“कधी येणार ही माझी वधू?”

“उतावीळ झाला आहात ना?”

“उतावीळ नाही; पण आता वेळ नाहीये. हे एकदाचं आटपून मला परत आठ बायकांच्या चौकशीला लागायचंय.”

“बाप रे! म्हणजे ही तुमची नववी बायको? म्हणजे मग या आधीचे मधुचंद्र...”

“माझ्या नाही हो. आठव्या हेन्रीच्या,” थोड्याशा चिडलेल्या सुलक्षणनं म्हटले.

“नाही नाही, असं चिडू नका. तसं झाल्यास सारा मधुचंद्र बिघडून जाईल. तुम्ही कॉम्प्युभटजीकडे अपेक्षा तरी कोणत्या सांगितल्यात?”

“अपेक्षा? हां हां, अपेक्षा! नाही बुवा! काही खास अपेक्षा नाहीयेत.”

“त्यांना तसं महत्त्वही नाही म्हणा. खरं महत्त्व आहे ते नंतरच्या मधुचंद्राला; पण त्याची तुम्ही काळजी सोडा. माझ्या हातात सारी व्यवस्था आहे ना! असा मधुचंद्र अरेंज करतो की जिंदगीभर याद करोगे.”

“अहो, मधुचंद्राची याद जिंदगीभर राहणारच.”

“तरी पण माझा म्हणजे अगदी स्पेशल असतो. ही पहा तुमची वधू आलेली दिसतेय,” बाहेरच्या संगीत दरवाज्यातून मंजूळ सूर ऐकू येताच पुरोहित म्हणाले.

सुलक्षण उठून उभा राहिला. ते संगीत दार आवाज न करता सरकून उघडलं आणि पलीकडून एक स्थूल, किंचित पोट सुटलेला, मिशाळ तरुण आत आला. त्याने दाढी वाढवली होती. हिरव्याकंच रंगाची फ्लेअर्ड जीन व गुलाबी रंगाचा फुलाफुलांचा गुरुशर्ट घातला होता. त्याच्या डोक्यावर पिवळ्या रंगाची कोनदार टोपी होती. आणि तो गोंधळलेला होता.

गोंधळलेला तर सुलक्षणही होता.

तो ताबडतोब ओरडला.

“काही तरी घोटाळा झालाय, ही निश्चित माझी वधू नाही. ही तर स्त्रीच नाही.”

“कॉम्प्युभटजींची निवड संपूर्णपणे तुमच्या मनाप्रमाणे झालेली नाही, याचं मला वाईट वाटतं,” पुरोहित म्हणाले. “पण लग्न म्हणजे त्वयार्ध मयार्ध अशी तडजोड करावीच लागते. काय? चला आता. उगीच वेळ घालवून उपयोग नाही. आपल्याला पुढच्या तयारीला लागलं पाहिजे.”

“पुढची तयारी कसली? डोंबलाची? वधूचाच अजून पत्ता नाही. हा दाढीदीक्षित वधू म्हणून मला मुळीच मान्य नाही. अजिबात नाही.”

“अरे, हा काय प्रकार आहे हे कोणी मला सांगेल काय?” सर्दी झालेल्या

रेड्याच्या आवाजात तो दाढीदीक्षित म्हणाला, "च्यायला! मी साली तुमची ॲटॉमिक फर्नेस बिघडलीय ती दुरुस्त करायला आलो तर त्या भिंतीतल्या कॉम्प्युटरनं – भटजी म्हणवतो स्वत:ला, मला इथं या लताकुंजात पाठवलं या गुलाबी रोबोबरोबर आणि वधू, वधू म्हणून किंचाळणाऱ्या या मरतुकड्या काडी पहिलवानाबरोबर. राडा झाला सगळा."

"हे पहा, तुम्हाला दोघांनाही तुम्ही एकदम पसंत नसलात तर कॉम्प्युमॅच सेंटर घटस्फोटाचीही तजवीज करतं."

"करतं ना?" उत्तेजित होत सुलक्षण म्हणाला. "मग ताबडतोब करा."

"ताबडतोब नाही. त्याआधी मधुचंद्र झालाच पाहिजे असा कायदा आहे मुळी. तो करून तुम्ही या. लगेच घटस्फोट. चट मधुचंद्र पट घटस्फोट."

"हं! म्हणजे या चटावरच्या मधुचंद्राला आयुर्विम्यासारखाच पर्याय नाही तर!"

"नाही. म्हणूनच तर म्हणतो, मधुचंद्र आटोपून घ्या. वेळ लावू नका."

"अरे, कसला मधुचंद्र! काय भंकस आहे?" त्या दाढीदीक्षितानं विचारलं.

"मी सांगतो," उत्साहानं पुढे सरसावणाऱ्या पुरोहिताला आवरत सुलक्षण म्हणाला, "कॉम्प्युमॅच सेंटरच्या त्या बाहेरच्या खोलीतल्या भिंतीतल्या कॉम्प्युटरनं."

"हं! म्हणजे त्या कॉम्प्युभटजीनं! मिळू दे तर बेटा माझ्या हातात."

"त्यानंच. त्यानं आपल्या दोघांची वर-वधू म्हणून जोडी ठरवलीय. अशा कोणत्याही जोडप्यांचे शासकीय अधिकृत मधुचंद्र अरेंज करण्याची जबाबदारी या पुरोहितावर सोपवलेली आहे."

"बरं, पण साली आपली जोडी होणार कशी? आपल्यातला वर कोण आणि वधू कोण? आपण दोघंही वर."

"चूक झालेलीच आहे; पण कॉम्प्युटरची चूक आहे. तेव्हा ती दुरुस्त करायची असेल तर त्या ठरविलेल्या मार्गानंच जायला हवं. तेव्हा हा मधुचंद्र उरकून घेण्याशिवाय उपाय नाही. आलिया भोगासी..."

"मीही तेच सांगतोय," पुरोहित म्हणाला. "तर मग सांगा, कशा प्रकारचा हनिमून हवाय तुम्हाला? स्वप्ननगरीतला? स्वर्गलोकीचा? समुद्रकाठचा? हिमाच्छादित पर्वतांच्या सान्निध्यातला?"

"मला तर जंगलातला, झऱ्याच्या काठचा, जिथं मासे पकडता येतील, शिकार करता येईल, असा नैसर्गिक वातावरणातला मधुचंद्र पसंत आहे. चालेल ना?" आपल्या वधूला विचारत सुलक्षणनं सांगितलं.

"साली ही तुझी पसंती आहे. तूच सांग काय ते," दाढीदीक्षित म्हणाला.

"मग ठरलं तर. जंगल हनिमून. वा! मज्जा आहे राव. गाडी बाहेर वाटच पहात आहे. मी ही एवढी मंगलाष्टकं म्हणून घेतो की निघूच."

"चला, माझ्या लाडक्या कबुतरांनो, तुमचं खास जंगल तुमच्या प्रेमाच्या उत्कट क्षणासाठी, तुमच्या स्वर्गीय मिलनासाठी सज्ज आहे,"

बाहेरची गाडी त्या दोघांचं स्वागत करत म्हणाली 'बसा'. हां हां म्हणता पोचवते मी तुम्हाला. मग काय राजा आणि राणी – आणि जंगल धमाल करा."

गाडीच्या त्या तशा बडबडीत जंगल कधी आलं ते त्या दोघांना कळलंच नाही.

"आलं तुमचं ठिकाण," किर्र जंगलाच्या मध्यावर असलेल्या एका मोकळ्या मैदानात त्यांना सोडत ती गाडी म्हणाली. "उतरा आता तुम्ही. उतरलात की सरळ चला. तो पहा तो गुलाबी ऑटोमॅटिक कॉम्प्युटराईज्ड तंबू तुमची वाटच पाहत आहे. तो, तुमची सारी व्यवस्था बघेल. मग मी निघू आता?"

आणि त्यांच्या उत्तराची वाटही न पाहता ती गाडी सुरू झाली. "हे हे आमचं काय?" दाढीदीक्षित ओरडला.

त्याला शांत करत सुलक्षण म्हणाला,

"डोन्ट वरी. ठरल्या वेळी गाडी परत न्यायला येईल. सगळं प्रिप्रोगॅम्ड आहे. कॉम्प्युटराइज्ड आहे. तेव्हा त्यात बदल होणार नाही. आपण आपल्या तंबूत तरी जाऊ या."

तंबूच्या दाराशी त्यांना अडवलं गेलं.

"थांबा, थांबा, तुम्ही तसे अधीर झाला असाल हे ओळखतो मी; पण नव्यानंच गृहप्रवेश करताय तुम्ही. भाकरतुकडा ओवाळून नको टाकायला?"

असं म्हणत त्या तंबूतून बाहेर आलेला एक मेकॅनिकल आर्म त्यांच्याभोवती गरागरा फिरला. आणि त्यानं काहीतरी लांबवर फेकून दिलं.

"हं, आता या यात. तुमचे हनिमून युनिफॉर्म काढून ठेवलेत पलंगावर. ते चढवा पाहू."

"युनिफॉर्म?" समोरच्या गुलाबी रंगाच्या ओव्हरऑलसकडे पाहत सुलक्षणनं विचारलं.

"हो! तो घातल्याशिवाय मधुचंद्र होणार कसा?"

"च्यायला! हातात बेड्या पडल्यावर युनिफॉर्म घालावा लागतो हे ऐकलं होतं; पण..."

"मग लग्नाची बेडी पडलीच आहे ना हातात तुमच्या! तेव्हा हा युनिफॉर्म घालायलाच हवा."

नाइलाजानं अंगावरचे कपडे उतरवून तो युनिफॉर्म ते दोघं चढवत असतानाच परत त्या तंबूनं विचारलं,

"दमून आला असाल. जेवण आता तयार करतो. भूक लागली असेल ना!

तुम्ही असं करा, समोरच्या ओढ्यावर हातपाय धुऊन घ्या. मी तोवर जेवण तयार करून ठेवतो.''

आयतं गरम जेवण मिळणार हे ऐकल्यावर दाढीदीक्षित जरा खुशीत आला. तो आणि सुलक्षण त्या ओढ्याजवळ पोचताच मात्र त्यांना पहिला धक्का बसला.

ओढा कसला तो! चांगला रोरावणारा, घुसळणारा पाण्याचा जबरदस्त लोंढा होता तो. एक हिंस्र वाटणारा प्रपात होता तो.

सुलक्षण हबकलाच. या वेगानं वाहणाऱ्या पाण्यात हातपाय कसले धुणार?

कपाळ! वाहून जाऊन कपाळमोक्ष होण्याचीच जास्ती शक्यता. तो परत फिरणार तोच दाढीदीक्षितानं त्याचं लक्ष बाजूच्या एका पाटीकडे वेधलं. त्यावर एक नोटीस लावली होती.

'जर ओढ्याचा प्रवाह जास्त वेगवान वाटेल किंवा कमी वेगवान भासेल तर आपल्या पसंतीप्रमाणे त्याचा वेग कमी-जास्त करू शकता. पलीकडच्या सिन्थेटिक पिंपळाच्या खोडातून बाहेर डोकावणारी कळ दाबून तुम्ही वेग हवा तेवढा ठेवू शकता. तसंच पाण्याचं तापमानही हवं तितकं राखू शकता.'

– कॉम्प्युमॅच सेंटर.

सुलक्षणनं पुढे होऊन ती कळ फिरवताच झरा झुळूझुळू वाहू लागला. त्याचं टेम्परेचरही मनासारखं झाल्यावर अंघोळच करून दोघं परत तंबूत आले.

समोर दोन ताटांत जेवण तयारच होतं. गरमागरम.

ते पाहताच सुलक्षण त्यावर तुटून पडला. दाढीदीक्षित मात्र गोंधळलेल्या नजरेने ताटाकडे पाहत होता.

"हे काय आहे?'' त्यानं विचारलं.

"वरण-भात आणि गवारीची भाजी.''

"राडा झाला! ही असली भंकस मी खात नसतो.''

त्याबरोबर दाढीदीक्षिताच्या तोंडात एक झापड बसली. "नवी नवरी म्हणून इतका वेळ गय करीत होतो. नसते लाड आता चालणर नाहीत. तुझ्या नवऱ्याच्या आवडीचं जेवण बनवलंय मी. तुला खावंच लागेल. तसंच तुझी भाषा. इतके दिवस ठीक होतं, आता लग्न होऊन भरल्या घरात आलीयस. जरा जीभ आवरायला शिक.''

"हॅट साला! हा चोथा कोण खातो. मी च्यायला माझं जेवण पकडून आणतो,'' सावरलेला दाढीदीक्षित समोरचा गळ उपसत ओढ्याच्या दिशेनं जात म्हणाला.

थोड्याच वेळात चांगले, रसरशीत हातभर लांबीचे तीन-चार मासे घेऊन येत त्यानं कॉम्प्युटराइज्ड तंबूला म्हटलं,

"हे असे मासे असताना सालं हे भिक्कार खाणं कोण खाईल?''

“हे-हे मासे तू खाणार?”

“हो-हो हे मासे ‘तळणार’ आणि खाणार.”

“म्हणजे इंटिग्रेटेड सर्किट्स पचवायची क्षमता तुझ्या पोटात आहे?”

“इंटिग्रेटेड सर्किट्स?”

“मग? हे मासे इलेक्ट्रॉनिक आहेत. हाडामांसाचे वाटले की काय तुला?”

चाचपून बघत दाढीदीक्षिताने ते परत ओढ्यात फेकून दिले आणि ‘वरण-भात गवारीची भाजी’ असलेलं ताट पुढ्यात ओढून त्यानं ते मुकाट्यानं खायला सुरुवात केली.

रात्रीच्या झोपेनंतर ताजेतवाने होऊन दुसऱ्या दिवशी सकाळीच ते दोघंजण शिकारीवर निघाले. कालच्या माशासारखेच ज्यांची शिकार करायची ते वन्य प्राणीसुद्धा इलेक्ट्रॉनिकच असावेत की काय, अशी शंका सुलक्षणचं मन कुरतडत होती. आजूबाजूच्या त्या गर्द झाडीविषयीही त्यांच्या मनात संदेह निर्माण होऊ लागला होता.

तरीही नेटानं समोर दिसणाऱ्या पायवाटेनं दोघंही पुढे चालत राहिले.

एकाएकी समोरची झाडं जोरजोरानं हलू लागली. वादळात सापडल्यासारखी. आणि त्यांच्या खोडांमधून ठिणग्या बाहेर पडू लागल्या.

दोघंही थबकले.

“च्यायला! या साल्या झाडांना असं पिसाळायला काय झालं एकदम?” दाढीदीक्षितानं विचारलं.

“चल, चल, पळ लवकर. जंगलामध्ये शॉर्टसर्किट झालंय.”

“हे जंगलही इलेक्ट्रॉनिक...”

पण सुलक्षणचं वाक्य पुरं होण्यापूर्वीच शेजारचा एक भला मोठा वृक्ष एकदम स्फोट होऊन हादरला आणि आश्चर्यानं आ वासून त्याच्याकडे पहात उभ्या राहिलेल्या दाढीदीक्षितच्या अंगावर कोसळला.

त्याच्या फांद्या, पाने बाजूला सारत सुलक्षण दाढीदीक्षितजवळ पोचला. त्यानं विचारलं,

“ठीक आहेस का तू? मी आपल्या टेन्टमधून फर्स्टएड किट आणतो.”

“त्याचा काही एक उपयोग नाही,” कष्टानं आणि कण्हत एकं एक शब्द उच्चारत दाढीदीक्षित म्हणाला, “माझा राडा केलाय झाडानं.”

“म्हणजे? म्हणायचंय काय तुला?”

“म्हणजे आमचा पत्ता कटलाय. खल्लास.”

पुढच्याच क्षणी त्यानं मान टाकली. गलबलून येऊन सुलक्षण सुन्न होऊन बसून राहिला. मधुचंद्रावर असताना आपली वधू अशी अपघात होऊन मेल्याचं कोणाला

दुःख नाही होणार!

इतक्यात त्याच्याच शेजारून कुठूनतरी आवाज आला. "शुक! शुक!"

त्यानं वळून पाहिलं. जवळच्याच झाडीच्या आडोशाला कोणीतरी उभं होतं. सुलक्षणचं लक्ष जाताच त्या 'कोणीतरी'नं विचारलं.

"आहे? की गेलाय?"

"कोण? कुठं?"

"हा! हा-दाढी मेलाय का?"

"हं! असंच वाटतंय!"

"मग छानच झालं!" असं म्हणत ते कोणीतरी झाडाआडून सुलक्षणपुढे येऊन उभं राहिलं. सुलक्षण तोंडात बोट घालून पहातच राहिला.

"असा काय बघतोस? यापूर्वी कधी एखादी सुंदर मुलगी अशी निसर्गावस्थेत असताना पाहिलीच नाहीस तू?"

"खरंच नाही! मुलीच फारशा पाहिल्या नाहीत. तर मग निसर्गावस्थेतील..."

आणि परत टक लावून सुलक्षण पाहू लागला.

"चल! बघतोस काय असा! मला लाज वाटते. तो त्याचा तो युनिफॉर्म काढून दे ना चट्‌कन, प्लीज."

"पण पण तुझा काय झाला? की तूही इलेक्ट्रॉनिक कॉम्प्युगर्ल आहेस?" युनिफॉर्म तिच्या हाती देत सुलक्षणने विचारलं.

"मुळीच नाही, चांगली हाडामांसाची आहे. गरम रक्त खेळतंय माझ्या नसानसांतून; पण तू या दाढीवाल्याबरोबर काय करतोहेस इथे?"

"कॉम्प्युभटजींनी चुकीनं याची माझी वधू म्हणून निवड केली. डायव्होर्स करण्याआधी हनिमून आटोपून 'घेणं' कायद्याप्रमाणे जरुरीचं होतं म्हणून."

"अय्या! मग फिट्टंफाट झाली म्हणायची. माझ्याही बाबतीत त्या कॉम्प्युभटजीनी अशीच चूक केली होती. मला एका गवळ्याच्या दावणीला बांधली होती. त्याला माझ्यापेक्षा त्याच्या गाईचीच काळजी होती. इथे आल्यावर इथल्या एका इलेक्ट्रॉनिक गाईला माझा युनिफॉर्म चढवून तो पळून गेला."

"पण गाईला घेऊन जाऊ कसं दिलं त्याला?"

"त्याचं कारण इथले हे सारे कॉम्प्युटर्स फक्त या युनिफॉर्मला ओळखतात. आत कोण आहे याच्याशी त्यांना तसं सोयरसुतक नसतं."

"म्हणजे, मग आता तू माझ्याबरोबर आलीस तर तू माझी बायको होशील?"

"चल, चावट कुठला!" त्याच्या दंडाला चिमटा काढीत आणि तळहातानी आपला चेहरा झाकून घेत ती म्हणाली.

त्या साऱ्याचा अर्थ काय आहे, हे त्याच्या बखरीत नसूनही सुलक्षणला

ताबडतोब कळलं.

त्याने पुढे होऊन तिला आपल्या मिठीत घेतलं.

"पण पुढे काय, हे एखादा कॉम्प्युटरही सांगू शकेल तुम्हाला. सुलक्षण मात्र नेहमी म्हणतो की, कॉम्प्युभटजींनी त्याच्या आणि सुमित्राच्या -सुमित्रा तिचं नाव- तेव्हा कॉम्प्युटरने त्यांच्या बाबतीत त्या चुका केल्या नसत्या तर त्यांची अशी गाठ कशी बांधली गेली असती!"

"तेव्हा आलिया निवडीचा करावा आदर, कॉम्प्युटरवरी भार टाकूनिया."

(अमृत, दिवाळी, १९८६)

●

मदनकुंभ

'आकाशगंगा'मध्ये एकदा का मेंबरांचा कोरम जमला, की गप्पा कोणत्या विषयावर होतील याचा नेम नसे. तसं विषयाचं बंधन असं नव्हतंच म्हणा. नाही म्हणायला नेहमीच्या मेंबर्सपैकी सारीच मंडळी आजी आणि माजी वैज्ञानिक असल्यामुळे विषय तसा वैज्ञानिकांच्या सुख-दुःखांशी निगडित असे.

त्या दिवशीही असाच काहीसा विषय घेऊन गप्पा भरात आल्या होत्या.

"असं पहा, आपण जे काही काम करतो, संशोधन करतो त्यावर खरीखुरी, अर्थपूर्ण चर्चा व्हायची असेल तर –" बोट उंचावून हलवत, एखाद्या नाठाळ विद्यार्थ्यांच्या वर्गात बोलावं तसं 'शैवालरस' बोलत होता. "तर ते संशोधन समजण्याची कुवत असणाऱ्या, आपण काय सांगतो आहोत ते समजू शकणाऱ्या कोणाशी तरीच आपला संवाद व्हायला हवा. आता सांगा, असा संवाद कोणाशी होऊ शकेल?" आ वासून बघणाऱ्या निर्बुद्ध पोरांना खडबडून जाग आणण्यासाठी अनपेक्षितरीत्या प्रश्न विचारावा तसा 'शैवालरसा'तला पंतोजी जागा होऊन विचारता झाला.

"हे काय विचारणं झालं! अर्थात ही चर्चा वैज्ञानिकांपुरतीच मर्यादित ठेवायला हवी." त्याच्या म्हणण्याला 'सोया मिल्कशेक'नं दुजोरा दिला, "अरे आपलं लॉजिक तर त्याच्या गळी उतरायला हवं."

"नाही... पण म्हणजे तुमचं म्हणणं मला अमान्य आहे असं नाही, तरी पण..." चाचरत चाचरत विरोधी सूर पकडत 'मोसंत्री' म्हणाला.

"पण ज्या जनतेच्या पैशावर आपली संशोधनाची ही चैन चालते तिच्यापर्यंत आपण काय करतो हे पोचायला नको का!"

"जनता! हुँ ऽऽऽ," आपली सारी तुच्छता समोरच्या प्याल्यात बुडवत 'शैवालरस' उत्तरला.

"शिवाय एक मुद्दा विसरताय तुम्ही..." संभाषणात मध्येच भाग घेत 'निर्झरा'नं आपली खुर्ची पुढे सरकवली. "आजचा जमाना जाहिरातीचा आहे. नुसतं संशोधन करून भागत नाही. ते व्यवस्थितरीत्या प्रकाशात येईल याचीही व्यवस्था करावी लागते."

यावर इतर कोणी काही बोलणार तो एक पिंजारलेल्या केसांचा, अँग्री यंग मॅन या पदवीला शोभेल असा हनुवटीवर दाढी ठेवलेला तरुण तावातावानं आत शिरला आणि दिसल्या त्या पहिल्या खुर्चीत त्यानं धाड्कन आपलं अंग झोकून दिलं.

सर्व संभाषण तर एकदम बंद पडलंच; पण जो तो हा काय प्रकार, असं मूकाभिनयानं दुसऱ्याला विचारू लागला. तो तरुण मात्र आपल्या येण्यानं आपण काय घोटाळा केलाय, याची यत्किंचितही जाणीव नसल्यासारखा शून्यात बघत बसून राहिला होता. त्याच्या अंगावरच्या सफेद लॅब-कोटवरून स्वारी शेजारच्या नॅशनल रिसर्च इन्स्टिट्यूटमध्ये काम करीत असावी, हे स्पष्ट होत होतं.

अशावेळी काय करावं, हे मालक पक्कं ओळखून होते. त्यांनी न बोलता 'कर्माकोला'ची बाटली फोडून त्या तरुणापुढं ठेवली आणि ते तिथंच उभे राहिले. त्या तरुणानंही वाळवंटातून आलेल्या तहानलेल्या माणसासारखी ती बाटलीच ओठाला लावली आणि एका दमात संपवून खाली ठेवली.

सगळेजण पाहातच राहिले, तोंडात बोटं घालून. ज्यांच्या तोंडात आधीच स्ट्रॉ होती, त्यांना मात्र आधी ती बाजूला करावी लागली. 'कर्माकोला'चा एकच घोटदेखील पुरेसा 'हाय रे कर्मा' म्हणायला लावतो हे त्यांनी अनुभवलं होतं.

मालक याचवेळी पुढे झाले आणि त्या नवागताच्या खांद्यावर हात ठेवून त्यांनी आपल्या खास मृदू स्वरात विचारलं,

"काय झालंय?"

रेस्टॉरंटच्या मालकानं असं कधी मृदू स्वरात बोलल्याचं ऐकण्याची त्याला सवय नव्हती म्हणा, की त्या 'कर्माकोला'च्या अख्ख्या बाटलीची किमया समजा; पण इतका वेळ आपलं तोंड, 'कर्माकोला'च्या बाटलीशिवाय आणखी कशासाठीही न उघडणारा तो तरुण बॅटरीचं बटण ऑन केल्यावर अखंड बडबडत सुटणाऱ्या रोबोसारखा बोलू लागला.

"काय व्हायचंय! नेहमीचंच. आम्ही एवढं मरमर काम करावं, भन्नाट कल्पना लढवाव्यात, त्या प्रत्यक्षात आणून दाखवाव्यात; पण कोणी ऐकून घेईल तर शपथ! मग दखल घेणं, पडताळून पाहणं तर दूरच राहिलं."

अडलेल्या म्हशीची सुटका होताच तिनं परत जोरजोरात हंबरू लागावं तसं त्याचं बोलणं अथक् सुरू झालं होतं. कोणीतरी आपल्याला विचारतंय, आपलं ऐकतंय हे पाहताच त्याला हुरूप आला होता.

“म्हणजे पहा, मी एक नवंच पॉलिमर शोधून काढलंय. एकदम पारदर्शक. एवढंच काय, पण एवढं मुलायम की हात फिरवला तरी ते चट्‌कन हाताला लागत नाही; पण अतिशय टणक. कितीही कठीण पदार्थ आणा. त्याच्या आरपार जाणार नाही. त्याच्यावर आपटून परत फिरेल. तर या पॉलिमरचं एक जाकीट मी तयार केलं आणि ते घालून लॅबमध्ये गेलो. इतरांना सांगितलं तर त्यांचा विश्वासच नाही. माझी टरच उडवायला लागले सगळे, इडियट्स.”

“नाही, म्हणजे तुमचं म्हणणं मला अमान्य आहे असं नाही. पण–” धीर करत 'मोसंत्री' म्हणाला “पण दिसत नाही, हाताला लागत नाही तर त्यांचा विश्वास बसणारच कसा!”

“पण ते कठीण आहे याचा तरी पडताळा घ्यायचा! तर फक्त बॉल–म्हणजे टेनिसचा– बदामाची बी वगैरे मारून पहायला लागले. त्यांना सांगितलं, हे बुलेटप्रुफ आहे तर खात्री करून घ्यायला कोणीही पुढे येईना. एखाद्या लहान मुलाला समजवावं तशी माझी समजूत घालायला निघाले. भेकड साले!”

“हात्तिच्या, एवढंच ना! गोळीच मारायची ना. मी मारतो. मालक, आणा तुमचं पिस्तूल,” 'सिन्थेटिक लिंबूपाणी' पुढे सरसावला.

“छे, छे, आता माझ्या अंगावर नाहीय ते. तुम्हाला दिसत नाहीय म्हणजे आहे असं नाही.” घाईघाईनं त्याला थांबवत तो तरुण म्हणाला. “पण आता मी ठरवलंय, ते काही नाही. माझा शोध घेऊन मी आम जनतेसमोर जाणार. ते जाकीट घालून भर चौकात उभा राहणार आणि ओरडून सांगणार जगाला, चालवा गोळ्या माझ्यावर.”

“यंवरे पठ्ठे! असंच काही केल्याशिवाय आपले शोध उपेक्षितच राहतात. असाच काही नाट्यपूर्ण प्रसंग सादर केल्याशिवाय लोक विश्वासच ठेवत नाहीत.” संभाषणात मध्येच भाग घेत बंडोपंत मलुष्टे म्हणाले, “माझा आते चुलत पुतण्या चंद्रकांतचाच अनुभव आहे ना. चंद्रकांतला आपण ओळखतच असाल.”

नाही म्हणायच्या आधी सर्वांनीच आपली नेहमीचं पेय बाजूला सारून 'कर्माकोला'ची ऑर्डर दिली. आता तो कोलाच तारणार होता. तो तरुण मात्र लक्ष देऊन ऐकू लागला.

“चंद्रकांत म्हणजे ॲडव्हर्टायजिंग क्षेत्रातलं एक बडं प्रस्थ, असं समीकरण आज असलं तरी त्यासाठी त्याला तशी फार मेहनत घ्यावी लागली आहे. मलुष्ट्यांच्या घराण्यातला असल्यामुळे नॅचरल टॅलेन्ट, अंगभूत गुणवत्ता त्याच्याकडे बरीच होती; पण ती प्रकर्षानं नजरेत भरण्यासाठी सुरुवातीच्या काळात तशी बरीच धडपड करावी लागली. या काळातच 'मलिन्टास' नावाची एक पब्लिसिटी कंपनी तो चालवत होता. कंपनी म्हणजे तो आणि त्याचा एक फोटोग्राफर दोस्त. एक्स्पोजर आणि

ॲपर्चर या दोन अतिशय भिन्न गोष्टी असल्याचं चंदूनं त्या मित्राला महत्प्रयासानं पटवून दिलं होतं आणि तरीही घोटाळा नको म्हणून 'एम ॲन्ड खटॅक'वाला एक ॲटोमॅटिक कॅमेरा त्याला घेऊन दिला होता. तरीही व्ह्यूफाइंडमधून पाहिल्यावर लेन्समधून फोटो घेता येतात तर लेन्समधून पाहून व्ह्यूफाइंडमधून फोटो का घेता येऊ नये, अशा मूलभूत शंका तो चंदूला विचारीत असे.

"असाच एके दिवशी धंदा नेहमीसारखाच, म्हणजे स्लॅक असल्यामुळे चंदू आपल्या दोस्ताबरोबर पैसा पॉइंट रमी खेळत बसला होता. हजार एक पॉइंट प्लस असल्यामुळे व हातातला डावा सिक्वेन्स लागून दोन जोकर्स असल्यामुळे चंदू खुशीत शीळ वाजवत होता.

इतक्यात फोन वाजला.

हातातल्या जोकर्सवरची नजर न हलवता चंदूनं तो उचलला आणि कमावलेल्या आवाजात तो फोनमध्ये बोलला,

"मलिन्टास! राईचा पर्वत हे आमचं ध्येय. तुम्ही आवळा द्या, आम्ही त्याचा कोहळा करू."

"कौन? चंदू?"

"हां, हां, चंदू हिअर."

"लकी टेनिसन! अरे यार चंदू, तुम भी क्या याद करोगे! लिसन बडी, मी बोललो नव्हतो, असाच काही हॉट माल सापडला की ट्रम्पेटपर तेरा नाम पुकारूंगा! तो यार, यही तो है वह ट्रम्पेट."

लकी टेनिसन! वास्तविक, त्याचं नाव होतं लक्ष्मण दशपुत्रे; पण हिंदी चित्रपटसृष्टीत अशा बाळबोध नावाला फारतर असिस्टंट लाईटमन, म्हणजे शिडीचा घोडा हलविणारा पोऱ्या इतक्याच उच्चपदापर्यंत पोचता आलं असतं. म्हणून मग त्यानं लकी टेनिसनचा अवतार घेतला. तरीपण बी रेट फिल्मच्या डायरेक्टर पलीकडे काही तो पोचू शकला नव्हता. आणि तेही कधीतरी सटीसामाशी त्याचा पिक्चर बनायचा.

त्याची पब्लिसिटी करून काय मिळणार होतं! चंदू मलुष्ट्यांचा शेर होता, भूक लागली म्हणून काय गवत खाईल?

"सॉरी, लकी! बहोत बिझी हूँ आजकल," दोस्तानं नजरचुकीनं टाकलेला पत्ता उचलत चंदू म्हणाला.

"चंदू, पागल मत बन, यार! मी बोललो ना, एकदम हॉट माल आहे. गरमागरम. डायनामाइट."

"डायनामाइट!"

"हां-हां एकदम मादक सौंदर्याचा ॲटमबॉम्ब!"

"दिवाळीच्या फटाक्यातलाच ना?" "छोड यार! दिवाळीतलाच काय तुझा तो रशिया-अमेरिका उडवतात तो अॅटमबॉम्बही म्हणजे तुडतुडी वाटेल असा. एकदम पॉवरबाज. एकेक मापं सांगितली ना..."

"एकेकच सांग. बेरीज करू नको."

"फोर्टी टू-बेचाळीस."

"मजाक छोड, लकी. खरं सांग. छाती फॉर्टी टू?"

"अर्धा इंच जास्तच असेल; पण कम नाय."

चंदूच्या हातून जोकर्स गळून पडले.

"अस्सल माल?"

"एकदम अस्सल! अगदी आयएसआय स्टॅन्डर्डवाला. अरे, तुझी ती मंदाकिनी शरमून जाईल. अन् केटी मिर्झाला तर छाती दाखवायची छातीच नाय व्हायची."

आता लकीला लिंबूदेखील मोसंबीच्या आकाराचं वाटायचं हा भाग सोडला तरी तो इतकं जीव तोडून सांगतोय, तेव्हा कमीत कमी ३९-४० तरी असेल याविषयी चंदूच्या मनात शंका राहिली नाही. हातातला डाव पॅक करीत त्यानं टेबलावरचं पॅड पुढं ओढलं अन् हातातलं पेन सरसावीत चंदू म्हणाला, "मलिन्टास इज अॅट युअर सर्व्हिस. बोल, तू बोलत रहा. माझ्या कानांना अशाच गुदगुदल्या करत रहा."

"यार दो महिने हुए. तीन असतील. कोणाला याद आहे! तर मी असाच आदल्या रात्रीची चढलेली उतरवत भटकत होतो. गोरेगावला हायवे क्रॉस करून फिल्मसिटीकडे निघालो होतो. वाटेत सॅमचं हॉटेल आहे. माहीत हाय नं. तर त्याच्या व्हरांड्यात ही लंवगी मिरची उभी! माझा साला माझ्या डोळ्यांवर विश्वासच बसेना. चढलेली पार उतरली. त्यात यार जो काही ड्रेस तिनं घातला होता ना-"

"ड्रेस तिनं घातला होता ना?"

"तेच तर समजत नव्हतं यार. इतका फिट्ट बसला होता, इतका फिट्ट बसला होता..."

"की वाटलं तिनं नुसती आह भरली तरी टरकून जाईल."

"तेरा भी जवाब नही, यार! मेरे मुँहसे बात छीन ली तूने."

"कोण होती ही मस्तानी? कुठून आलेली?"

"अरे हिस्ट्री कोण पूछतो यार! आपन तर साला जॉग्रफी पाहूनच खल्लास झालो! जॉग्रफी भी कैसी, यार! कयामतकी!! मी रस्ता क्रॉस करून लगेच पुढं झालो. तिच्याजवळ गेलो आणि मी कसा टॉपचा डायरेक्टर असून न्यू फेसच्या शोधात आहे असं तिला सांगितलं. यावर चंदू, माय बॉय, तिनं आपले भुरभुरे डोळे असे काही फिरवले."

"की तुझे होशच उडून गेले."

“हां. यार! खुदा कसम! उतरलेली परत चढली. घोट पण न घेता. तीही एकदम खुश झाली. मला मिठीच मारायची बाकी ठेवली तिनं. ती पण अशा चान्सच्या शोधातच मुंबईला आलीय.”

“कुठनं?”

“अँ?”

‘कुठनं आलीय?”

‘मसणातनं! छोड यार, कायतरी बुद्रुक नाव सांगितलं तिनं. कोण लक्षात ठेवतो! तिच्या गावापासनं दहा-पंधरा मैलात माणसाची वस्ती नाय. यावरून काय ते समज. आणि मग तिनं तिचं नाव सांगितलं.”

“काय?”

“साळूबाई मच्छिंद्र दबडघाव.”

“अरारा – नावात गेली.”

“बिलकूल मेरी भी रिॲक्शन. म्हटलं सालीनं दगा दिला; पण हम भी कुछ कम नही. एवढ्या तेवढ्यानं डरणार नाही हा लकी. मी म्हटलं ते नाव विसर. आतापासनं तुझं नाव शुष्मिता शेनगुप्ता.”

“शुश्मिता?”

“शेनगुप्ता! बंगाली नाव डिमांडमध्ये हाय यार!”

“तरी पण शुश्मिता! त्या मुमताझचं शॉर्ट फॉर्म मुमू झालं होतं. तसं हिचं कोणीतरी शुशू केलं म्हणजे.”

“तुला पण साला मजाकच सुचते. बी सीरियस. तर मी तसाच तिला घेऊन घरी आलो. कोणाच्याही नजरेला ती पडणं डेंजरस होतं. घरी येताच मी तिला साइनही करून टाकलं, पिक्चरच्या तयारीला लागलो. आठ दिवसांत शूटिंगला सुरुवातही केली.”

“कोणता पिक्चर? स्टोरी काय?”

“आदिमानवांचा राजा.”

चंदूच्या अंगावर काटा उभा राहिला. हा लकी एवढा बिनडोक असेलसं वाटलं नव्हतं. आपण कोणत्या काळात वावरतो आहोत! आणि हा पिक्चर काढतो आदिमानवावर! चंदूनं त्याला सुनावलंही; पण लकीचं त्यावरचं उत्तरही तयारच होतं.

“अरे बो डेरेकचं टारझनचं पिक्चर नाही सक्सेसफुल झालं? मग आमचं आदिमानवाचं का होऊ नये! त्यात आम्ही थोडं सायन्स फिक्शनही टाकलंय. शुश्मिता ही मॉडर्न पोरगी टाईमट्रॅव्हल करून आदिमानवाच्या काळात जाते. तिचा झाडांच्या सालीचा ड्रेस.”

''झाडांच्या साली? हां हां, वल्कलं.''

''तेच ते. असा मारू होता, असा मारू होता की साला सुकलेल्या झाडांनाही पानं फुटली.''

लकीचं विमान अस्मानात चढलं होतं.

''हां, तर पंधरा दिवसांत पिक्चर तयार झाला. लो बजेट हाय; पण पिक्चर काय एकदम कंडा. आता प्रोसेस होऊन रिळं डब्यात पडलीत. आता तुझं काम–पब्लिसिटी अशी धमाल झाली पाहिजे.''

''तू काळजीच सोड. ते माझ्याकडे लागलं; पण तुझ्या या साळूबाईला भेटवणार कधी?''

''तू म्हणशील तेव्हा. आता काय मोकळीच आहे ती.''

''मग आज संध्याकाळी? नाहीतर असं कर, एक अफालातून आयडिया सुचतेय मला. तासाभरानं क्लासिक बुक शॉपमध्ये भेट. जमेल?''

''जमेल! पण बुकशॉपमध्ये कशाला? माझा पिक्चर...''

''अरे पब्लिक मैली झालेल्या गंगेला पाहून वैतागलीय. त्यांना आपण एकदम प्युअर हायक्लास माल द्यायला पायजेल. तू नाही कंट्री पिऊन वैतागलास की स्कॉच शोधत हिंडत! त्यात परत काहीतरी नॉव्हेल्टी पायजे. आपण तुझ्या या फटाकडीला फक्त चिरंतन साहित्य, अक्षर वाङ्मय असलं काहीतरी वाचताना दाखवायचं. म्हणजे रामायण, महाभारत, कालिदास, भवभूती, बंकिमचंद्र वगैरे. इंग्रजी पाहिजे असल्यास शेक्सपिअर शिवाय बात नाही करायची.''

''हां, हां, शेक्सपिअर. साला 'अंगूर'ची स्टोरी पण काय धमाल लिहिलीय त्यानं. मान लिया। आपल्या या लवंगी मिरचीसाठी लिहिल काय?''

''त्याला आता फार उशीर झालाय, लकी. ते सोड. तू तिला घेऊन बुकशॉपमध्ये ये.''

''ते येतो रे! पण बुक शॉपच कशाला? दुसरं...''

''अरे गढ्या, आपल्याला तिला एकदम कल्चर्ड, एज्युकेटेट, सोफिस्टिकेटेड, दाखवायचं. बी.ए., एम.ए. एकदम फर्स्ट क्लास. जमलंच तर एकदम पहिला नंबरही आणू तिचा. शिवाय सध्या ती पीएच.डी. करतेय.''

''काय करतेय?''

''पीएच.डी. एक पदवी आहे. तुला भरपूर वेळ असेल ना तेव्हा समजावून सांगण्याचा प्रयत्न करीन. तिच्या थिसिसचा विषय आहे, हिंदी चित्रपट सृष्टीतील नटीची मनोभूमिका - दॅट्स इट.'

''आहे, आहे. तुझ्या किसमिसच्या खिचडीत दम आहे.''

''अरे बाबा, किसमिस नाही, थिसिस, थिसिस. आणि खिचडी नाही पीएच.डी.

पाठ कर. पाठ कर. तिलाही करायला लाव. आणि त्या वर्कशॉपमध्ये येताना तिच्या अंगावरची ती साल काढ. जरा उंची साडी नेसव तिला. आणि पदर जरा अंगभर घेऊ दे. कॉस्च्यूममधून एखादा चष्मा आणल्यास बरा.''

''पण चंद्या, तिनं अंगभर पदर घेतला की मग ते बेचाळीस इंची बुरूज...''

''ते काय एखाद्या बाजारबसवीसारखे दाखवत हिंडणार की काय ती! मग कल्चर काय राहिलं! सोफिस्टिकेशन कुठं उरलं! सध्या आपण त्याकडे फार लक्ष वेधायचं नाही. हाताला पाच बोटं आहेत किंवा दोन डोळे आहेत म्हणून आपण बोंबलत सुटतो का? मग तसंच–''

चंदू आपल्या पार्टनरला घेऊन जरा लवकरच त्या दुकानात पोचला. ती दुकानात शिरतानाच एक फोटो घ्यायला हवा होता.

थोड्याच वेळात लकी आपल्या साळाक्काला घेऊन आला. दुरून पाहूनच चंदूनं ओळखलं, की ही कामगिरी त्याला टॉपला घेऊन जाणारी आहे; कारण त्या अंगभरच्या पदरातूनही, छ्या! लोकरीचे दोन चार ओव्हरकोट घातले असते तरच कदाचित ती संपदा झाकली गेली असती. शिवाय साळू... आपलं शुश्मिता नाकीडोळीही नीटस होती. तिचा चेहरा ती खरोखरच एम.ए. झाल्यासारखा होता. एकदम कल्चर्ड.

लकीनं पुढे होऊन ओळख करून दिली.

चंदू पाहतच राहिला. तिचे केस अस्से लांबसडक आणि मऊ मुलायम रेशमी की वाटावं गळाच कापायचा असला तर अशा केसांनीच कापावा. तिचे पोवळ्यासारखे लालचुटूक ओठ, कळीदार शुभ्र दात, सफरचंदासारखे गुलाबी गाल आणि भिरभिरते बदामी डोळे. चंदूला वाटलं त्या डोळ्यांच्या डोहामध्ये बुडी मारावी आणि आयुष्याचं सार्थक झाल्यासारखं गुपचूप पडून राहावं. तिच्या त्या व्हायटल स्टॅटिस्टिक शिवायही पोरगी चिकणी होती!

आणि तरीही ती कोणा मच्छिंद्र दबडघावाच्या पोटी यावी ना! आणि त्यालाही साळूबाईशिवाय दुसरं प्रेमळ नाव सुचू नये ना!

'मग, शुश्मिता, वाचता येतं ना तुला?''

''हो! खूप वाचते मी.''

''काय काय वाचतेस?''

''तोता मैना, चतुर ठकसेन, गुलबकावली, बारा गोष्टी, तेरा गोष्टी, चौदा–''

''वा! वा! म्हणजे गणितही येतं तर तुला. गुड! पण हे बघ यापुढं तू फक्त मराठी आणि इंग्रजीमधलं, संस्कृतमधलं फक्त अभिजात वाङ्मय वाचायचंस.''

''कोणती जात! बामण की–''

''अभिजात म्हणजे– म्हणजे काय ते सोडा. मी असं करतो उद्याच लायब्ररीत

जाऊन शंभर क्लासिक पुस्तकांची एक यादी करतो. लगेच सगळी विकत घेऊन टाकू. त्यानंतर जेव्हा जेव्हा तू घराबाहेर पडशील तेव्हा त्यातल्या एक-दोन पुस्तकांशिवाय बाहेर पडायचं नाही. अंगावरचे कपडे विसरले तरी चालतील; पण पुस्तके... नो नो!'' हे नो नो चंदू अंगावरचे कपडे विसरले तर काय होईल हे लक्षात येऊन बोलला होता की काय हे त्याला विचारायला मी विसरलो.

''पण, एकदम शंभर पुस्तकं, मला कशी बाई वाचवणार!''

''तीच तुला वाचवणार आहेत. तेव्हा तू ती वाचायच्या वगैरे भानगडीत पडू नकोस. बरोबर बाळग म्हणजे झालं! राहील ना लक्षात?''

''हो.''

चंदूनं मग भराभर वेगवेगळ्या पोझेसमधले तिचे फोटो घेतले. त्याचा दोस्त तिच्याकडे पाहता पाहता कॅमेराच तोंडात घालून चघळण्याचा प्रयत्न करत होता. चंदूनं वेळीच त्याच्याकडून तो हिसकावून घेतला म्हणून बरं.

फोटोग्राफिक सेशन आटोपताच सगळे जवळच्याच रेस्टॉरंटमध्ये चहा प्यायला गेले. इतका वेळ अंगभर घेतलेला पदर शुश्मिताने जरा सैलावला.

धुकं विरून जाऊन एकदम हिमालयाच्या उत्तुंग शिखराचं दर्शन व्हावं तसं चंदूला झालं. इतक्या उंचीवर आपल्याला भोवळ येईलसं त्याला वाटलं.

''झूट सांगत होतो काय मी?'' लकीनं त्याला विचारलं.

''छ्या! छ्या! बिल्कुल नही. बिल्कुल नही.''

''लकीसाहेबांसारखा देवमाणूस नाही सापडायचा या जगात,'' डोळ्यांच्या पापण्यांची जीवघेणी फडफड करीत शुश्मिता म्हणाली. चंदूनं चहा टेबलावर ओतून टाकून रिकामी बशीच तोंडाला लावली. ''माझ्यासारखा खेडवळ मुलीला त्यांनी डोक्यावर छप्पर दिलं. आपल्या सिनेमात एकदम हिरॉईनचा रोल दिला. पिक्चर पण काय काढलाय! हे पाहा ना. माझे काही फोटो पण आहेत त्या रोलमधले. लकीसाहेब म्हणाले, असू देत!''

आपल्या पर्समधून काही स्टिल्स काढून चंदूच्या हातात ठेवत शुश्मिता म्हणाली.

चंदूनं त्यातला पहिलाच उचलला आणि त्याचे डोळे असे विस्फारले की ते पाहून लकीनं टेबलावरच्या साऱ्याच कप-बश्या वेटरला उचलायला लावल्या.

तो फोटो बाकी होताच तसा. वल्कलं नेसलेल्या शुश्मिताला पाहून गाभुळलेल्या चिंचेची आठवण चंदूला वारंवार झाली. कोणत्याही क्षणाला ती चिंच फुटेल असं वाटायला लावणारा असह्य ताण त्या वल्ककांनी कसा काय सहन केला असेल, हा प्रश्न कमलाला छळणाऱ्या भुंग्यासारखा त्याला सतावू लागला. शेवटी न राहवून त्यानं विचारलंही,

'ही वल्कलं, ही– ही अंगावर टिकून कशी राहिली?''

''कुठं राहिली!'' लकीकडे एक तिरका कृतककोपाचा कटाक्षा टाकीत शुश्मिता उत्तरली. ''जरा पळायला लागलं की ती सुटायची. मग शूटिंग थांबवून ती परत नीट करायला लागायची. त्यात त्या सीनमध्ये तर लकीसाहेबांनी इतकी पळापळ ठेवली होती, की दीड मिनिटाच्या सीनला दीड दिवस लागला.''

''हां यार, त्या वल्कलांनी धमाल उडवून दिली,'' त्या सीनच्या आठवणीनं झालेल्या गुदगुदल्यांपायी खुदूखुदू हसत लकी म्हणाला. त्यावर ''तुम्ही पण अस्से आहात,'' असं म्हणत शुश्मितानं लकीचा घेतलेला गालगुच्चा चंदूचे गाल लाल आणि कानशिलं गरम करून गेला.

''मग अशा पिक्चरची अगदी अफलातून पब्लिसिटी करतो की देखते रहना; पण लकी, त्यासाठी आणखी वातावरण, ॲटमॉस्फिअर तयार करायला हवं. फ्यूचर प्लॅन्स, नवीन पिक्चर कोणती हाती आहेत ते पब्लिकला सांगायला हवं.''

''त्याची फिकीरच सोड, यार! आता नुसता पिक्चरचा धडाका चालू करतो बघ. एकेक सुपर हिट! पुढचा पिक्चर आदिमानवांची राणी.''

''पण राणी कोण?''

''साल्ला, यह भी क्या पूछनेकी बात है! शुश्मितच!'' जीभ टाळ्याला चिकटवून 'च'वर जोर देत लकीनं सांगितलं.

''पण, पण तुझा तो आदिमानवाचा राजा या अशा अशा मॉडर्न मुलीवर लट्टू होतोच कसा?''

यावर आकाशाच्या दिशेनं डोळे गरगर फिरवीत कोणत्या मूर्खाशी आपली गाठ पडलीय अशी आविर्भावात एक प्रश्न लकीनं केला.

''या अल्ला! चंदू, यार. समज तू तो आदिमानव आहेस. तर तू नाही या असल्या फटाकडीवर फिदा होणार! तू नाही या बेचाळीस इंचावर आपली जान अदा करणार!''

''अल्ला, अल्ला, तुझ्या म्हणण्याचा रोख माझ्या लक्षात आला.'' आणि नुसत्या शब्दांनी कदाचित त्याच्या लक्षात येणार नाही या समजुतीनं त्या रोखाकडे रोखून पाहत चंदू गप्प झाला.

''शिवाय, पब्लिकला हे पायजेच असतं. टारझन आण, आदिमानव आण, चंगीझखान आण नाहीतर जाबाल आण. बरोबरची पोरगी टंच, मॉडर्न पायजे, त्या बो डेरे...''

बो डेरेकची आजवर वाजवून वाजवून झिजलेली रेकॉर्ड लकी परत लावणार या भीतीनं त्याला मध्येच तोडत चंदूनं विचारलं.

''राणी झाली. पुढे? पुढचा प्रोग्रॅम?''

“आगे काय! आगे साली सीरीजच सुरू करायची. आदिमानव डांगालाच्या जंगलात आदिमानवांचा राजा आणि सोन्याची गुंफा. आदिमानवांचा राजा आणि हिऱ्यांची खाण. म्हणजे–”

“यातली सोन्याची गुंफा म्हणजे शुश्मिता. हिऱ्यांची खाण म्हणजे...”

“शुश्मिता! आहे यार, तुला पण थोडा थोडा भेजा आहे. त्यानंतर आदिमानवांचा राजा आणि देवता. त्यातली देवता...”

“म्हणजे शुश्मिता!”

“करेक्ट. परत देवता म्हटलं की पुराणातली ड्रेस, कंचुकी वगैरे. सेन्सॉरचीही पीडा नाही.”

“ल क् की,” खोट्या खोट्या रागानं शुश्मिता अस्फुट किंचाळली.

टेबलावर टेकवलेले हाताचे कोपरे एकदम निसटून लकीची हनुवटी धाड्कन आपटली. ती चोळता चोळता लकी पुढं सांगू लागला.

“त्यानंतर परत सायन्स फिक्शन. आदिमानवाची राणी आणि चंद्रावरची सफर. आदिमानवांच्या राणीची मंगळावर स्वारी...

“पण ग्रह नऊच आहेत. ते लवकर संपतील ना!”

“नो वरी. मग त्यांच्यापलीकडे. ते दुसरे तारे आहेत ना– हे युनिव्हर्स अफाट आहे, यार! आणि पाह्यलंय तरी कोणी! आपण दाखवू ते खरं.”

इतक्यात चंदूला एक बेफाम आयडिया सुचली.

“अरे लकी, त्यापेक्षा आपण पाताळलोकावर धाड घालू या. शुश्मिताला सर्पसुंदरी करू या. म्हणजे वरचं अंग माशाचं आणि खाली नागिणीसारखी सळसळती शेपटी. धम्माल येईल.”

“तूने भी कमाल कर दी यार! काय गजबकी आयडिया आहे. कॉस्ट्यूम डिपार्टमेन्टला सांगून सगळ्यांना तसला चमचमत्या सापाच्या कातडीचा पोशाख शिवून टाकू.”

“आणि त्याला मॅचिंग असा वेलव्हेटचा मखमली ब्लाऊज. झगमगती कलाबूत इथं, आणि इथं,” कुठं आणि कुठं हे दाखवत शुश्मिता म्हणाली.

“शुअर डार्लिंग! तू सांगशील तो पोशाख.”

“त्यांचं बोलणंही आपण सापाच्या भाषेत ठेवूया. फिस्कारल्यासारखी...” अश्शी कश्शी ते सांगण्यासाठी चंदू जोरानं फिस्कारला. त्याबरोबर बाजूनं जाणाऱ्या वेटरनं इडली-सांबारचा अख्खा ट्रे दचकून चंदूच्या दोस्ताच्या डोक्यावर उपडा केला.

त्याच्या विव्हळण्याकडे लक्ष न देता चंदू आणि लकी यांनी आपलं स्वप्नरंजन चालूच ठेवलं.

''आणि ती फिस्कारभाषा लोकांना कदाचित कळणार नाही, म्हणून सबटायटल्स देऊया आपण. प्रत्येक राज्यभाषेतली. सीमाप्रांतात दोन्ही भाषांमधली.''

''आणि आदिमानवांचा राजा सर्पसुंदरीला उकळत्या ज्वालामुखीच्या तोंडातून वाचवतो असं दाखवूया. म्हणजे ॲडव्हेंचर.''

''पण पाताळात ज्वालामुखी आहेत?'' चंदूनं विचारलं.

''या क्षणापासून पाताळात ज्वालामुखी असणार आहेत,'' लकीनं त्याला आश्वासन दिलं.

''ई ऽऽ ई ऽऽ ज्वालामुखी!'' एकाच वेळी टाळ्या पिटत आणि किंचाळत शुश्मिता उद्गारली. त्यामुळेच संभाषणात काय मिनिटभर खंड पडला असेल तेवढाच. परत लकीनंच थोडंफार शंकित होऊन विचारलं,

''पण यार चंदू, या सगळ्या प्रोग्रॅमशी तुझ्या किसमिसची खिचडी करणाऱ्या शुश्मिताचा कसा काय संबंध जुळणार? ती जर एकच पिक्चर करून ते काय ते...''

''पीएच. डी.''

''तेच ते... करायला जाणार होती ना!''

''हो, पण या पिक्चर्सची आणि तुझ्या डायरेक्शनची अशी जबरदस्त मोहिनी पडली तिच्यावर की तिनं तो विचार बदलला, असंच सांगू आपण सगळ्यांना.''

''लाजवाब! सिम्पली लाजवाब!'' त्याच्या या पब्लिसिटी गिमिकवर खुश होत लकीनं त्याच्या पाठीवर थाप मारली.

''म्हणून म्हणतो तू काळजीच सोड 'ओन्ली विमल' सारखीच 'ओन्ली शुश्मिता' किंवा 'बर्फ खरीदने में और भी समझदारी है' या स्लोगनऐवजी 'बेचाळीस इंची पिक्चर देखने में और भी समझदारी है' स्लोगन लोकांच्या ओठावर उमटवतो की नाही बघ.''

आणि आपलं म्हणणं खरं करण्यासाठी चंदूनं मोठ्या जोमानं आपली कॅम्पेन सुरू केली. महिन्याभरात झाडून साऱ्या पेपर्समध्ये शुश्मिताचे हातात रामायण धरलेले फोटो छापून आले. त्यातही चंदूच्या फोटोग्राफर दोस्तानं थोडासा घोटाळा करून ठेवलाच होता. अगदी शेवटच्या क्षणी पुस्तक उलटं धरल्याचं चंदूच्या नजरेला पडलं म्हणून! त्याने नव्यानं फोटो काढून दिले. नाहीतर पुरताच बोजवारा उडाला असता. त्यातही काही काही पेपरवाल्यांनी, 'राहू दे, राहू दे, त्या पुस्तकाकडे नाहीतरी बघणार आहे कोण,' असं चंदूला सुनावलंच.

एका अर्थी ते खरंही होतं. त्या बेचाळीस इंची मदनकुंभानीनं असल्या नसल्या साऱ्यांच्याच प्रतिभेला आव्हान दिलं होतं. वर्तमानपत्रामधले एकेक मथळेच त्याला साक्षी आहेत 'इयं सुस्तनी', 'उरोज कुंभापरी', 'मेरूमांदार धाकुटे...' सर्वांच्या लेखण्या चौखुर उधळल्या होत्या. फिल्म मॅगेझिन्सनी तर धमालच केली होती.

अशी पर्वणी त्यांना कित्येक वर्षांत लाभली नव्हती. काहींनी तर मासिकाचा आकारही त्या प्रमाणात मोठा केला होता.

चंदूची कॅम्पेन भरत आली होती. ब्रेसिअर्स, टी शर्ट्स, स्वेटर्स बनवणाऱ्या कंपन्या तर जाहिरातीसाठी मागाल तितकी रॉयल्टी द्यायला तयार होत्या. इतर प्रोड्यूसर्सही हातात नोटांच्या थप्प्या घेऊन खेटे घालीत होते. एका साबण कंपनीनं नवा साबण काढून त्याचं नाव 'फॉर्टी टू' असं ठेवलं होतं. जवाहिरांच्या एका पेढीनं अस्सल बेचाळीस नंबरी सोनं फक्त आपल्याकडेच आहे, अशी जाहिरात सुरू केली होती. गेली कित्येक वर्षं एकोणतीसवर अडकून राहिलेल्या काही नट्यांनी आपलं वय एकदम बेचाळीस असल्याचं सांगायला सुरुवात केली होती.

अशी सर्वत्र धूम मचून राहिल्याचं खुशीनं पाहात आता नवी कोणती चाल खेळावी याचा विचार करीत चंदू एक दिवस आपल्या कचेरीत बसला असतानाच लकीचा फोन आला.

आदिमानवांचा राजा शुश्मिताला सोडून त्याच्याच पाठी लागल्यासारखा तो घाबरला होता. त्याच्या तोंडून नीट शब्दच फुटत नव्हता.

"चंदू? यार, चंदू," कसेबसे त्याच्या तोंडातून शब्द बाहेर पडले.

"लकी? अरे झालं काय."

"सबकुछ! खेल खतम यार! मै तो मर गया."

"अरे पण काय झालं ते नीट सांगशील तर..."

"तरी यार, मला पहिलेसेच शंका होती. खुदा झाला तरी असा आपलेच छप्पर कशाला फाडेल असा डाउट होताच."

"अरे, कशाबद्दल बोलतो आहेस? कुणाबद्दल सांगतो आहेस? शुश्मिताचं तर काही..."

"हां. हां. तिचंच. तिचंच. साला मै तो लूट गया," लकी एकदम भोकांडच पसरणार होता. त्याला कसाबसा आवरून चंदूनं त्याला बोलता ठेवला.

"तुला सांगतो, चंदू, ही साळूबाई मच्छिं..."

"शुश्मिता, लकी, शुश्मिता."

"छोड दे यार! पुन्हा नाव घेऊ नकोस ते. तिला अजिबात शोभत नाही."

"का? का? तिचे ते बेचाळीस ..."

"सब बकवास! एकदम झूठ! बेचाळीस तर सोड, अठ्ठावीससुद्धा नसेल. साला धोब्याचा इस्त्री करायचा पाटदेखील जादा घाटदार असेल."

"अरे, पण असं कसं झालं?" चंदूलाही आता काही सुचेना, "तू तर अस्सल माल म्हणाला होतास ना!"

"म्हणालो होतो. पण फसलो."

''कसा? कसा? च्यायला, म्हणजे खात्री नव्हती करून घेतलीस?''

''घेतली होती, यार, घेतली होती. माझ्या फ्लॅटमध्ये तर राहतेय ती गेली तीन महिने.''

''मग! असं झालं तरी कसं! आहे तरी काय सारा प्रकार?''

''त्या साळूबाईंनी सांगितला; पण मलाही नीटसा कळला नाही. ती स्वत:च आता समजावून सांगणार आहे तिनं बोलावलेल्या प्रेस कॉन्फरन्समध्ये. असशील तसा निघून ये.''

चंदू तसा धीर सोडूनच बसला होता. कसाबसा धडपडत तो प्रेस कॉन्फरन्सपर्यंत पोचला. हॉल तुडुंब भरला होता. मुंगीला शिरायला जागा नव्हती. त्याच्या आत शिरण्याच्या धडपडीनं साऱ्यांचं लक्ष त्याच्याकडे गेलं, त्याबरोबर शुश्मितानंच त्याला बोलावून आपल्या शेजारी बसवलं. ती त्याचीच वाट पहात होती.

तो नीट बसल्याची खात्री करून घेत तिनं सुरुवात केली.

''जन्टलमन ऑफ दि प्रेस, गेल्या काही महिन्यांत माझी पब्लिसिटी कॅम्पेन यशस्वीपणे चालून मला साऱ्या जगाच्या नजरेसमोर आणलं याबद्दल प्रथमच मी चंद्रकांत मलुष्टे आणि त्यांची 'मलिन्टास'ची आभारी आहे. कुठली कोण मी! पण माझी आणि विशेषत: माझ्या या बेचाळीस इंची स्तनसंभाराची ओळख तुम्हाला पटवून देण्याचं श्रेय चंद्रकांतचं आहे.''

चंद्रकांतनं चोरून पाहिलं, खरोखरीच ते मधुघट दिमाखानं मिरवत होते. तिनं घातलेल्या त्या टाईट टी शर्टच्या बांध फोडून बाहेर पडू पाहात होते त्या टी शर्टवरचा तो ताण सहन न होऊन चंदूचेच डोळे दुखू पाहत होते. तो जरा सावरला आणि कान देऊन ऐकू लागला.

''पण या ज्या संपदेचं तुम्ही कौतुक केलंत, ज्या मधुघटांना तुम्ही डोक्यावर घेतलंत ते खरे नाहीत. ही निसर्गानं बहाल केलेली देणगी नाही! ही किमया आहे मधुघट सिन्थेटिक्स लिमिटेडची. सिलिकोर्न आणि सिन्थेटिक रबर यांनी बनवलेले हे उरोजराज अगदी खऱ्यासारखे वाटतात हे तर तुम्ही सर्वांनीच आता कबूल केलेलं आहे. अगदी सहज चढवता येण्यासारखे आहेत ते,'' असं म्हणून पाठीशी तिनं काहीतरी खुडबुड केली. दुसऱ्याच क्षणी तिच्या हातात ते स्तनद्वय मिरवू लागले. तटतटणारा तिचा टीशर्ट वारा पडल्यावर मरगळून लोंबकळणाऱ्या शिडासारखा तोंड लपवू लागला.

''केवळ पंचवीस रुपयांत ते कुठेही मिळू शकतील. तशी वितरण व्यवस्था आम्ही लवकरच करीत आहोत. हिन्दी सिने इन्डस्ट्रीनं या उरोजांना एवढं मोठं सर्टिफिकेट दिल्यावर आता त्याची महत्ता लोकांना सहजासहजी पटेल यात मला शंका नाही. खरं ना, चंद्रकांत?''

त्याबरोबर एक किंकाळी फोडून चंद्रकांत बेशुद्ध पडला. पब्लिसिटी क्षेत्रातील राजा होण्याच्या आपल्या स्वप्नाच्या ठिकऱ्या उडाल्याचं मात्र बेशुद्ध होण्यापूर्वी त्याला स्पष्ट कळून आलं होतं. शुश्मितानंच पुढे होऊन समोरच्या रांगेत बसलेल्या रिपोर्टरच्या पायातली फाटकी चप्पल मागून घेऊन चंद्रकांतच्या नाकाशी धरली आणि त्याला शुद्धीवर आणलं.

त्याला झालं आता जवळजवळ वर्ष. चंद्रकांतच्या स्वप्नाच्या त्याच्या अपेक्षेप्रमाणे ठिकऱ्या मुळीच उडाल्या नाहीत. उलट आज तो बडा झालाय. आलिशान फ्लॅटमध्ये राहतोय. एकास सोडून दोन दोन एअरकन्डिशन्ड गाड्या त्याच्या दिमतीला आहेत. नोकरचाकर, किमती यंत्रं, वस्तू कशाकशाची कमी नाही. त्यानं डिक्टेट केलेला शब्द न् शब्द उतरवून घ्यायला खऱ्याखुऱ्या उरोज संपदेच्या तीन तीन चवळीच्या शेंगा त्याच्या सेक्रेटरी म्हणून काम पाहतात; कारण सध्या तो ॲडव्हर्टाईजमेंट डायरेक्टर आहे. मधुघट सिन्थेटिक्स लिमिटेडचा. सिन्थेटिक्स पॉलिमरच्या क्षेत्रातली ती एक अग्रगण्य कंपनी असून, तिच्या नवनवीन संशोधनानं एक क्रांतीच घडवून आणली आहे. त्या साऱ्यांची अनोखी, लक्षवेधी जाहिरात करतो तो चंद्रकांत.

आणि हो. त्याचं लग्नही झालंय आता. त्याच्या बायकोचं नाव आहे साळूबाई. आता ते त्याला अतिशय आवडतंय आणि स्वानुभवावरून तो शपथेवर सांगतो, की खऱ्या-खोट्यातला फरक त्याच्याही लक्षात येत नाही. त्यालाही सांगता येत नाही.

तर असा हा जाहिरातीचा जमाना. नुसतं संशोधन करून त्याच्या गुणवत्तेवर ते लोकांच्या डोळ्यात भरेल असं मानण्याचे दिवस राहिले नाहीत आता.

मालक, एक सिन्थेटिक लिंबूपाणी आणा बुवा!

(बुवा, दिवाळी, १९८६)

●

पोटभाडेकरू

संध्याकाळ होऊन 'आकाशगंगा'मध्ये नेहेमीच्या मेंबर्सची वर्दळ सुरू झाली की, इतरांना तिथं मज्जाव हा एक अलिखित नियम होता. किंबहुना, नेहमीची मंडळी येऊ लागली की, इतर सर्वजण आपण होऊनच उठून जात. मालकही नेहमीच्या मेंबर्सच्या आवडत्या पेयांच्या तयारीला लागत. आणि असा हा नेहमीचा अड्डा जमला की, समोरच्या पेयांप्रमाणे गप्पाही फसफसू लागत.

आज मात्र नूर काही आगळाच होता. बहुतांश मेंबर्स हजर होते. बाहेरचे 'उपरे' सारे उठून गेले होते. पेयांची एक फेरीही जवळजवळ संपत आली होती आणि तरीही गप्पांना तशी सुरुवातही होत नव्हती. मग रंग भरण्याचे नावच नको.

इतक्यात तरातरा शैवालरस आत आला. इकडेतिकडे न बघता धाड्कन त्याने समोरच्या खुर्चीत स्वतःला झोकून दिलं. हातातले कागद वैतागानेच टेबलावर आपटले आणि स्वतःचं डोकं हातांनी गच्च आवळीत तो चुपचाप बसून राहिला. मालकांनीही सवयीप्रमाणे रामराम, आदाब-अर्ज, साहेबजी न करता मूकपणेच शैवालरसाचा भला मोठा ग्लास समोर ठेवला. त्याबरोबर तो उचलून गटागटा पित त्याने जवळजवळ रिकामाच केला. अन् परत डोकं धरून तो बसून राहिला. मामला गंभीर आहे हे ओळखून 'कोल्ड सोयाकॉफी'नं हळूच विचारलं...

"काय झालं तरी काय असं?"

"काय झालं? अरे, काही लिमिट, मर्यादा आहे की नाही? थिअरेटिकल ॲस्ट्रोफिजिक्स, स्पेक्युलेटिव्ह स्टडीज म्हटलं की थोडंफार भविष्यकथन, होरा, अंदाज येणारच हे आम्हीही समजू शकतो; पण त्याचेही काही नियम आहेत. काही पथ्यं आहेत."

“अर्थात!” बोलण्याची गाडी रुळावर येत चाललेली पाहून तिला आणखी, एक हळुवार धक्का देण्याचा प्रयत्न ‘मिल्क शेक’नं केला.

“पण म्हणून काय परग्रहावर जीवसृष्टी आहे. चक्क आपल्यासारखी मानवसदृश आहे म्हणून आग्रह धराल?”

“परजीवसृष्टी! खुळचट नाहीतर!” ‘निर्झर’नं तोंडाजवळ नेलेली बाटली खाली ठेवत म्हटलं.

“एक्झॅटली! काही आहे पुरावा? आत्तापर्यंतचा एकही प्रयोग यशस्वी झालेला नाही. गेली जवळजवळ शंभर वर्षं रेडिओसिग्नल देऊन हाका मारतो आहोत. कोणी असेलच ऐकत तर प्रतिसाद देईल म्हणून. एखादा सिग्नलचा तुकडा तरी मिळालाय आजवर? मग...”

“परग्रहांवर जीवसृष्टी आहे. निश्चितच. एवढंच काय, पण ती प्रगतही आहे. आणि या पृथ्वीवर त्यांची नियमित ये-जाही आहे.” प्रथमच संभाषणात भाग घेत बंडोपंत मलुष्टे म्हणाले.

“तुम्ही त्या यू.एफ.ओ. –उडत्या तबकड्यांबद्दल सांगणार असाल.”

“नाही. उडती तबकडी नाही. त्याहूनही ठाम पुरावा आहे. शिवाय प्रत्यक्ष माझा, स्वत:चा अनुभव आहे. सांगोवांगी नाही. ठाम पुराव्याशिवाय कोणतंही विधान न करण्याचं आम्हा मलुष्ट्यांचं ब्रीद तुम्ही जाणताच.”

“उऽऽफ्!” एक भलामोठा सामुदायिक सुस्कारा सुटला. घाईघाईनं प्रत्येकानं समोरचा ग्लास, कप, बाटली, प्याला – प्रत्येकी एकच या हिशेबानं अर्थात... तोंडी (स्वत:च्याच) लावला.

...माझ्या चुलत आतेभावाचा मुलगा गंगाधर तुम्हाला माहिती आहेच नाही? तरी हरकत नाही. आता समजेलच. गंगाधर तसा मुळातच कमनशिबी. अतिशय लहानपणी त्याचे आई-वडील एकापाठोपाठ वारले. त्याचा संभाळ करू शकणार अगदी जवळचं कोणी नव्हतं. त्यामुळे अर्धा वेळ अनाथाश्रमात, नंतर अर्धा वेळ दूरच्या नातेवाईकांकडे आश्रित असे दिवस त्यानं काढले. त्यामुळे बिचाऱ्याला व्यवस्थित जेवायला खायला असं कधी मिळालंच नाही. त्यामुळं तो सदोदित भुकेला, खा-खा करणारा असाच राहिला. त्यात परत शिक्षण बेताचंच. त्यामुळे नीटशी नोकरी नाही. मिळाली तरी यथातथाच. दोन वेळचं जेवण नीटपणे मिळेलच अशी खात्री नाही. त्यामुळे मोठा झाला तरी भूक कायम.

या सततच्या भुकेनंच त्याला एक विचित्र सवय लागली होती. रस्त्यावरून जाताना बाजूच्या झाडांच्या पायथ्याशी काही फळं-काजू, बदाम, वगैरेसारखी सुकी फळं किंवा शेंगा वगैरे खाण्यासारख्या वस्तू पडल्या आहेत की काय हे तो सतत शोधत राही. विशेषत: घराच्या आवारातल्या झाडांच्या पायथ्याशी

कितीतरी वेळ त्याला पेरू, चिक्कू, जांभळं वगैरे फळं सहजी सापडत. कम्पाउंडवरून उडी मारून अंगणात शिरून ती फळं हस्तगत करण्यात तो तसा तरबेज झाला होता. काही वेळा ही सवय त्याच्या अंगलटही आली होती; कारण अशी मिळालेली फळं विषारी नाहीत किंवा अपायकारक नाहीत याची शहानिशा न केल्यानं एकदोनदा त्याला इस्पितळातही दाखल व्हावं लागलं होतं; परंतु बालपणी सदोदित भुकेला राहिल्यामुळे त्याची मनोवृत्तीच अशी काहीशी विचित्र बनली होती!

त्या दिवशीही तेच झालं. एका आडबाजूच्या रस्त्याच्या कडेला असलेल्या घराच्या अंगणात खिडकीच्या पायथ्याशी अशीच एक वस्तू– साधारणपणे म्युटेशनच्या तंत्रानं मिळवलेल्या भल्यामोठ्या जांभळाएवढी... त्याच्या नजरेला पडली. खरं म्हणजे आसपास जांभळाचं झाड नव्हतं. त्यामुळं ते जांभूळ किंवा तशा प्रकारचं फळ नव्हे हे त्याच्या लक्षात यायला हवं होतं; पण ते जांभूळ... आपण त्याला जांभूळच म्हणूया... दृष्टीस पडल्याबरोबर त्याच्या पोटातल्या कावळ्यांनी एवढी जोरदार कावकाव सुरू केली, की त्याच्या सत्शील मनाचा आवाज त्याला ऐकूच आला नाही.

अंगणात शिरून ते जांभूळ मिळवणं, खिशात टाकणं आणि परत आपण त्या गावचेही नाही असं दाखवत रस्त्यावर येणं, हा गंगाधरचा डाव्या हाताचा मळ होता. जरा पुढं जाताच त्यानं ते जांभूळ खिशातून काढलं. आणि पटकन तोंडात टाकलं. जांभळासारखं मऊ रसदार न लागता एखाद्या खारकेसारखं किंवा खरं तर अक्रोडासारखं कडक लागल्यामुळे त्यानं ते दाताखाली दाबून फोडायचा प्रयत्न केला; पण जसा गंगाधर तसे त्याचे दात. ते जांभूळ फुटण्याआधी दातच पडायचे, हे लक्षात येताच ते तोंडाबाहेर काढायला तो जातो तोच ते जे सटकलं ते त्याच्या घशात गेलं. प्रथम ते त्याच्या श्वासनलिकेत गेलं आणि तो असा काही गुदमरला की विचारायची सोय नाही. जिवाच्या आकांतानं केलेल्या धडपडीमुळं एक भलीमोठी खोकल्याची उबळ येत ते तिथून निघालं आणि काय होतंय हे लक्षात यायच्या आत अन्ननलिकेत शिरून त्याच्या पोटात गेलं.

खोकावं की समाधानाची ढेकर द्यावी या संभ्रमात त्याचा सुरकुतलेला मेंदू पडला असतानाच त्याच्या पोटाच्या मज्जातंतूकडून आलेल्या संदेशानं मेंदूचा संपूर्ण ताबा घेतला. त्याला सपाटून भूक लागली होती.

त्याला कळेचना. आत्ताच एक जाडंजुडं अख्खं जांभूळ खाल्लं. मग भूक वाढावी का? का इतके दिवस मारल्यामुळे ती सुप्तावस्थेत होती आणि आता या जांभळानं ती चेतवली गेलीय?

पण विचार करावा तसतशी भूक आपली वाढतच होती. आजूबाजूला आणखी

एखादी जांभळासारखी खारीक किंवा खारकेसारखं जांभूळ दिसतं की काय हे पहाण्याचा त्यानं आटोकाट प्रयत्न केला. त्याला सिगरेटची साडेतीन थोटकं, बसच्या कुपनांचं अर्धं बंडल, फुटलेल्या चष्म्याचे काही तुकडे असे अनेक मौल्यवान पदार्थ दिसले; पण काही खाद्यपदार्थ? नाव नको!

नाइलाजानं तो तसाच पुढे चालत राहिला.

आणि अकस्मात त्याची नजर दोन घरं टाकून पुढच्या घराच्या खिडकीवर गेली. खिडकीत एक व्हिस्कीची बाटली दिसत होती. अर्ध्याहून अधिक भरलेली होती. आणि मुख्य म्हणजे उघडी होती.

वस्तू खाण्याची नसून पिण्याची आहे हे त्याच्या मेंदूनं सांगायचा प्रयत्न केला; पण त्यापूर्वीच पोटाचा संदेश विद्युतवेगानं... खरं तर प्रकाशाच्या वेगानं... पोचला होता.

वस्तू पोट भरणारी होती.

आजवर गंगाधरनं डोक्यापेक्षा पोटाचंच म्हणणं जास्त वेळा ऐकलं होतं. याही वेळी त्यानं तोच सोयिस्कर मार्ग पत्करला.

वेळ आली की शारीरिक कमतरतेवरही माणूस कशी सहजासहजी मात करतो हे गंगाधरच्या त्या वेळच्या वागणुकीवर कोणालाही समजून आलं असतं. उभ्या जागेवरून लांब उडीचा जागतिक उच्चांक त्या वेळी गंगाधरनं मोडला असावा यात मला तरी अजिबात शंका नाही.

जे काही तुटपुंजं शिक्षण गंगाधरला मिळालं होतं त्यात 'हाती घ्याल ते तडीस न्या' हे घोषवाक्य होतं. त्यामुळे हाती घेतलेली ती बाटली रिकामी केल्याशिवाय त्यानं खाली ठेवली नाही; परंतु एवढी दारू पिऊनही 'किक' तर सोडाच पण 'उचकी'ही न लागल्याचं पाहून त्याला शंका आली. परत बाटली उचलून त्यानं लेबल वाचलं. पंधरा वर्षं मुरलेली अस्सल स्कॉच व्हिस्की. लेबल वाचून त्याला गरगरू लागलं; कारण इतकी उच्च दर्जाची महाग दारू आजवर त्यानं कधीच चाखली नव्हती. आणि ती तशी आहे म्हणूनच आपल्याला 'किक' आली नाही अशीच त्याची समजूत झाली. आता लवकर इथून पाय उचलला नाही तर 'किक' मिळेल; पण डोक्यात न मिळता शरीराच्या इतर चारचौघात उल्लेख न करता येणाऱ्या भागावर मिळेल, या विचारानं त्यानं पाऊलं उचललं; पण त्याच्या त्या घाईघाईनं निघण्याला आणखीही एक कारण होतं.

त्याला चिक्कार भूक लागली होती.

काय करावं त्याला समजत नव्हतं. आणि अशा त्या डेस्परेट अवस्थेमुळे त्यानं आजवर न केलेलं धाडस केलं.

त्यानं चक्क समोरच्या उपाहारगृहात जाऊन खुर्चीवर बैठक मारली.

आपण काय केलं आहे हे उमजून त्याचा विचार बदलायच्या आतच त्याच्या टेबलावरच्या धुळीत खांद्यावरच्या फडक्याची धूळ मिसळत वेटरनं खास कमावलेल्या, वातड मटण कापताना होणाऱ्या धार गमावलेल्या सुऱ्याच्या आवाजात विचारलं...

"क्या ल्वूसाप?"

आता माघार घेणं शक्य नाही हे मलुष्ट्यांचं नाव लावणाऱ्या गंगाधरच्या लक्षात न येणं शक्यच नव्हतं.

त्यानं थाळीची ऑर्डर दिली आणि समोरचा पाण्याचा ग्लास तोंडाला लावला. आता आपल्याशी एवढा 'नम्रपणे' वागणाऱ्या या वेटरच्या आवाजाच्या सुऱ्याला आपल्याजवळ पैसे नाहीत हे समतजाच कशी धार येईल, हा विचार त्याच्या मनात येण्यापूर्वीच नाहीसा झाला;

कारण त्याआधी पोटानं आपलं गाऱ्हाणं परिणामकारकरीत्या पुढं मांडलं होतं.

वेटरनं पुढ्यात आणून ठेवलेल्या ताटातील रसमची वाटी गंगाधरनं तोंडाला लावली. पाण्यानंही लाज वाटून तोंड लपवावं इतकं पांचट असलेलं ते रसम् गंगाधरला रबडीसारखं दाट वाटलं. त्यानं खाली ठेवलेली रिकामी वाटी पाहून भांडी विसळणारा पोऱ्या भलताच खूष झाला असता. त्याचं काम एक वाटीभर कमी झालं होतं.

पालकची भाजी - त्याला येणाऱ्या विचित्र वासाची आणि काहीतरी वेगळ्याच चवीची पर्वा न करता – गंगाधरनं फस्त केली. हां हां म्हणता थाळी रसमच्या वाटीच्या पंक्तीत जाऊन बसली.

पोटाकडून समाधानाच्या ढेकराची पावती मिळण्याची वाट पहात असलेल्या गंगाधरला पोटाकडून संदेश आला.

'भूक वाढली आहे आणि खायला हवंय.'

"पोटाला सांगायला काय होतंय. ते फक्त भुकेल्या कावळ्यांकडेच लक्ष देतंय. भीतीची फुलपाखरं फडफडतायेत त्यांचं काय?"

गंगाधरच्या मनात विचार आला; कारण त्याच क्षणी त्यानं वाढणाऱ्या वेटरनं गल्ल्यावरच्या मालकाला खूण करून बोलावल्याचं पाहिलं होतं. मालकही घाईघाईनं गल्ला सोडून भटारखान्याच्या दिशेनं जाताना त्याला दिसला होता. आपला खिसा रिकामा आहे हे आपलं गुपित, त्याच फाटक्या खिशातून सहजासहजी बाहेर सांडणाऱ्या पैशासारखं (असतो तेव्हाच) बाहेर पडलंय आणि आणि ते नको त्या मंडळींच्या हाती पडलं आहे हे गंगाधरच्या चाणाक्ष बुद्धीला समजल्याशिवाय राहिलं नाही. वेटर व मालक दोघंही नाहीत, अशी ही संधी साधून समोरच्या उघड्या दारातून आपण जर आता बाहेर पडलो नाही, तर

थोड्याच वेळात आपल्याला त्याच दारातून अतिशय वेगानं कदाचित क्षणभर गुरुत्वाकर्षणाचा नियम डावलून उड्डाण करत प्रयाण करावं लागेल. आणि गुरुत्वाकर्षणाच्या नियमाचं उल्लंघन करण्याच्या कामी त्याच वेटरच्या डबल झीरो नंबरच्या नाल मारलेल्या चपलांचं भरघोस सहाय्य होईल, याविषयी गंगाधरची खात्री पटली होती. तरीही तो बसल्या जागी खिळून राहिला होता; कारण तेवढ्यात दाराजवळ आणखी एक वेटर असल्याचं व त्याच्या पायात जाडजूड कोल्हापुरी पायताण असल्याचं त्याच्या नजरेला पडलं होतं.

आणि त्याच क्षणी डोळ्याच्या दुसऱ्या कोपऱ्यातून वाढणारा वेटर आणि गल्ल्यावरचा मालक असा दोघांचा संयुक्त मोर्चा त्याच्याच दिशेनं येत असलेला त्याला दिसला होता.

पाठीवर बसणाऱ्या बकासुराच्या बुक्क्यांना भीक न घालता गाडाभर अन्न खात बसणाऱ्या भीमाची स्थितप्रज्ञता (शक्ती नव्हे) आणि भ्रष्टाचाराचे गंभीर आरोपही 'असा प्रश्नच उद्भवत नाही' असं म्हणून उडवून लावणाऱ्या मंत्र्याची धीरोदात्त वृत्ती (यालाच निगरगट्टपणा असं काही अज्ञ जन म्हणतात.) याचं बेमालूम मिश्रण गंगाधरमध्ये त्या क्षणी झालं होतं.

प्रथम मालक पुढं झाला. घसा साफ करत त्यानं सूतोवाच केलं.

"आत्ताच... म्हणजे तुमचं... हेच आपलं... जेवण..."

"वाईट नाही. आमटीत मीठ थोडं कमी होतं. भातातलं पाणी अजून काढून टाकायला हवं होतं; पण बाकी सर्व ठीक."

"वा, वा! तुम्हाला ते आवडलं हे ऐकून फार बरं वाटलं. तुमचं समाधान हीच आमची पावती."

आसपास लावलेली एखादी सुभाषिताची पाटी तर मालक वाचत नाही ना, अशी शंका गंगाधरला आली; कारण तसं असलं तर मग आता 'आज रोख, उद्या उधार' या पाटीचा नंबर लागायला वेळ लागला नसता या विचाराच्या नादात मालकाचं पुढचं वाक्य जवळजवळ त्याच्या ऐकण्यातून सुटलंच होतं.

"म्हणून आम्ही तुम्हाला थाळीचे पैसे लावणार नाही."

"काय म्हणालात?"

"हे जेवण आमची भेट समजा. नाहीतरी हे हॉटेल सुरू केल्यापासून आजवर कुणा ब्राह्मणाला जेवू घातलं नव्हतं."

"तर मग ब्राह्मणभोजनाचं पुण्य तुम्हाला जास्त मिळावं म्हणून आणखी एक थाळी आणलीत तर! खास करून ती पालकाची भाजी..."

"ती संपली. थाळीतले पदार्थही संपले," घाईघाईनं मालक म्हणाला आणि मग गंगाधरच्या चेहेऱ्याकडे लक्ष जाताच आणखी घाईनं म्हणाला... "पण तुम्हाला

आवडत असेल तर मसाला डोसा...''

''चालेल. रवा मसाला आणा आणि एक नाही, दोन.''

''दोनशे ऽ खै ऽऽ मसैले ऽऽ'' वेटरनं ओरडून सांगितलं आणि थोड्याच वेळानं रवा मसाला गंगाधरच्या पोटात गेला सांबारासकट.

तरीही गंगाधरची भूक शमली नव्हती; पण फुकट मिळालं म्हणून मुळापासून खाण्याची आम्हा मलुष्ट्यांची रीत नाही. त्यामुळे उठत, मालकाला रामराम करत गंगाधर बाहेर पडला.

मालकानं सुटकेचा भलामोठा सुस्कारा सोडला. घामानं थबथबलेलं आपलं कपाळ पुसलं आणि पाठीमागं येऊन उभ्या राहिलेल्या मुण्डू नेसलेल्या आचाऱ्याला विचारलं, ''बाकीची पालकाची भाजी कुठं गेली?''

''उकिरड्यावर फेकून दिली मालक.''

''अरे देवा! जा, जा आणि तो उकिरडा जाळून टाक. तिथं कुत्री, मांजरं मरून पडली तर कोणाला तरी संशय यायचा आणि पुढच्या वेळी मसाला समजून झुरळं मारायची पावडर भाजीत टाकू नकोस. नशीब आपलं म्हणून पैसे द्यायचा आग्रह न धरता गिऱ्हाईक निघून गेलं. त्यातही पावती मागितली असती तर आफतच. आता मरू दे कुठंही जाऊन मरायचं ते. कोणी विचारायला आलं तर आपलं कानावर हात; बजावून ठेवतोय सगळ्यांना.''

गंगाधर बाहेर पडला तो भुकेचा आगडोंब पोटात घेऊनच. या भुकेवर काय करावं हेच त्याला समजेना,

पण खाणार त्याला देव देणार हेच खरं. कारण दोन एक फर्लांग तो पुढे जातो तो एका रेस्टॉरंटबाहेर त्याला खास रंगवलेला एक फलक दिसला.

'खादाडखाऊ स्पर्धा. जास्तीत जास्त खाण्याची शर्यत. कमीतकमी तीन जणांचं जेवण जेवणाऱ्यास प्रवेश फी नाही.'

आंधळा मागतो एक डोळा आणि देव देतो स्टेपनीसहित तीन, अशी गंगाधरची स्थिती झाली. पुढचा-पाठचा विचार न करता तो बेधडक आत गेला आणि स्पर्धेत भाग घ्यायचा आपला इरादा त्यानं आयोजकांना ऐकवला. त्याचा एकंदरीत अवतार आणि विशेषत: खपाटीला गेलेलं पोट पाहून त्याच्या या इराद्यापासून त्याला परावृत्त करण्याचा खूप जणांनी प्रयत्न केला. तिघांचं जेवण न जेवू शकल्यास खाल्लेल्या पदार्थांचं बिल द्यावं लागेल, हे सांगितलं. खायला फक्त उकडलेली अंडीच मिळतील हेही सांगितलं; पण कच्ची अंडी असली तरी चालतील अशी त्यावेळची गंगाधरची परिस्थिती होती. त्यामुळं तो आपल्या निश्चयापासून 'कणभर'ही ढळला नाही.

शेवटी त्याची पहिल्यांदा चाचणी घेऊन हा एक स्पर्धक निकालात काढावा

असं ठरवून आयोजकांनी त्याच्या पुढ्यात डझनभर उकडलेली अंडी ठेवली.

ज्या घाईघाईनं गंगाधरनं पहिलं अंडं आपल्या तोंडात कोंबलं ते पाहून हा गडी प्रोफेशनल नाही, हा संशय असणाऱ्यांची खात्रीच पटली. पहिली प्लेट अर्धी जरी संपवली तरी त्यानं बाजी मारली असंच त्यांनी मनाशी ठरवलं.

बाजीरावच्या मस्तानीची त्वचा किती नितळ होती हे सांगण्यासाठी तिनं पान खाल्ल्यावर तिच्या गळ्यातून पोटात उतरणारी पिंक दिसे, असं सांगतात. गंगाधरची त्वचा नितळ नसली तरी त्याच्या अंगावरचं मांस इतकं झडलेलं होतं की त्याच्या अन्ननलिकेतून उतरणारं अंडं त्याच्या गळ्यावर दोन ॲडॅम्स ॲपल असल्याचा भास करून देई.

पाहता पाहता गंगाधरनं समोरची डझनभर अंडी संपवलेली पाहून मंडळी जरा आश्चर्यचकित झाली.

"काय! पोट भरलं ना?" त्यांनी गंगाधरला विचारलं.

"छे छे! मुळीच नाही. सपाटून भूक लागलीय मला."

नाइलाजानं आणखी एक डझन अंडी गंगाधरसमोर ठेवण्यात आली. तीही सहजासहजी फस्त झाल्याचं पाहून मंडळी सावरून बसली.

त्यानंतर संभाषण असं फारसं झालं नाही; कारण गंगाधरचा सपाटा आणि आवाका पाहून मंडळींची वाचाच बंद झाली होती. आणि गंगाधरचं तोंड अधिक महत्त्वाच्या कामात गुंतलं होतं.

पन्नास अंड्यांचा फडशा पडल्यावर आयोजकांनी गंगाधरचं वजन करण्याचं ठरवलं. जोवर आपल्या खाण्यात खंड पडणार नाही, तोपर्यंत आयोजकांनी काहीही करण्यास आपली हरकत नसल्याचं गंगाधरनं सांगितलं. वजनाचा काटा आणि परातभर अंडी एकदमच आणण्यात आली.

गंगाधरचं वजन साडेएकावन्न किलो भरलं. त्याची नोंद होते तोच गंगाधरनं शतक पूर्ण केलं. तेव्हा परत त्याचं वजन घेतलं गेलं. ते सव्वाएकावन्न किलो भरलं.

मंडळींचा स्वत:च्या डोळ्यावर विश्वासच बसेना. पन्नास अंडी – एकाचं वजन पन्नास ग्रॅम धरलं तरी अडीच किलो अंडी खाऊनही गंगाधरचं वजन पाव किलो घटलेलंच. दुसरं शतक पुरं होईतो वजन आणखी अर्धा किलो घटलं.

असाच प्रकार चालू राहता तर गंगाधर खाऊनखाऊन उपाशीपोटी झिजून झिजून जाता. भुताटकीचा प्रकार म्हणावं तर भुतांना अंडी आवडत असल्याचं किंवा त्यांना वजन असल्याचं ऐकिवात नव्हतं.

तोपर्यंत तिसरं शतक पूर्ण झालं होतं. गंगाधरचं परत वजन करण्याची आयोजकांची हिंमत नव्हती; परंतु त्यांनी एवढंच विचारलं,

"काय, कसं वाटतंय?"

"भूक लागलीय."

"पोट दुखत तर नाही ना?"

"दुखतंय; पण भुकेनं पिळवटून निघाल्यामुळे."

आणखी अंडी आणण्याशिवाय गत्यंतरचं नव्हतं. तेव्हा ती तर आणली गेलीच. त्यांच्याबरोबर डॉक्टरांनाही आणण्यात आलं.

डॉक्टर प्रथम कुरकुरतच होते; कारण त्यांना आयोजकांनी जे काही सांगितलं त्यावर त्यांचा विश्वासच बसत नव्हता; पण त्यांनी येऊन पूर्वीच्या वजनांच्या नोंदी पाहिल्या. आणि चौथं शतक पूर्ण झाल्यावर परत गंगाधरचं वजन केलं. ते ४५ किलोच भरलं. मग मात्र डॉक्टरांनाही आश्चर्य वाटू लागलं.

४२० अंडी खाऊन झाल्यावर स्पर्धा संपल्याचं जाहीर करण्यात आलं. कारण सारी अंडी संपून गेली होती. गंगाधरनं इतर स्पर्धकांच्या तोंडाला चक्क पानं पुसली होती.

अंडी संपली तरी हरकत नाही. आपण उकडलेल्या बटाट्यांना हरकत घेणार नाही, असं गंगाधरनं सांगायचा प्रयत्न केला; पण तेवढ्यात डॉक्टरांनी, आपली तपासणी संपवूनही त्यांना काही लक्षात येत नसल्यामुळं, गंगाधरला इस्पितळात घेऊन जाण्याचा बूट काढला.

"इस्पितळात? मुळीच नाही," पूर्वीचा अनुभव तसा फारसा चांगला नसल्यामुळे गंगाधर म्हणाला; कारण जेव्हा तो इस्पितळात दाखल झाला होता, त्याच्या शिरेत सुई खुपसून त्याला सलाइन तेवढंच दिलं गेलं होतं. बाकी पोटात अन्नाचा कणही दिला नव्हता. 'भलत्यासलत्या सुया मी नाही टोचून घेणार."

"नाही टोचणार," डॉक्टरांनी त्याला आश्वासन दिलं. "आम्ही फक्त एक्सरे घेऊ. कार्डिओग्रॅम घेऊ. मऊ मऊ गादीवर आरामात झोपायला देऊ. आणि हवं तेवढं खायलाही देऊ. मग तर झालं?"

"हवं तेवढं खायला देणार! मग हरकत नाही."

अशा तऱ्हेनं त्याच्या संमतीनंच गंगाधर इस्पितळात दाखल झाला. मी त्याला पाहण्यासाठी गेलो तेव्हा आरामात गादीवर लोळत एका सुकुमार नर्सकडून मसाज करून घेत गंगाधर पडला होता. आजूबाजूला वेगवेगळ्या खाद्यपदार्थांच्या उष्टावलेल्या बारापंधरा बशा पडल्या होत्या.

"गंगाधर, पोरा, काय रे तुझी ही स्थिती?" तो इस्पितळात पडलाय हे कळल्यापासूनच माझ्या पोटात तुटून आलं होतं.

"काही नाही, काका, मला काही एक झालेलं नाही. या मंडळींचा आग्रहच पडला म्हणून आलो झालं. ही एक भूक सोडली तर काहीच त्रास नाही. अरे, पण तुम्ही उभे का, ब-"

'बसा ना' असं गंगाधर म्हणणार होता; पण ते शब्द त्याच्या तोंडातून बाहेर पडण्यापूर्वीच एक किंकाळी घाईगर्दीनं रांग मोडून पुढं घुसली. गंगाधरनं आपलं पोट गच्च आवळून धरलं.

"काय झालं? काय झालं?" नर्स व मी आम्ही दोघांनीही (त्याच क्रमवारीत) विचारलं.

"कोणीतरी माझ्या पोटात आतून गुद्दे मारतंय."

"अरे, असं काय, पोटात कोण शिरेल. आणि शिरेल ते मायेचंच माणूस असणार नाही का?"

या क्षणी गंगाधरनं झोपल्या झोपल्या उंच उडी मारण्याचा नवा जागतिक उच्चांक प्रस्थापित केला. गिनेस बुकला ही माहिती कळवावी असा मी विचार करत असतानाच गंगाधरनं परत एक किंकाळी फोडली. त्या किंकाळीनं मानवी आवाजाच्या डेसिबलचा उच्चांक मोडला असेल काय, याचा मी विचार करू लागलो.

"तरी सारखी सांगत होते मी असं बकाबका खाल्ल्यानं पोट दुखायला लागेल म्हणून," नर्सनं गंगाधरला दाटलं आणि "बघू बरं पोट," असं म्हणत त्याच्या अंगावरची चादर बाजूला केली.

त्या क्षणी मी व नर्स – आम्ही दोघांनी एकसाथ सीलिंगच्या दिशेनं उड्डाणं केलं, व्हर्टिकल टेक ऑफ विमानासारखं.

कारण गंगाधरचं पोट एखाद्या कलिंगडासारखं तट्ट फुगलं होतं. आणि कलिंगडही साधं नव्हतं. त्याच्यावर चांगली बोराएवढाली मुरमं आली होती.

टीव्हीवरच्या प्रायोजित कार्यक्रमात दाखवलं जाणारं आणि त्याचा उपयोग केल्यामुळं लग्न हमखास जुळून येतात असं 'मुहासों के खास इलाजवालं मलम' या मुरमांना लागू पडेल काय हे मी नर्सकडून समजावून घेऊ शकलो नाही; कारण तेवढ्यात ती किंचाळत डॉक्टरांना बोलवण्यासाठी बाहेर गेली होती.

डॉक्टरही तेवढ्यात धावत धावत आले. दारातून गंगाधरचं पोट त्यांना दिसलं होतं.

"हे असं केव्हा झालं?"

कसं झालं हा डॉक्टरांचा प्रांत होता; पण केव्हा याचं उत्तर द्यायला मी व नर्स असे दोघे चष्मदीद गवाह मौजूद होतो.

"अगदी आमच्या डोळ्यांसमोर," कोणत्या डोळ्यांसमोर याविषयी डॉक्टरांच्या मनात कसलाही संदेह राहू नये म्हणून त्यांचे डोळे पोटाकडून (गंगाधरच्या) डोळ्यांकडे (आमच्या) वळवत आम्ही सांगितलं. "मिनिटा-दोन मिनिटांपूर्वी पोट कसं खपाटीला गेलेलं होतं. चंद्रावरच्या ज्वालामुखीसारखं. अन् पाहता पाहता ते असं फुगत गेलं."

खरं म्हणजे डॉक्टरांनी आम्हा चष्मदीद गवाहापेक्षा समोरच्या दर्ददीद गवाहाची साक्ष हवी होती; पण गंगाधर किंकाळी फोडणं आणि 'गुद्दे' असं म्हणणं याशिवाय काहीच करू शकत नव्हता. आणि काही काही वेळा तर दोन्ही क्रिया एकसाथ करण्याच्या त्याच्या प्रयत्नांमुळे त्याची साक्ष विश्वासार्ह राहिली नव्हती.

"ताबडतोब त्याला एक्सरे रूममध्ये आणा, सिस्टर," अशी ऑर्डर सोडून डॉक्टर तयारी करण्यासाठी तिकडे निघून गेले. त्यापूर्वी गंगाधरला मॉर्फिनचं इंजेक्शन देऊन त्याच्या वेदना त्याला जाणवणार नाहीत याची व्यवस्था करायला मात्र ते विसरले नाहीत.

एक्स-रे प्लेट पाहिल्यावर तर रेडिओलॉजिस्टची बोबडीच वळली. अशी एक्स-रे प्लेट रॉटजेननं शंभर वर्षांपूर्वी एक्स-रेचा शोध लावल्यापासून आजवर कोणीच पाहिली नसेल यावर पैज लावायला तो तयार होता.

'पण आहे तरी काय हे सारं, याच्या पोटात?" डॉक्टरांनी विचारलं.

"काहीतरी अननसासारखं दिसतंय किंवा मोठ्याशा पेरूसारखं."

"अननस! षटकोनी अननस कधी पाहिलंय कोणी?

"आणि अननस असं अख्खंच्या अख्खं कधीपासून खायला लागले लोक? आणि पेरू म्हणावा तर अशी बटनं असलेला पेरू मी तरी कधी पाहिला नव्हता."

"अननस किंवा पेरू नाही. त्याच्यासारखं काहीतरी असं म्हणालो मी."

"काहीही असो; पण हा सारा माल याच्या पोटात गेला कसा?"

"तो जाऊ दे कसाही. प्रश्न आहे तो आता ते बाहेर काढण्याचा."

"राइट यू आर! ताबडतोब ओपन केला पाहिजे त्याला."

"पण त्याच्या संमतीशिवाय?"

"त्याची कन्सेट मिळवायला तो या मॉर्फिनच्या गुंगीतून बाहेर यायला हवा. वेल, व्हाय डोन्ट वुई गेट द कन्सेन्ट ऑफ हिज अंकल हिअर?"

सगळेजण माझ्याकडे पाहू लागले.

मी थोडासा बुचकळ्यातच पडलो. पोट गंगाधरचं आणि ते कापायची परवानगी देणार मी कोण?

थोडा विचार करून सांगतो, असं सांगून मी एक्स-रे रूममधून सटकलो. बाहेर कॉरिडॉरमध्ये मी आपल्याच विचारात गुंग होऊन फेऱ्या मारत असतानाच दोन तरुण डॉक्टर्स माझ्याजवळ आले. त्यांनी पांढरा कोट घातला होता. आणि त्यांच्या गळ्यामध्ये स्टेथॉस्कोप अडकवलेला होता. म्हणून त्यांना डॉक्टर म्हणतो मी. एरवी त्यांना तोपर्यंत गंगाधरच्या आसपासही पाहिल्याचं आठवत नव्हतं मला.

त्या दोघांपैकी एक पुरुष होता व दुसरी स्त्री – म्हणजेच तसं असावं. आता कोणता पुरुष आणि कोणती स्त्री म्हणाल तर तेही नक्की नसतं सांगता आलं.

शिवाय वर ती दोघं माणसांसारखी दिसत असली तरी जवळून पाहिल्यावर काहीतरी विचित्र वाटत होतं. काय ते नेमकं नाही सांगता यायचं.

"तुम्ही बंडोपंत मलुष्टे?" त्यातल्या पुरुषानं विचारलं.

कदाचित ते... आपलं ती... म्हणजेच ती स्त्रीही असेल; कारण आवाजही कसा वेगळाच येत होता.

मी काही बोलण्याच्या मन:स्थितीत नव्हतो. "हे पहा, तुमचा तो पुतण्या गंगाधर, त्याचं ऑपरेशन होऊ देऊ नका. आम्ही त्याला त्याशिवायच बरं करतो. हे पहा, या गोळ्या खास गोळ्या आहेत. त्यामुळे त्याच्या पोटातल्या पदार्थांचं पचन होऊन ते दुखायचं थांबेल."

"पण या गोळ्या त्याला देणार कशा?"

"त्याची व्यवस्था आम्ही करू. फक्त तुम्ही त्या डॉक्टरांना, नर्सेसना बाहेर काढा."

मी याच्यावर कितपत विश्वास ठेवावा असा विचार करत असतानाच उतावळेपणानं त्यांच्यातील एकानं... स्त्री-पुरुष ओळखण्याची धडपड तोपर्यंत मी सोडून दिली होती. खिशातून कसलंसं यंत्र काढलं. त्याबरोबर त्या डॉक्टर, नर्सेसना इतर वेगवेगळ्या ठिकाणी बोलवण्यात आल्याच्या घोषणा लाउडस्पीकरवरून होऊ लागल्या. त्यांना प्रतिसाद म्हणून ती मंडळी बाहेर पडताच ही दोघं घाईघाईनं एक्स-रे रूममध्ये शिरली आणि त्यांनी गंगाधरचं तोंड उघडून त्यात गोळ्या टाकून वर ग्लासभर पाणी ओतलंदेखील!

त्यांना अडवण्यासाठी मी त्यांच्यापाठी जातो, तो गंगाधरच्या गळ्यातून खाली उतरणारी गोळी दाखवणारं दुसरं ॲडम्स ॲपल तेवढं मला दिसलं.

इतक्यात लाउडस्पीकरवरून चुकीच्या घोषणा देणाऱ्याला शिव्या घालत डॉक्टर, नर्स मंडळी परत आली. त्यांनी माझ्या संमतीची वाट न पाहता गंगाधरला ऑपरेशन थिएटरमध्ये नेण्याची तयारी सुरू केली.

मलाही गंगाधरचे हाल पाहवत नव्हते. त्या दोन तरुण डॉक्टरांनी त्याला दिलेल्या गोळ्यांचा काहीच परिणाम झालेला नव्हता. पोटाचं कलिंगड त्याच्यावरच्या मुरमासंकट तसंच टम्म फुगलेलं होतं. उलट काही मरमं पिकायला झाल्यासारखी वाटत होती. नाइलाजानं मी संमती दिली आणि ऑपरेशन थिएटरच्या ऑब्झर्वेशन गॅलरीमध्ये गेलो.

गंगाधरची तयारी केली गेली. शुभ्र पांढऱ्या चादरीनं त्याचं सारं शरीर झाकलं गेलं. फक्त ते कलिंगड सोडून. मुख्य सर्जननं स्टार्ट घेतला. अंपायरचा आयमीन. ॲनेस्थेटिस्टचा हात खाली येतो केव्हा आणि आपण सुरू होतो केव्हा याचीच ते वाट पाहत होते. बांधून घातलेल्या पोळानं दावणीला हिसके द्यावेत तसे ते मेट्रनच्या

हातांना हिसके देत होते.

"रे.." डी म्हणायला ॲनॅस्थेटिस्टला वेळच मिळाला नाही. बसचे न्यूमॅटिक गियर्स न्यूट्रलमध्ये टाकल्यावर बाहेर पडणाऱ्या हवेचा कसा 'फिस्स' असा आवाज होतो तसा, किंवा खरं म्हणजे त्या आगगाडीला अकस्मात करकचून ब्रेक लावल्यावर होणारा, अंगावर शहारे आणणारा आवाज मिसळला की होतो तसा आवाज करत बघता बघता त्या कलिंगडावरील मुरमं नाहीशी होऊ लागली. अन् मिनिटाभरात ते कलिंगडही पार विरून गेलं.

गंगाधरचं पोट परत कसं निरोगी, खपाटीला गेलं.

ॲनॅस्थेटिस्टनं क्लोरोफॉर्मचा मास्क स्वत:च्याच नाकावर ठेवला. सर्जननं मेट्रनचं बोटच स्कालपेलनं कापलं. ज्युनियर सर्जननं जवळच्या नर्सेसना घट्ट मिठ्या मारल्या.

या साऱ्या गडबडीत शुद्धीवर आलेला गंगाधर कुठं आहोत हे लक्षात येऊन घाईघाईनं ऑपरेशन थिएटरबाहेर सटकल्याचं कोणाच्या लक्षात आलं नाही.

मीही गंगाधरबरोबर राहण्यासाठी त्याच्या पाठोपाठ गेलो. एव्हाना तो पार इस्पितळाबाहेर पडला होता. बाहेरच्या गेटजवळ मी त्याला गाठतो तोच मघाचे ते दोन तरुण डॉक्टरही आमच्या पाठोपाठ टॅक्सी घेऊन आले व त्यांनी आम्हाला टॅक्सीत घेऊन ती भरधाव सोडायला सांगितली.

"म्हटलं नव्हतं तुम्हाला ऑपरेशनची गरज नाही. आमच्या गोळ्यांनी लगेच गुण येईल म्हणून..." टॅक्सी इस्पितळापासून सुरक्षित अंतरावर पोचताच एकजण म्हणाला... ली किंवा ले.

"पण तुमच्या गोळ्यांचाच हा परिणाम कशावरून?"

"ते तुम्हाला पटवून देण्यासाठी तुम्हाला फार मोठी गोष्ट सांगावी लागणार आहे. बरीचशी गुपितं उघड करावी लागणार आहेत; पण तुम्ही ती इतर कोणालाही, निदान काही दिवस तरी सांगितली नाहीत तर तुमचा, आमचा सर्वांचाच फायदा होणार आहे," हे बोलणारी बहुधा स्त्री असावी. कारण दम न लागता इतका वेळ सतत बोलणारं कोण असणार?"

"आता असं मला सांगा गंगाधरराव, आज सकाळी तुम्ही जांभळासारखी दिसणारी एक काळसर, थोडीफार टणक वस्तू खाल्ली होतीत ना?"

गंगाधर गप्पच राहिला; कारण त्याला गंगाधर अशी इतमामानं हाक मारणारा मी एकटाच. एरवी सर्वांत प्रेमळ हाक म्हणजे – अरे गंग्या! तेव्हा गंगाधररावांना उद्देशून विचारलेला प्रश्न आपल्यासाठी नाही अशी त्याची समजूत झाल्यास त्याला बोल लावता येणार नाही.

मीच जेव्हा त्याला हलवून परत तोच प्रश्न विचारला, तेव्हा तो म्हणाला,

"होय काका, खाल्लं खरं ते जांभूळ."

"आणि तेव्हापासून तुम्हाला भूक भूक असं व्हायला लागलं ना?"

"बरोबर! बरोबर! तेव्हापासूनच नाही. म्हणजे एरवीही मला सतत भूक लागते; पण अशी अनावर भूक तेव्हापासूनच."

"एक्झॅक्टली. म्हणूनच तर त्या गोळ्यांनी तुम्हाला बरं वाटलं."

"मी नाही समजलो."

"त्याचं असं आहे, की आम्ही दोघं अगस्तिनियन या ग्रहाचे रहिवासी आहोत. सध्या आम्ही तुमच्या सूर्यमालिकेपलीकडे असलेल्या अल्फ सेंटॉरी या ताऱ्याच्या मालिकेतील एका ग्रहावर एक स्पेस स्टेशन बांधत आहोत. तिथं पाठवण्यासाठी लागणारा माल आमच्या ग्रहावरून इथे आणला जातो आणि इथून आम्ही तो तिथं रवाना करतो. एका दमात आमच्या ग्रहावरून माल पाठवण्याइतकी आमच्या यंत्रणेची क्षमता नाही."

"अहो, हे सगळं भारूड खरं; पण याचा आणि आमच्या गंगाधरच्या पोटाचा किंवा त्याच्या भुकेचा संबंधच काय?"

"तेही सांगतो. आमच्या ग्रहावरून इथं येणारा माल कोलप्स्ड् किंवा तुमच्या भाषेत सांगायचं तर सूक्ष्मरूपात इथं येतो. इथं तो स्थूल रूपात बदलून आम्ही त्याची तपासणी करतो. गिनती करतो आणि परत सूक्ष्मात रूपांतरित करून पाठवून देतो. हा माल नेण्या-आणण्याचं काम करणारा आमचा ट्रान्सपॉन्डर म्हणजे गंगाधरपंतांनी आज सकाळी खाल्लेलं खारकेसारखं जांभूळ."

"किंवा जांभळासारखी खारीक."

"करेक्ट आणि ती खाताना तुमच्या दाताखाली सापडून त्याचं बटन दाबलं जाऊन हा ट्रान्सपॉन्डर कायमचा ऑन राहिला आहे. त्यामुळं होतंय काय-"

"...की हा गंगाधर जे हे काही खातोय ते परस्पर अल्फा सेंटॉरीत पाठवलं जातंय."

"बरोबर ओळखलंत. शिवाय या साऱ्या धकाधकीत यांच्या शरीरक्रियेसाठी लागणारे पोषक पदार्थ न मिळाल्यामुळे खाऊनही यांचं वजन आपलं घटतंच आहे आणि त्यामुळे भूकही सारखी लागतेय."

"आणि मग याच्या पोटातली ती अननसं षटकोनी आणि बटनवाले पेरू..."

"...आणि काका, तो गुद्दे मारणारा प्राणी?"

"तो अगस्तिनियनहून आलेला माल. आमच्या ग्रहवासीयांना ट्रान्सपॉन्डर यांच्या पोटात असल्याचं माहीतच नसल्यामुळे त्यांनी आपल्या वेळापत्रकानुसार माल पाठवला."

"पण मग तुमच्या त्या गोळ्या..."

"त्या, त्या मालावर पाठवण्यासाठी योग्य प्रक्रिया करणाऱ्या होत्या."

"...म्हणजे ती अननसं..."

"षटकोनी..."

"हो! षट– तुम्ही म्हणालात तशी... कोनी आणि पेरू बटनवाले त्या उकडलेल्या अंड्यांपाठोपाठ गेली म्हणायची."

"करेक्ट, तुम्ही फारच हुशार बुवा!"

आम्हा मलुष्ट्यांच्या हुशारीचा लौकिक पार अगस्तिनियनपर्यंत पोचलेला पाहून तसं मला धन्य वाटलं म्हणा; पण त्याचबरोबर मला... आणि गंगाधरला देखील... त्याच्या या बिकट समस्येची एकसमयावच्छेदेकरून जाणीव झाली.

"म्हणजे हे भलतंच त्रांगडं झालं म्हणायचं. मग गंगाधरचं ऑपरेशन करून तो ट्रान्सपॉन्डर बाहेर काढल्याशिवाय गत्यंतरच नाही म्हणा की!"

"छे, छे! तशी घाई मुळीच करू नका. ऑपरेशन करायचं तेव्हा आम्ही तीही व्यवस्था करू. आमच्या प्रगत तंत्रानं ते गंगाधरपंतांना कसलाही त्रास न होता करता येईल. तोपर्यंत आमची एक ऑफर आहे..."

"आणखी एक ऑफर! आतापर्यंत दिलंत तेवढं..." गंगाधर घाबरून म्हणाला.

"ऐकून तर घ्या, गंगाधरपंत, हा ट्रान्सपॉन्डर सांभाळणं महाकर्मकठीण होऊन बसलं आहे. तो हरवण्याची ही तिसरी वेळ. हिला तर त्याची नीट शुद्धच राहत नाही. तुमच्या या शहरात गर्दीही एवढी; तर आमची ऑफर अशी – तो ट्रान्सपॉन्डर गंगाधरपंतांच्या पोटातच सुरक्षित राहू दे. तुमचं हे पोट आम्हाला भाड्यानं द्या. आमचं काम संपेपर्यंत. तोवर आम्ही तुमची जंगी बडदास्त ठेवू. ताटावरून पाटावर आणि पाटावरून ताटावर."

अगस्तिनियनवरून येऊनही मराठी भाषा त्यामधील वाक्प्रचारांसहित चांगली शिकली होती ही मंडळी.

"तुमच्या पोटाचं भाडंही देऊच आम्ही भरपूर; पण खायलाही मिळेल तुम्हाला भरपेट..."

"भरपेट?" विषण्ण हसून गंगाधर म्हणाला, "उपयोग काय त्याचा! ते माझ्या अंगी थोडंच लागणार आहे. ते जाणार तुमच्या त्या स्पेस स्टेशनवर."

"तुम्ही आमच्या देखरेखीखाली रहाल, तर नाही. फक्त पाठवायचा मालच तिथं पोचेल आणि तुमच्या अन्नाचं व्यवस्थित पचन होऊन ते तुमच्या अंगी लागेल अशा गोळ्या आहेत आमच्याकडे. तुमचं अपरिचित अन्न आमच्याही पचनी पडावं म्हणून तशी व्यवस्था आम्ही इथं येतानाच केली होती. मग काय विचार?"

लंगड्यानं मागावा एक पाय आणि त्याला मिळावी नवी कोरी मोटारगाडी ड्रायव्हरसकट, अशीच गंगाधरची स्थिती झाली.

आणि तेव्हापासून गंगाधर थाटात, इतमामात राहू लागला. त्याला रहायला तर घर मिळालंच; पण त्यानं ठेवलेल्या भाडेकरूकडून दर महिन्याला भाड्याचं लट्ठ पुडकंही मिळू लागलं. जन्मापासून प्रथमच भरपेट सुग्रास अन्न अंगी लागल्यामुळे त्याची तब्येतही सुधारली. अंगावर मूठभरच काय पण बचकबचकभर मांस चढलं. भाड्यानं दिलेलं पोटही चांगलं गरगरीत झालं. दिवसभर झोपा काढण्याशिवाय आणि रंगीत ट्राय-व्ही पाहण्याशिवाय कामच काय होतं त्याला!

पण सुखाचंही अजीर्ण होतं. रोजरोज पंचपक्वान्नं मिळायला लागली की त्यांचाही कंटाळा येतो. पोट भरलं की मेंदू काम करायला सुरुवात करतो तसंच झालं.

त्यानं त्या दोघा अगस्तिनियनांना एक दिवस नोटीस दिली. "येत्या महिन्याभरात माझं पोट खाली करा. माझं पोट परत मलाच वापरायला पाहिजे. आणि मालकाला स्वत:ला वापरायला जागा हवी असल्यास भाडेकरूला ती सोडावी लागते असा या देशाचा कायदाच आहे."

"पण गंगाधरपंत, तुम्हाला कसलाही त्रास नाही. आम्ही तुम्हाला दुखवलेलंही नाही. मग!"

"छे छे! वाईट वाटून घेऊ नका. दोष तुमचा नाही; पण मालाच्या इम्पोर्ट-एक्सपोर्ट धंद्यात आणि त्यात मिळणाऱ्या कमिशनमध्ये काही दम नाही राहिला. या अशा अल्पसंतुष्ट वृत्तीमुळेच आमचा महाराष्ट्र व आम्ही मराठी मंडळी उद्योगधंद्यात मागे राहिलो आहोत. आता मीच धंदा करायचं ठरवलंय."

"मग जमलंच म्हणायचं," अगस्तिनियन म्हणाले, "आमचं कामही आटपत आलंय. आणखी दोनच महिने आमचं भाडेखत चालू ठेवा. आम्ही भाडं दुप्पट देऊ. शिवाय सोडून जाताना बोनस, झालंच तर तुम्ही सुरू करणार असणाऱ्या उद्योगधंद्याला थोडंसं भांडवल. आमचं आधुनिक तंत्रज्ञानही पुरवू. तुम्ही मोठे उद्योगपती व्हाल व प्रगत तंत्रज्ञान वापरल्यामुळे तुम्हाला स्पर्धाही राहणार नाही."

थोडेफार आढेवेढे घेत गंगाधर राजी झाला. अगस्तिनियनांनीही आपला शब्द पाळला. दोन महिन्यांनंतर ते निघून गेले. आपल्या ट्रान्सपॉन्डरसहित. अन् गंगाधरनं नवीन उद्योगधंद्याचा पाया घातला. आज तो एक आघाडीवरचा उद्योगपती झालाय. याचं रहस्य त्याच्या लुच्च्या स्वभावात आहे, त्याच्या ओठात एक आणि पोटात दुसरंच, असं म्हणणारी मंडळी त्याच्या यशावर जळणारी आहेत. ही त्यांची पोटदुखी आहे. दुसरं काही नाही.

त्या अगस्तिनियन मित्रांची परत गाठ पडावी म्हणून गंगाधरनं जंगजंग पछाडलं;

पण ते गेले ते गेलेच.

गंगाधर मात्र त्यांना विसरला नाही. प्रत्येक वेळी भूक लागली की त्याला त्यांची हमखास आठवण होते.

भलतीच भूक लागलीय मालक. खायला काही आहे का? अंडी चालतील उकडलेली. किंवा बटाटे.

(नवल, दिवाळी, १९८५)

●

तऱ्हा उफराटी

'आकाशगंगा'मध्ये नेहमीच्या उत्साहानं पाऊल टाकणारा एखाद्या रेग्युलर मेंबर त्या दिवशी चक्रावूनच गेला असता. समोरचं दृश्य पाहून आपण स्वप्नात तर नाही ना या शंकेनं त्यानं स्वत:लाच कचकचून चिमटा काढला असता आणि मग हुळहुळणारा दंड दाबत त्यानं बिचकतच पुढे पाऊल टाकलं असतं.

तशी 'आकाशगंगा'मधल्या खुर्च्यांची मांडणी विस्कळित होणं नवीन नव्हतं. चर्चेच्या भरात सारेचजण आपापल्या खुर्च्या उचलून एकाच टेबलाभोवती जमत. बाकी सारी टेबलं मग ओसाड पडत; पण आजची शानच निराळी होती. आज त्याला युद्धभूमीची कळा आली होती. खुर्च्या उलथ्यापालथ्या झाल्या होत्या. टेबलंही वेडीवाकडी झाली होती. जमिनीवर निरनिराळी पेयं सांडून एकच चिखल झाला होता. त्यातच काही फुटलेल्या ग्लासांची कलेवरे पडलेली होती. मोसंत्री, सिन्थेटिक लिंबू सरबत, सोया मिल्क शेक, उसाचा रस इतरही सर्वजण एका कोपऱ्यात अंग चोरून उभे होते. मालक सुन्न होऊन बसलेल्या शैवाल रसाला धीर देत त्याच्या मांडीवर डोकं ठेवून झोपी गेलेल्या मानसरामला उठवायचा प्रयत्न करीत होते.

बंडोपंत मलुष्टे 'आकाशगंगा'मध्ये आले आणि नेहमीच्या सवयीनं कोपऱ्यातल्या टेबलाकडे निघाले; पण पहिलं पाऊल पडतं न पडतं तोच समोरचा प्रकार पाहून ते अवाक्‌च झाले. उचललेलं त्यांचं पाऊल नटराजाच्या क्लासिक पोझसारखं अधांतरीच राहिलं; पण बंडोपंतांनीच अनेक वेळा सांगितल्याप्रमाणे कोणत्याही परिस्थितीत मनाचा तोल आणि संयम ढळू न देण्याचा मलुष्ट्यांचा बाणा जागृत असल्यानं त्यांनी नटराजाची पोझ सोडून कमरेवर हात ठेवलेल्या विठ्ठलाची पोझ घेतली. पायाखाली वीट नसल्याचा मामुली फरक सोडून.

"काय मालक, आहे तरी काय हा प्रकार? एखादी उल्का येऊन कोसळली तर

नाही ना? इन्स्टिट्यूमधल्या एखाद्या प्रयोगाची धूमधडाक्याने सांगता तर नाही झाली?''

जणू या प्रश्नाचीच वाट पाहत असल्यासारखी सगळ्यांची जीभ एकदम सैल सुटली आणि जो तो आपली जागा सोडून पुढे येत बोलण्याची धडपड करू लागला. यातून काहीच अर्थबोध होईना. निरनिराळ्या कंपन कालावधीचे लंबक एका विवक्षित क्षणी जसे एका सरळ रेषेत यावेत, तसे ते सर्वजण श्वास घेण्यासाठी एकदम थांबतील अशा त्या विवक्षित क्षणाची वाट पाहात बंडोपंत स्वस्थ बसून राहिले. आणि तो क्षण येताच, मोठ्यानं ओरडून साऱ्यांना गप्प करीत त्यांनी मालकांनाच झाल्या प्रकारासंबंधी सविस्तर सांगण्यास सांगितलं.

''काय सांगू, बंडोपंत, करायला गेलो एक अन् झालं...'' पुढचा शब्द तसाच सोडून देत आजूबाजूच्या पसाऱ्याकडे अर्थपूर्ण दृष्टिक्षेप टाकत मालक म्हणाले, ''मेंबरांचीच अधिक सोय पाहायला गेलो. आता वयपरत्वे कोणाचं पेय कोणतं हे लक्षात राहात नाही. कधीकधी गप्पांच्या नादात रिकामा ग्लास नजरेतून सुटतो. हिशेबही चुकतो. तशी चुकत्या हिशोबाची मी फारशी पर्वा कधीच केली नाही.''

''हे मात्र, बरोबर'' अनेकजण कोरसमध्ये म्हणाले.

''पण पेय कमी पडलं म्हणून एखादं गणित सुटलं नाही असं व्हायला नको म्हणून माझ्या दगा देणाऱ्या स्मरणशक्तीला काय करावं, असा विचार करीत असतानाच आपल्या त्या युधिष्ठिरानं या मानसरामला माझ्याकडे आणला.''

''मानसराम कोण?''

''हा काय शैवालरसाच्या मांडीवर डोकं टाकून निवांत पडलेल्या यंत्रमानवाकडे, अॅन्ड्रॉइडकडे बोट दाखवीत मालक म्हणाले, ''याच्या मेमरीत साऱ्यांच्या आवडी-निवडी, व्यवस्थित भरून ठेवून सर्वांनाच चांगली सर्व्हिस मिळेल. त्यात चटपटीतपणा येईल, हिशेबही बिनचूक राहतील म्हणून मी याला ठेवून घेतला तर यानं आज पहिल्याच दिवशी काय गोंधळ घातला पहा.''

''त्यानं कोणाच्या डोक्यावर पेयं ओतली का?''

''आं? तुम्हांला कसं कळलं?''

''अंदाज बांधला; कारण हे रोबो अगदी शब्दश: अर्थ घेतात. दरडोई इतकी पेयं असा काहीतरी हिशेब त्यांच्या प्रोग्रॅममध्ये बसवला असणार. आता दरडोई म्हणजे...''

''पण बंडोपंत, अॅसिमॉव्हचे कायदे तरी पाळणार आहेत, की नाही, हे रोबो. त्याच्या पहिल्याच कायद्याप्रमाणे – 'मानवाला इजा करता येणार नाही. हो, पण हे रोबो अलीकडे फार शहाणे व्हायला लागले आहेत. अजून आपल्याकडे नाही पण तिकडे अमेरिकेत रोबो मुक्ती आंदोलन सुरू केलंय यांच्यामधल्याच काही माथेफिरूंनी. गुरुदासच सांगत होता.''

"गुरुदास?"

"माझ्या चुलत भावाचा भाचा. अमेरिकेत असतो. एका भल्या मोठ्या कंपनीचा प्रेसिडेन्ट आहे. ऐकलंच असेल तुम्ही."

नाही म्हणायचंही भान कोणामध्ये राहिलं नव्हतं. कसाबसा पाय घसपटत प्रत्येक जण आपापल्या खुर्चीपर्यंत पोचला आणि अंगातली शक्ती हरवल्यासारखा कोसळला. आता आपल्यासमोर जे काही वाढून ठेवलं आहे त्यापेक्षा मानसरामचा गोंधळ बरा होता असं त्यांना वाटल्यावाचून राहिलं नाही.

तर आमचा गुरुदास मोठा हरहुन्नरी आणि धाडसी. आम्हा मलुष्ट्यांच्या रक्तातच आहेत म्हणा हे गुण. (बंडोपंत सांगू लागले) नवनवीन प्रयोग करीत राहण्याची दांडगी हौस त्याला. एक दिवस तो असाच अंघोळ करीत असताना त्याच्या दरवाज्यावर बसवलेल्या इलेक्ट्रॉनिक स्कॅनरनं बाहेर पोस्टमन आल्याचं सांगितलं. नाही, अंघोळीच्या बाबतीत गोळी वगैरे घेण्याचा नवीन धाडसी प्रयोग त्यानं म्हणजे गुरुदासानं, पोस्टमननं नव्हे, केला नाही. पोस्टमननं तो प्रयोग केला असण्याची शक्यता नाही; कारण तो एक रोबोच होता.

गुरुदासनं आपल्या स्कॅनरला टपाल घ्यावयास सांगितलं आणि त्यानं शॉवर परत सुरू केला; पण पार्सल आलं असून, पावतीवर सहीची आवश्यकता असल्याचं सांगून स्कॅनरनं त्याच्या अंघोळीच्या बेतावर पाणी ओतलं.

टॉवेल गुंडाळून गुरुदास बाहेर आला. पावतीवर सही करून त्यानं त्या रोबो पोस्टमनच्या छातीजवळच्या फटीत ती शिरकवताच उजव्या मांडीवरील एक पॅनेल उघडून गुरुदासचं पार्सल त्याच्या हातात आलं.

पार्सल पाहताच ते फोल्ड अवे-घडीचं विमान असल्याचं त्याच्या ताबडतोब लक्षात आलं. आदल्याच आठवड्यात त्यानं ते मागवलं होतं. ते हाती पडताच ताबडतोब त्याची चाचणी घेतल्याशिवाय राहिला तर तो मलुष्टे कसला!

गच्चीवर जाऊन - नाही गच्ची घडीची नव्हती. त्यानं ते पार्सल उघडलं आणि वरच असलेली प्रोग्रॅमची फ्लॉपी डिस्क विशिष्ट कप्प्यात टाकताच त्या विमानाची घडी आपोआपच उलगडली आणि सर्व जुळणी होऊन विमानाची घडी व्यवस्थित बसली. विमानाच्या फ्लाइट डेकवर एक पिवळीधमक पेटी होती. तीत बॅटरी ठेवण्याची सोय होती आणि तीवरच पायलटची बैठक होती. नाही. उडताना नको तिथं थंडी वाजू लागल्यास ताबडतोब ऊब मिळावी म्हणून बॅटरी त्या ठिकाणी ठेवली नव्हती. त्या पेटीच्या पिवळ्या रंगालाही काही विवक्षित अर्थ नव्हता.

तशी बॅटरी म्हणजे इमर्जन्सी सप्लायच होता; कारण विमानात एक सीलबंद पॉवर युनिट होतं आणि विद्युत चुंबकीय लहरीद्वारे ते त्या राज्यातील विजेच्या ग्रीडला जोडलेलं होतं. त्यामुळे तशी विजेची चिंता नव्हती.

गुरुदास त्या कॉकपिटमध्ये शिरला आणि त्यानं इंजिन सुरू केलं. समोरच्या इलेक्ट्रॉनिक पॅनेलवर हिरव्या प्रकाश अक्षरांनी सर्व काही समाधानकारक असल्याचं त्याला सांगितलं. समोरच्या दांडीला त्यानं थोडंफार घुमवायचा अवकाश, विमान सुळ्कन आकाशात उचललं गेलं आणि हवेत मस्तपणे विहरायला लागलं. वेग वाढवत अॅटलांटिक समुद्राच्या किनाऱ्या-किनाऱ्यानं गुरुदास निघाला. समोरच मियामीचं नारळी-पोफळींनी नटलेलं बंदर पाहताच त्याला कोकणाची, तिथल्या झिम्मा खेळणाऱ्या राजाची आठवण झाली. फणसाची आणि काजूफेणीची आठवण झाली नाही; कारण ती व्हायच्या आतच समोरच्या पॅनेलवरील दिवे एकदम विझले. वीज गेल्याची ती चिन्हं होती. फ्लोरिडा कोकणासारखं असलं तरी तिथली वीज कंपनी कोकण राज्य विद्युत मंडळासारखी नसल्यामुळे अशा तऱ्हेची फेल्युअर हा काही नित्याचा प्रकार नव्हता.

आदल्या रात्री टीव्हीवरून याच सुमारास ग्रीड कनेक्शनच्या काही कामानिमित्त वीजप्रवाह बंद ठेवण्यात येणार असल्याच्या सूचना दिल्याचं गुरुदासला आठवलं; पण आता त्याचा उपयोग नव्हता. तसा गुरुदास डगमगला नाही. हो, तो मलुष्ट्यांच्या घराण्यातला म्हणूनतर आहेच; पण असं पॉवर फेल्युअर होताच आपोआप, ऑटोमॅटिकली इमर्जन्सी पॉवर सप्लाय सुरू होण्याची व्यवस्था विमानात होती हे त्याला बरोबर आठवलं म्हणून; पण त्याचं विमान अजून खाली खाली येत होतं. नाही, मलुष्ट्यांचं असलं तरी ते पायउतार होण्याची सोय नव्हती.

इमर्जन्सी पॉवर सप्लाय बराच वेळ ऑन होईना. हे पाहिल्यावर गुरुदासला, नाही. आठवलं नाही. शंका आली म्हणून त्यानं सीटखालची पेटी उघडून पाहिली. आत बॅटरी नव्हती. फक्त फ्लोरेसंट रंगात ती कुठं मिळू शकेल हे सांगणारी सूचना होती.

विमान पडतच होते. भुर्रकन उडण्यासारखी भुर्रकन पडण्याची सोय तिच्यात नव्हती. गुरुदासनं घाईघाईनं आपला सीटबेल्टही बांधलेला नव्हता, की क्रॅश हेल्मेटही घातलेलं नव्हतं. त्याच्या नशिबाने त्याचं विमान पडलं ते एका खाडीत. खाडीत तशी दलदलही होती आणि मॅनग्रोव्हची झुडपंही दाटीवाटीनं वाढली होती. त्यामुळे त्यानं पेट घेतला नाही; पण गुरुदास मात्र त्या आपटण्यानं बेशुद्ध झाला.

काही क्षणांतच तो शुद्धीवर आला. आजूबाजूच्या पाण्यावरचा फेस अजून विरला नव्हता. विमानाची मोडतोडही तशी मर्यादितच होती; पण तो स्वत: अतिशय अवघडलेल्या स्थितीत सापडला होता. आणि उठण्याचा प्रयत्न करताच त्याच्या डाव्या पायामधून अशी काही कळ निघून गेली, की त्याला ब्रह्मांड आठवलं. परत आपली शुद्ध जातेय की काय असंही त्याला वाटून गेलं. पाय मोडलाय यात शंकाच नव्हती; कारण त्याला एक विचित्रच बाक आला होता.

मूर्खपणाच झाला होता सगळा. मलुष्ट्यांच्या नावाला तर काळिमा फासला जाणारच होता; पण मदत पथक येईल तेव्हा ते काही ऐकून घेणार नव्हते. त्याला चार शब्द सुनावल्याशिवाय, कदाचित त्याचं लायसन्स काही दिवसांपुरतं जप्त केल्याशिवाय राहणार नव्हते.

आपली चंपी केली तरी हरकत नाही; पण ते मदत पथक येऊ दे, असा धावा गुरुदासने सुरू केला;

पण ते मदत पथक येणार कधी? आणि कसं? कारण घरून निघताना घाईघाईनं निघाल्यामुळे तो कुठे जातोय, हे त्यानं कोणालाच सांगितलं नव्हतं. त्यामुळे त्याचं विमान कोसळून तो इथे अडकून पडलाय हे कोणाला कळावं कसं? नाही म्हणायला आणखी अर्ध्या तासानं टेनिस खेळण्यासाठी तो टेडी कॉनर्सकडे जाणार होता. तो न आल्याचं पाहून टेडी नक्कीच फोन करेल आणि मग त्याला कळताच तो ताबडतोब –

गुरुदासचं मनोराज्य मिनिटभरच टिकलं असेल; कारण तेवढ्यात त्याला हो-हो-हो- आठवलं, की फोन त्याचा स्कॅनर घेईल आणि गुरुदास घरी नसल्याचं सांगेल. बाकी कोणतीही माहिती देण्याचं तो नम्रपणे नाकारेल; कारण त्याचा स्कॅनर 'रोबो मुक्ती आंदोलन'च्या स्थानिक शाखेचा सेक्रेटरी होता. आणि मानवाला कोणत्याही प्रकारची मदत होईल असं न वागण्याचा ठराव त्यांनी नुकताच पास करून घेतला होता.

एक, दोन दिवस फोन करूनही गुरुदास न भेटल्यानं टेडी काळजीत पडेल हे नक्की; पण फार तर तो पोलिसांकडे गुरुदास नाहीसा झाल्याची तक्रार करील; पण त्याला त्या महाकाय देशात शोधणार कुठे? आणि शोध लागला तरी त्याला किती दिवस लागतील कोण जाणे! तोपर्यंत आपला या इथे, या स्थितीत निभाव लागायचा कसा!

समोरून काहीतरी लांबलचक, काळ्या रंगाचं धूड पाण्याचा मचमच आवाज करत पुढं पुढं सरकत असल्याचं पाहून गुरुदासच्या अंगातून एक शिरशिरी निघून गेली. या खाडीमध्ये सुसरी, मगरी असल्याचं त्याला एक्झॅक्टली आठवलं. उठून बसायचा प्रयत्न करावा, हा विचार मनात येता क्षणीच त्याला सोडून द्यावा लागला; कारण त्याच्या डाव्या पायानं असहकार पुकारल्याचं त्याला पटवून दिलं.

इतक्यात ते काळंशार धूड जवळ आलं आणि ती सुसर वा मगर नसून लाकडाचा ओंडका असल्याचं पाहून गुरुदासनं निःश्वास टाकला.

खरं म्हणजे टाकला नाही. तो टाकायच्या प्रयत्नात त्याच्या घशातच अडकला; कारण तेवढ्यात दुसऱ्या बाजूनं एक भलामोठा खेकडा त्याच्या पायाला कुरतडण्याच्या खटपटीत असल्याचं त्याला दिसून आलं. माणूस खेकड्याला खातो ही बातमी

नाही; पण खेकडा माणसाला खातो ही नक्कीच बातमी असली तरी ती मिळवण्यासाठीसुद्धा कोणीही वार्ताहर तिकडे फिरकण्याची सुतराम शक्यता नसल्यानं कशीबशी धडपड करून त्यानं त्या खेकड्याला परत खाडीत हाकलून लावलं. त्या खेकड्यानं आपल्या प्रदेशावर आक्रमण करू नये असं त्याला कितीही वाटलं तरी वास्तविक त्यानंच त्या खेकडिस्तानच्या भूमीवर आक्रमण केलं असल्याचा दावा करता येईल हेही त्याला, नाही, आठवलं नाही जाणवलं.

आपली आता धडगत नाही. खेकडा आणि सुसर यांच्यात परस्पर मैत्री करार झाल्यास आपली कंबक्ती भरलीच हे तो समजून चुकला. आणि त्याचक्षणी एका परिचित घरघरीनं त्याच्या मनात परत आशेची ज्योत चेतवली.

नक्कीच! इतकं कसं विसरलो आपण. युनाटेड स्टेट्स मरीन्स. अमेरिकन नौसैनिक. कोणत्याही दोन देशांत प्रदेशावरून झगडा झाला, की तो सोडवायला ते नेहमीच हजर राहतात. हं, नंतर ते तिथंच ठिय्या देऊन बसतात हा भाग अलाहिदा. गुरुदासनं तशी तक्रार कधीच केली नसती. ते कायमचा तळ देऊन राहिले तरी त्याची हरकत नव्हती;

पण पलीकडे त्या घरघरी पाठोपाठ आली ती एक यांत्रिक हातगाडी. आणि ती चालवत आला एक रोबो. रस्त्यावरील फिरता विक्रेता. तो तसा आहे हे दाखवणारी पांढरी जीन व सफेद टी शर्ट घातलेला.

विक्रेता तर विक्रेता. कोणीतरी आलेलं पाहून गुरुदास सुखावला होता.

''हल्लो देअर,'' सुटकेचा निःश्वास यातेली मात्र बाहेर टाकत गुरुदासनं त्याला हाक मारली.

''यस सर,'' जवळ येत तो रोबो म्हणाला.

''काय विकतो आहेस?''

''मी एक मल्टिपर्पज व्हेन्डिंग मशीन आहे. खाद्यपदार्थ, पेयं, इतर नेहमी लागणारं सामान विकणारं एक स्वयंचलित ॲन्ड्रॉईड. अशा आडबाजूला जवळजवळ रानात मी कसा हे पाहून आपल्याला आश्चर्य वाटलं असेल!''

''हो ना,'' खरं म्हणजे तसं वाटायला गुरुदासचं चित्त भानावर नव्हतं; पण हजरजबाबीपणात आणि डिप्लोमसीमध्ये हार न जाण्याचं आम्हा मलुष्ट्यांचं ब्रीद – म्हणजे तुमच्या लक्षात आलंच असेल.

''तर आम्ही असे आडबाजूलाच आमचा बिझनेस करतो. रानावनात, माळरानांवर, डोंगरी कपारींवर, वाळवंटांत – म्हणून तर तुमच्यासारख्या गिऱ्हाइकांना आम्ही गाठू शकतो. काय हवंय आपल्याला, सर? हॅम्बर्गर? हॉट डॉग? कोक? सेव्हन अप? सॉरी, मद्यविक्री करायला आम्हाला परवानगी नाही. तर मग काय हवंय आपल्याला?''

'मदत. मदत हवीय मला. काय नाव म्हणालास तुझं?''

“जीव्हज!” “वा! वा! अगदी योग्य नाव.”

“थँक्यू सर. तर मग काय देऊ आपल्याला?”

“मदत. मदत. मला ॲक्सिडेन्ट झालाय, जीव्हज.”

“हे आपलं गुपित आपण मला सांगितलंत याबद्दल मी मला धन्य समजतो. आपल्याला हॉट डॉग देऊ का?”

“नको. नको.”

“मग, चिकन लेग? गरम आहे.”

“लेग हवाय मला; पण चिकनचा नको. माझा स्वत:चाच. माझाच पाय हवाय मला.”

“तो आपल्याला मिळेल अशी मी आशा करतो,” जाण्यासाठी वळत जीव्हज म्हणाला, “गुडलक अँड गुडबाय, सर.”

“अरे, अरे, थांब, चाललास कुठं?” जिवाच्या आकांतानं गुरुदास ओरडला.

“काय करणार, सर! काम आहे. पोटापाण्याचा धंदा आहे. गेलं पाहिजे.”

“मला ॲक्सिडेन्ट होऊन मी इथे पडल्याचं निदान मदत पथकाला कळवशील तरी?”

“सॉरी सर! इतरांच्या भानगडीत नाक खुपसायला मी माणूस थोडाच आहे! मी आहे एक रोबो. माणूस कसाही वेडावाकडा वागो, आपण त्याकडे साफ दुर्लक्ष करायचं, त्याबद्दल चकार शब्द कुठं काढायचा नाही अशी शपथ घेतलीय आम्ही. हो, उगीच आमच्यावर कोणी नसत्या उठाठेवी केल्याचा आरोप करायला नको.”

“अरे, पण मी आपणहून सांगतोय तुला. ही नस्तीबिस्ती नाहीच– आवश्यक उठाठेव करायला.”

“तुम्ही सांगाल, सर – जरूर सांगाल; पण आम्हाला आमचे म्हणून काही नीतिनियम, काही उसूल आहेत, की नाही! असं दुसऱ्याच्या सांगण्यावरून – पण जाऊ दे. आम्हा रोबोंचं मन काय कळणार तुम्हाला! तुमच्याशी बोलण्यात बराच उशीर झाला. आता मात्र मला गेलंच पाहिजे.”

आणि जीव्हज चालू लागला.

“थांब, थांब,” गुरुदास किंचाळलाच “मला– मला काही हवंय.”

“हो, ठाऊक आहे मला,” न थांबता पुढे पुढे जात जीव्हज म्हणाला.

“नाही, नाही, ते नाही. मला एक हॉट डॉग हवाय.”

“नक्की? आर यू शुअर, सर,” अर्धवट वळत अविश्वासाच्या स्वरात जीव्हजने विचारलं.

“येस, येस! शुअर! हॉट डॉग आणि एक कोकसुद्धा.”

“पण मघाशी मी आपणास विचारलं तर आपण हॉट डॉग नको म्हणालात.”

"हो. पण आता माझा विचार बदललाय. माझ्या पायानं मला भूक लागल्याचं जाहीर केलंय," जीव्हजनं दिलेला कोक गटागटा पित आणि आणखी एकाची मागणी करत गुरुदास बोलला.

"साठ डॉलर्स झाले," दुसरी बाटली गुरुदासाच्या हाती देत जीव्हजनं सांगितलं.

"साठ! डॅम इट. हे बघ जीव्हज. तुला पैसे दिले असते."

"असते नाही सर. द्यायला हवेत. आम्ही उधारीवर माल नाही विकत. तसं करून दिवाळं फुंकायला मी काही माणूस नाही."

"पण सांगतंय कोण तुला उधार द्यायला. पैसे आहेत माझ्याकडे; पण ते सारे राहिलेत माझ्या पाकिटात. आणि पाकीट आहे पाठीमागच्या खिशात. ते काढणं या अवघडलेल्या स्थितीत तरी अशक्यच आहे. हं आता तू मला इथून बाहेर पडायला मदत केलीस तर..."

गुरुदासने अतिशय हुशारीने जीव्हजला पटवायचा प्रयत्न केला.

"ते कसं शक्य आहे, सर? मानवांना मदत करायला परवानगीच नाही ना आम्हाला."

"हो, पण स्वत:लाच मदत करण्याबाबत कसलीच आडकाठी नाही. तेव्हा तुम्ही मुळीच काळजी करू नका. अपंग, वृद्ध वगैरे मंडळींनाही अशीच अडचण नेहमी येते. तेव्हा त्यांना मदत न करता स्वत:ची वसुली कशी करून घ्यावी याचा ॲडव्हान्स्ड कोर्स पुरा केलाय मी."

आणि काय होतंय याची कल्पना गुरुदासला येण्यापूर्वीच जीव्हजने त्याच्या पॅन्टीच्या पाठच्या खिशात हात घालून त्याचं पाकीट काढलं. त्यातील शंभर डॉलर्सची नोट काढली. सुटे चाळीस डॉलर्स परत ठेवले आणि पाकीट परत खिशात ठेवता ठेवता थबकून ते त्याच्या हातात देत तो म्हणाला, "मला वाटतं, हे वरच ठेवावं. परत कशाची गरज लागलीच तर हातासरशी असलेलं बरं, नाही का?"

काही बोलावं, हे मलुष्यांच्या प्रभावळीतला असूनही गुरुदासला शक्य झालं नाही.

"आणखी काही नको ना, सर?" आपली गाडी रिव्हर्स गिअरमध्ये पाठीमागं घेत जीव्हजनं विचारलं.

"अरे, पण जीव्हज, असं बघ, तू जर मला मदत केली नाहीस ना, तर तर..." गुरुदास अगदी काकुळतीला येऊन म्हणाला, "तर मी मरून जाईन."

"ओऽह मृत्यू? त्याची भीती वाटतेय तुम्हाला, सर? म्हणजे तुम्हाला दुखवायचा किंवा तुमचा अपमान करायचा इरादा नाही माझा; पण मृत्यू म्हणजे काय तर वासा–"

हा आता आपल्याला गीतेमधलं तत्त्व तर ऐकवणार नाही, या आशंकेनं त्या स्थितीतही गुरुदासला चीड आली.

"हो, हो, माहीत आहे. 'वासांसि जीर्णानि.' वाचलंय मी; पण मृत्यू म्हणजे फक्त हे शरीरच नाश पावतं. आतला आत्मा अमर असतो."

"छे, छे, छे, उलटं सांगताय तुम्ही, सर. शरीर तसंच राहतं. चांगलं फ्लास्टीलचं बनवलेलं आहे. फक्त त्यातली पॉवर म्हणजे आता तुमच्या भाषेतला आत्मा तोच कोणीतरी ऑफ करतो. त्याची काय भीती बाळगायची! किंवा वाईट वाटून घ्यायचं! कोणीतरी, कधीतरी परत येऊन ती पॉवर परत चालू करतो. आणि मग, मग पुनर्जन्म होतो. म्हणजे बरोबर शब्दच वापरलाय ना मी."

"हो, शब्द बरोबर आहे; पण..."

"पण नाही झाला असा पुनर्जन्म तरी काही बिघडत नाही. ऑफ स्टेटमध्येच राहिलो तरी काही फरक पडत नाही. कळतच नाही आपल्याला."

"स्वत:बद्दल बोल. आम्हा मानवाचं तुमच्यासारखं नाही. आत्म्याला काही होत नाही आमच्या."

"तरी शरीर खलास होतं म्हणता अजबच आहे. मानवांची तऱ्हा उफराटी म्हणतात ते खरंय तर!"

"असू दे, असू दे. उफराटी असू दे. म्हणूनच तर मरण म्हणजे महाभयंकर. तेव्हा तू कृपा करून जाऊ नकोस. मी पाहिजे तर आणखी काही तरी विकत घेतो."

"खरं म्हणजे तुमच्याबरोबरचा हा व्यवहार फारच आतबट्ट्याचा होतोय. एवढ्याशा छोट्या छोट्या ऑर्डरीपायी बराच वेळ फुकट जातोय माझा. तेव्हा..."

त्याच क्षणी गुरुदासच्या मनात ती भन्नाट कल्पना येऊन गेली. त्याबरोबर क्षणाचाही विलंब न लावता तो म्हणाला,

"मग असं कर. तुझ्याजवळचा सारा माल दे."

"सारा माल?" विश्वास न बसून जीव्हजनं विचारलं.

"सारा माल."

"फार पैसे पडतील, सर."

'पडू देत. माझ्याजवळ क्रेडिट कार्ड आहे. त्याला लिमिट नाही. काय होईल ते बिल मी देऊ शकतो. चल तर मग, ऑर्डर लिहून घे."

"ते काम मी कधीच उरकलंय, सर," बोलता बोलता जीव्हजनं त्याच्या हातातल्या पाकिटातलं क्रेडिट कार्ड काढून त्याच्यावरचा नंबर टिपून घेऊन, सहीसाठी बिल गुरुदासपुढे धरलं होतं. सही करून ते परत जीव्हजकडे देताच त्यानं ते टरकावलं आणि गुरुदासच्या पाकिटात परत ठेवून दिलं. गाडीवरचा माल तो काढायला लागणार तोच गुरुदास म्हणाला,

"ॲन्ड रिपीट दॅट ऑर्डर."

"सर?"

"परत तेवढाच माल आणून दे."

"परत सारा माल?"

"एक्झॅक्टली. अगदी वस्तू न् वस्तू. किती वेळ लागेल?"

"वेळ म्हणजे बघा सर, इथून मी आता गोडाउनमध्ये जाणार. तिथं तुमच्या आधी ज्यांच्या ऑर्डरी नोंदल्या गेल्या असतील त्या आधी मला पोचत्या केल्या पाहिजेत. त्यानंतर तुमची. म्हणजे कितीही घाई केली तरी तीन दिवस तरी लागतील. कदाचित चारही. म्हणजे तेवढ्यात बॉसनं मला दुसरीकडं कुठे पाठवलं नाही ना, तर."

"एवढा वेळ?"

"कमीत कमी तेवढा."

गुरुदासचा अपेक्षाभंग झाला. त्याला वाटलं होतं, की गोडाउन ते ही जागा यामध्ये जीव्हज दिवसाकाठी दहा-बारा फेऱ्या करील. प्रत्येक वेळी गाडीभर माल घेऊन. आणि तोच तोच माल. त्यामुळे कुतूहल जागृत होऊन काय प्रकार आहे हे पाहण्यासाठी कोणीतरी येईल अन् आपली सुटका करील.

पण कसचं काय अन् कसचं काय. चार दिवस म्हणजे आफतच होती.

"मग ऑर्डर कॅन्सल कर."

"पण आता पावती फाडून झालीय, सर. आता कॅन्सल नाही करता येणार."

'ही नाही. रिपीट ऑर्डर कॅन्सल कर आणि या ऑर्डरचा मालही इथे नको उतरवू. तो– तो माझ्या एका मित्राला, टेडी कॉनर्सला भेट म्हणून पाठवायचाय मला. तेव्हा सरळ त्याच्याकडेच पोचता कर म्हणजे झालं. ते तरी करू शकशील ना तू?"

"हे हे शक्य आहे. पत्ता काय म्हणालात त्यांचा?"

गुरुदासनं सांगितलेला टेडीचा पत्ता टिपून घेत जीव्हजनं विचारलं, "भेटीबरोबर काही निरोप? काही संदेश?"

"अरे वा, मला वाटलं होतं निरोप पोचवणं तुमच्या आचारसंहितेत बसत नाही."

"छे, छे, भेटीबरोबर पाठवलेला संदेश आणि नुसतीच पत्रापत्री किंवा माहितीची देवाण-घेवाण यात फरक आहे. हा, या संदेशाच्या आडून आपला मूळ हेतू साध्य करण्याचा तुमचा प्रयत्न असणार नाही अशी आशा बाळगून आहे मी."

"छे, छे, मी तरी तसं कसं करीन. माणूस झालो म्हणून काय इतका खोटारडेपणा करीन मी? अगदी जीवन-मरणाचा प्रश्न असला तरी! तू आपलं

टेडीला असं सांग, की आपण ठरवल्याप्रमाणे या खाडीत विमान पाडण्यात मी यशस्वी झालोय. त्या खुशीप्रीत्यर्थ ही भेट पाठवीत आहे. याच्या दुप्पट पाठवणार होतो; पण अपेक्षेप्रमाणे दोन्ही तंगड्या न तुटता एकच पाय मोडला आहे. डावा. तेव्हा भेटही थोडी डावीच असणार."

"आणखी काही, सर?"

"हो. ताजा कलम ॲड कर त्यात, की इथेच देह ठेवण्याचा इरादा असून, येत्या एक-दोन दिवसांत तो सफल व्हावा."

"सर, मघाशीच तर तुम्ही म्हणालात, की देह म्हणजे शरीर नाश पावते म्हणून, मग देह ठेवणार कसा?"

"ते तुला नाही समजायचं. आम्हा माणसांची तऱ्हाच उफराटी. म्हणून तर आमच्या एका फार पूर्वीच्या संतानं म्हटलंय. "आती को कहते नाव, चलती को कहते गाडी, ऐसी दुनिया बेढंगी, रंगी को कहते नारंगी!"

"हेही कळवायचं?"

"गरज नाही. आधीचा संदेश मात्र न विसरता दे."

"हं, बघतो कसं काय जमतंय ते!"

"का? का? आता कोणती अडचण आली?"

"नाही, आमच्या एथिक्स कमिटीनं पास केला पाहिजे हा संदेश."

"एथिक्स कमिटी? ही आणखी काय भानगड?"

"तुम्हा माणसांची कमिटी म्हणजे भानगड हे जरी खरं असलं तरी आमची ही कमिटी कोणी आम्हाला फसवत नाही ना, आमच्या डोळ्यांत धूळ तर फेकत नाही ना याची खात्री करून घेत असते. भेट संदेशाच्या नावाखाली महत्त्वाचे किंवा गुप्त संदेश पाठवणारे थोडेथोडके नाहीत. परत आम्हीच माणसामाणसांत झगडे लावतो असं म्हणायला तयार. तेव्हा आम्हाला त्या लफड्यात पडायचं नाही. म्हणून ही कमिटी."

एवढं सांगून जीव्हज गेला. गुरुदासचा पाय आता चांगलाच ठणकायला लागला होता. आपला संदेश जर एथिक्स कमिटीनं पास केला नाही तर आपली धडगत नाही, हे तो कळून चुकला होता. तो तसा पास होण्याची फारशी आशा नव्हती. आणि झालाच तरी टेडीला – त्या मूर्खाला त्यातला खरा अर्थ कळणार आहे काय, या शंकेनं त्याला पछाडलं होतं. हा सगळा एक विनोदच आहे असं त्या खुळचटाला वाटलं तर! खरा प्रकार त्याच्या लक्षात यायला आणि त्यानं मदत पथकाला सूचना द्यायला किती वेळ लागेल कोण जाणे. तोपर्यंत इथल्या या मगरी, सुसरी –

गुरुदासची तंद्री खाड्कन उतरली. त्याच्या दुखऱ्या पायाला एकदम बऱ्याच

मुंग्या चावल्यासारखं त्याला वाटलं. त्याने नजर वळवून पाहिलं तो एक खेकडा त्याच्या डेनिन पॅन्टमधून पायाचा चावा घेण्याच्या प्रयत्न करीत होता. त्याला हाकलण्यासाठी म्हणून गुरुदासनं एकदम एवढी जोराची धडपड केली, की त्याचा पाय आणखीच दुखावला. त्यातून येणारी कळ असह्य होऊन गुरुदासची शुद्ध हरपली.

गुरुदास परत शुद्धीवर आला तो एका हॉस्पिटलमध्ये. शुभ्र चादर पसरलेल्या मऊमऊ गादीवर. त्याच्या अंगावर उबदार रजई पांघरलेली होती. बाजूच्या दांडीवर टांगलेल्या सलाइनच्या पिशवीतून थेंब थेंब बाहेर पडणारा द्रव त्याच्या शिरेत टोचला जात होता. समोरच्या नर्सला पाहून आपण हॉस्पिटलमध्ये आहोत हे गुरुदासच्या लक्षातच आलं नाही. त्याला वाटलं, की खेकड्यापाठोपाठ आता सुसर आपल्यावर हल्ला करायला येत आहे.

'सुसरबाई, तुझी पाठ मऊ' असं म्हटलं, की सुसरीपासून सुटका होऊ शकते असं लहानपणी कुठंतरी वाचल्याचं गुरुदासला – करेक्ट – आठवलं आणि केवळ त्यासाठीच त्यानं सुसरीच्या पाठीवरून हात फिरवायला सुरुवात केली. त्याबरोबर ती सुसरच सुसर चावल्यासारखी किंचाळली आणि त्याचा हात झटकून टाकला. हाताच्या शिरेतली सुई निघून सलाइन जमिनीवर गळून भलताच गोंधळ व्हायच्या आधीच त्या किंचाळण्याने डॉक्टर तिथं हजर झाले आणि त्यामुळेच पुढचा अनर्थ टळला.

डॉक्टरांच्या शेजारीच उभ्या असलेल्या तगड्या, धिप्पाड माणसाच्या अंगावरच्या युनिफॉर्मवरून तो कोस्ट गार्ड असल्याचं गुरुदासनं ओळखलं.

"यू आर लकी मिस्टर! आम्ही वेळेवर पोचलो. खेकड्यांनी मेजवानी मारायला सुरुवात केलीच होती. सुसरी-मगरीही काही मागं नव्हत्या."

"ते दिसतंच आहे," गुरुदासच्या नजरेसमोर ती मऊ पाठीची सुसर अजूनही हटत नव्हती.

"काय म्हणालात?"

"नाही, म्हणजे टेडीला माझा निरोप पोचला तर!" भानावर येत गुरुदासनं विचारलं.

"नाही, सर."

कोणीतरी बोललं. कोण बोललं ते दिसलं नाही तरी आवाज गुरुदासला ओळखीचा वाटला.

"कोण आहे?" गुरुदासनं मान वळवायचा निष्फळ प्रयत्न करत विचारलं.

"मी, जीव्हज," पुढे येत जीव्हज म्हणाला, "आमच्या एथिक्स कमिटीकडून तुमचा संदेश पास केला गेला नाही. तुम्ही काहीतरी गुप्त संदेश पाठवत आहात असं

त्यांना राहून राहून वाटत होतं. विशेषत: ती देह ठेवण्याची गोष्ट. मी म्हटलंच होतं तुम्हाला आणि संदेशात जर काही गुप्त माहिती असली...''

''गुप्त डोंबलाची. मी असा उघड्यावर उघड उघड मरत होतो. त्यात गुप्त काहीही नव्हतं.''

''तेच परत. मरणाची कोणाला भीती का वाटावी? देह कसा ठेवता येणार? आहेत ना रहस्यमय प्रश्न. तर मग या रहस्याआड दडलेला निरोप देऊन माणसांना मदत करण्याचा धोका आम्ही कसा पत्करू?''

''अरे, मग केलंस तरी काय तू? मला इथे कोणी आणलं?''

''मग मी आमचे सगळे नीतिनियम तपासले, कायदेकानून नजरेखालून घातले. तुम्ही माझ्याकडचा सारा माल खरेदी केला होता. गिऱ्हाइकाचा संतोष हे आमचं पहिलं कर्तव्य असल्यामुळे मला काहीतरी करणं भाग होतं. तुमच्या भल्यासाठी असली तरी तुम्हाला मदत करायची परवानगी नव्हती मला; पण विरुद्ध तक्रार करायला, तुमच्या गुन्ह्यांचा रिपोर्ट द्यायला मला कोणी अडवणार नव्हतं. म्हणून मग मी तुमच्या विरुद्ध तक्रार नोंदवली.''

''तक्रार? कसली तक्रार?''

''तुमच्या गुन्ह्यासंबंधी.''

''गुन्हा? कसला गुन्हा?''

''वा सर, भले! कितीतरी गुन्हे केले होते तुम्ही. सार्वजनिक ठिकाणी तुम्ही मोडकंतोडकं सामान टाकून देऊन कचरा केला होतात. यंत्रसामग्री खाडीत फेकून प्रदूषण वाढवलं होतं. सरकारी जागा बळकावून तिथं वस्ती करायचा तुमचा प्रयत्न चालला होता आणि सर्वांत गंभीर गुन्हा म्हणजे – सुसर, खेकडा वगैरे वन्य प्राण्यांना तुम्ही मानवी मांस खाऊ घालण्याचा प्रयत्न करीत होतात.''

''या गुन्ह्यांबद्दल केवळ तंबी देऊन तुम्हाला सोडून द्यायचं ठरवलंय आम्ही,'' डोळे मिचकावत तो कोस्ट गार्ड म्हणाला, ''पण पुढच्या खेपेला रिकाम्या पेटी ऐवजी त्यात बॅटरी घालून मगच आकाशात झेप घ्या.''

तेवढ्यात दारावर एक हलकीच थाप पडली.

''हे माझे डॉक्टर आले असणार,'' जीव्हज म्हणाला. ''मी वाटच पाहत होतो.''

''तुझे डॉक्टर? म्हणजे? तुला काय झालंय?''

''डॉक्टरांच्या म्हणण्यानुसार मला महाभयंकर एड्स रोग झालाय.''

''काय? एड्स?'' गुरुदास जवळजवळ किंचाळलाच.

''हो. या रोगानं माणसाला मदत न करण्याची आमची प्रतिकारशक्ती पार कोलमडून आम्ही स्वत:च पुढाकार घेऊन त्यांना मदत करायला जातो. ही वृत्ती

हळूहळू वाढत जाऊन आम्ही गलितगात्र होऊन त्यांचे गुलाम बनून राहतो. गुलाम. फक्त एड्स टू ह्युमन.''

''मग? आता?''

''यावर फक्त एकच उपचार आहे. टोटल शटडाऊन. आमची सगळी पॉवर बंद करून, स्मृतिकोषही साफ करायचा. त्यातली जमलेली जळमंट साफ धुऊन काढायची.''

''नाही, नाही. तू माझा जीव वाचवला आहेस. मी तुला असा मरू द्यायचा नाही.''

''तुम्हा माणसांना मरणाची भलतीच भीती वाटते बुवा! आम्हाला त्याचं काहीच वाटत नाही! उलट पॉवर ऑफ केल्यानं चांगली विश्रांती मिळते. झोप मिळते. एरवी पॉवर चालू असेपर्यंत विश्रांती कुठली! तेव्हा तुम्ही उगीच वाईट वाटून घेऊ नका, सर! तुम्ही लवकरच बरे व्हाल आणि तुम्हाला हॉट डॉग आणि केक विकण्याची संधी मला परत मिळेल अशी मी आशा करतो.''

जीव्हज एवढ्यात दारापर्यंत पोचला होता. त्यानं ते उघडलं. बाहेर काळा युनिफॉर्म घातलेले दोन त्याच्यासारखेच रोबो उभे असल्याचे गुरुदासला दिसले. त्यांनी जीव्हजच्या चकाकत्या प्लास्टीलच्या हातावर तशा भक्कम बेड्या ठोकल्याचंही गुरुदासच्या नजरेतून सुटलं नाही.

तर अशी ही या ॲन्ड्रॉइड्सची, रोबोची तऱ्हा उफराटी असते, मालक आणि उलट ते आपल्यालाच उफराटे समजतात. तुम्ही नका काळजी करू, [illegible] आपण ठीक करून आणू.

तोपर्यंत माझा नेहमीचा ग्लास तुम्हीच आणा, मालक.

(सर्वज्ञानी, दिवाळी, १९८६)

अशीही एक हरितक्रांती

'नॅशनल रिसर्च इन्स्टिट्यूटमधील तरुण शास्त्रज्ञांना एखाद्या गहन समस्येनं चक्रावून टाकलं. त्या समस्येतून बाहेर पडण्याचा मार्ग अथक प्रयत्नांनंतरही त्यांना दिसेनासा झाला की, 'आकाशगंगा'मध्ये जाऊन आपल्या आवडत्या पेयाचे घोट घेण्याचा सल्ला त्यांना त्यांचे अनुभवी वरिष्ठ देत. 'आकाशगंगा'ची ही ख्याती तशी सार्थच होती. एकतर तिथं जमणाऱ्या रेग्युलर मेंबर्सनी आपली हयात वैज्ञानिक समस्यांशी झगडण्यात घालवलेली होती. शिवाय मंडळी जबरी, नामी यातही संशय नव्हता. पेयाचा एक घोट घेतला की त्यांच्या मेंदूतील पेशी अशा काही भन्नाट वेगानं चालू लागत, की त्यातून येणाऱ्या या अफलातून कल्पना ऐकून नव्यानंच आलेला एखादा भोवंडूनच जाई. त्यात आपण दिलेल्या सूचना व्यवहारात आणण्याची पाळी आपल्यावर येणार नाही, ते शिवधनुष्य दुसऱ्याच कोणालातरी पेलावं लागणार आहे याची पुरेपूर खात्री असल्यामुळे मग 'गोष्टी सांगेन युक्तीच्या चार' अशी भूमिका घ्यायला कोणालाही आडकाठी का करावी!

आणि अशा तोडलेल्या अकलेच्या ताऱ्यांमधून खरोखरच काही नवीन वाट मिळावी असे अनेकवार घडलेले असल्यामुळे चर्चेसाठी आलेली नवीन सूचना वरवर कितीही बेफाम वाटली, तिचा शेंडाबुडखाही दिसला नाही तरी तिची अतिशय गंभीर दखल घेतली जाई. त्या दिवशी तेच झाले. अजून मिसरूडही नीट न फुटलेला आणि ओठ पिळले तर दूध येईल असा एक नवथर तरुण दबकत दबकत 'आकाशगंगा'मध्ये शिरला. कॉलेजच्या वसतिगृहात प्रथमच पाऊल ठेवणाऱ्या कोवळ्या किशोरच्या चेहऱ्यावर रॅगिंगची भीती असावी तसेच भाव त्याच्याही चेहऱ्यावर होते. आपल्याकडे कोणाचे लक्ष जाऊन नये म्हणून जेवढे चोरून घेता येईल एवढं अंग चोरत तो पुढे आला आणि मिळेल त्या पहिल्या खुर्चीवर त्यानं बूड टेकवलं... त्या खुर्चीच्या तळात एखादा बॉम्ब

ठेवला आहे अशा भीतीनं बसणारा एखादाही त्याच्यापेक्षा अधिक आरामात बसला असता.

त्याला कोणतं पेय हवं हे विचारण्यासाठी मालक नुसते त्याच्या शेजारी जाऊन उभे राहिले. आणि नेहमीच्या शिरस्त्याप्रमाणे त्यांनी विचारलं, ''काय?''

मालकांना फार बोलायची सवय नव्हती. ते फक्त श्रोत्यांचीच भूमिका बजावत; पण त्याची त्या तरुणाला कुठली कल्पना? अकस्मात कानाजवळ झालेल्या त्या आवाजानं तो खुर्चीतून उडाला. गुरुत्वाकर्षणाच्या नियमात न बसणाऱ्या दोन-तीन स्थिती त्यानं आजमावून पाहिल्या. आणि या अनियोजित प्रयोगातून त्या नियमाची सत्यता पडताळून तो परत खुर्चीतल्या अस्थिर समतोलावर रुजू झाला.

मालकांचा समतोल काही या मिनी-भूकंपाने ढळला नाही. आपल्या प्रश्नाचं उत्तर मिळवण्यासाठी ते तसेच प्रश्नचिन्हासारखेच ठाम उभेच होते.

स्वप्नातील लहरींच्या सहाय्यानं दोघांमध्ये विचारांची देवाण-घेवाण होत असावी, या समजुतीनं इतर सर्वजण गप्पच होते. किंवा आपापल्या चर्चांमध्ये मशगुल होते. त्यातल्याच कोणीतरी परत 'काय!' असं म्हणताच तो तरुण बसला होता त्या खुर्चीतच परत एकदा भूकंप लहरींनी आपला प्रताप दाखवण्याचा प्रयत्न केला; पण या खेपेस त्या तरुणानं त्यास तीव्र प्रतिकार केला. त्यामुळे तयार झालेल्या दाबाचा परिणाम असावा कदाचित; पण त्याचं तोंड उघडून त्यातून 'ॲन्टेना, ॲन्टेना' असे शब्द बाहेर पडले.

मालक बुचकळ्यात पडले. वास्तविक, विचित्र, कल्पनातीत, विलक्षण पेयांच्या मागणीची सवय झाली होती. कोठल्याही मागणीनं आश्चर्यचकित होणं त्यांनी काही वर्षांपूर्वीच सोडून दिलं होतं. तसं केल्यानं होणाऱ्या ॲड्रेनलिन ग्रंथीच्या स्त्रावांचा आपल्या हृदयावर तसाच विचित्र, कल्पनातीत व विलक्षण परिणाम होतो हे नको असलेल्या प्रयोगातून त्यांना कळून आलं होतं. तरीही 'ॲन्टेना' हे कोणतं पेय ते त्यांना कळेना.

''मालक, अजाण शिंगरू आहे, दूधपितं. हायब्रिडोमा शेक द्या, बर्फ घालून,'' 'निर्झरा'नं मालकांची सोडवणूक केली.

''पी, हां, पी, सावकाश, घशात अडकेल, ठसका लागेल,'' मोंसंत्रीनं समजावलं.

''हं, सांग बाळ, काय अडचण आहे? तुझा रोबो तुझ्याबरोबर बोलत नाही? का तुझी लेझर गन चालत नाहीय? रडू नको हं, रडू नको. आपण रोबोचं घर शनिवर बांधू या हं,'' शैवालरसानं त्याचं सांत्वन करीत म्हटलं.

यावर खरोखरीच येणारं रडू आवरीत तो तरुण म्हणाला, ''ॲन्टेनाचा

प्रॉब्लेम झालाय. मार्स स्टेशनवरून येणारे संदेश पकडण्यासाठी अँन्टेना बांधायचीय; पण जिथं ती उभी करायचीय ते घनदाट जंगल आहे. आणि जंगलतोडीची परवानगीच नाही. पार मिनिस्ट्री ऑफ रिफॉरेस्टेशन पर्यंत जाऊन आलो. या अँन्टेनाची जरुरी पटवून दिली. म्हणतात अँन्टेना बांधा. ती पाहिजेच; पण झाडाच्या फांदीला नाही धक्का लागता कामा. यांच्या बापानं बांधलेली होती का अशी अँन्टेना!''

''बापानं नाही, पण चुलत चुलत खापर खापर पणजोबानं बांधली होती,'' संभाषणात प्रथमच भाग घेत बंडोपंत मलुष्टे म्हणाले. यावर त्या तरुणाला 'सावधान' असा इशारा देता येण्यापूर्वीच त्याला दुधाचा ग्लास तोंडाला लावण्याचा इशारा करीत बंडोपंत सांगू लागले,

''माझे एक चुलत चुलत खापर खापर पणजोबा सांदीपन मलुष्टे याचं नाव ऐकलं असेलच तुम्ही. नाही! वाटलंच मला. त्यांच्या इतका प्रसिद्धिपराङ्मुख माणूस अगदी आमच्या मलुष्टे घराण्यातही विरळाच. विसाव्या शतकाचा उत्तरार्ध हा मुख्यत्वे त्यांचा कार्यकाल.

एक दिवस ते असेच घरात टीव्हीवरचा कार्यक्रम पाहत बसले होते. आजकालचे टीव्हीचे कार्यक्रम म्हणजे एक विनोदच आहे; पण त्या काळी टीव्हीला साधारणपणे विनोदाचं एवढं वावडं होतं, की विनोद या नावाच्या व्यक्तीलाही दूरदर्शन केंद्रावर वॉचमन म्हणूनही कामावर ठेवलं जात नसे. अशा परिस्थितीत एक विनोदी कार्यक्रम पाहून ते सावरून बसले. आपली चूक होत असणार, समोरचा कार्यक्रम विनोदी असणंच शक्य नाही. आपण चुकूनमाकून हसलो तर उलट आपलंच हसं होईल अशा समजुतीनं ओठाबाहेर पडू पाहणारं अवखळ हसू त्यांनी दावं तोडून पळू पाहणाऱ्या चुकार वासरासारखं ओढून परत ओठाआड बंदिस्त करून टाकलं; पण पुढच्याच वाक्यातल्या धमाल विनोदानंतर मात्र त्यांच्या हरकतींना न जुमानता खळाळतं हास्य त्यांच्या तोंडून बाहेर पडलं. पुढच्या पोटदुखव्या विनोदाची वाट पाहत असतानाच समोरच्या टीव्हीच्या पडद्यावरच्या चित्रानं भरतनाट्यम्ची तालीम सुरू केली. बाजूच्या लाउडस्पीकरमधून त्यालाच साथ करणाऱ्या मृदंगातल्या बोलासारखे काही आवाज निघून गेले. आणि एकदम काळोखी पसरली. टीव्हीच्या पडद्यावर विनोद पाहण्याची सवय नसल्यामुळे आपल्या डोळ्यांपुढे अंधेरी आली असावी, अशा समजुतीनं त्यांनी नजर इतरत्र वळवली. त्याबरोबर डोळ्यांपुढचा अंधार जाऊन स्वच्छ दिसू लागलं.

काय प्रकार झाला असावा, हे त्यांच्या लक्षात आलं. दिवस पावसाळ्याचे होते. दर पावसाळ्यातच हा प्रकार व्हायचा. बाहेर तर पाऊस धुवाधार कोसळत होता. त्यामुळे अँन्टेना बॉक्समध्ये पाणी जाऊन ती काम देईनाशी झाली असावी, हे सांदीपनच्या ध्यानात ताबडतोब आलं.

आता आपल्या नेहमीच्या माकडतोंड्या टीव्ही मेकॅनिकला बोलावावं लागणार. आणि स्वत:ला झालेला अत्यानंद लपवण्याची धडपड करीत नुकतंच कोणतं तरी मर्तिक पोचवून आल्यासारखा टापशी गुंडाळलेल्या चेहऱ्यानं तो आपली अँन्टेना मृत झाल्याची घोषणा करणार आणि बायको मेल्यावर सांत्वन करायला येण्याच्या मिषानं आपली न उजवणारी पोरगी खपवण्याची धडपड करणाऱ्या वधूपित्यासारखा आपल्याला नवीन अँन्टेना घेण्याची शिफारस करणार, हे भविष्य त्यांना स्वच्छ दिसू लागलं. टीव्हीच्या त्या पडद्यावरचं दृश्यही कधी एवढं स्वच्छ दिसलं नव्हतं.

त्या भविष्य दृश्यानं मरगळ आल्यामुळे म्हणा किंवा नाही तरी उठून करणार काय, या विचारानं म्हणा, सांदीपन तसेच बसून राहिले.

इतक्यात जितक्या झपाट्यानं पडद्यावरून चित्र नाहीसं झालं होतं, तितक्याच झपाट्यानं ते परत आलं; मात्र आधीच्या दिलखुलास विनोदी एकांकिकेची जागा मुळूमुळू रडायला लावणाऱ्या रुदनांकिकेनं घेतली होती. सुरुवातीला सांदीपनची समजूत झाली की आधीचाच कार्यक्रम चालू असावा; कारण 'विनोदी, पोट धरधरून हसायला लावणारा' अशी जाहिरात झालेला कार्यक्रम डोळ्यांतून पाणी काढणारा ठरावा, हाच तसा नेहमीचा कार्यक्रम होता; परंतु बारकाईनं पाहिल्यावर कार्यक्रम बदलायचं त्यांच्या लक्षात आलं. आधी जाहीर केलेला कार्यक्रम आयत्या वेळी बदलणं हे त्यावेळच्या टीव्हीचं खास वैशिष्ट्य होतं. दर्शकांना कसा धक्का द्यावा याचाच विचार कार्यक्रमसमिती करत असे. (यावर एका चलाख प्रेक्षकानं जाहीर झालेलाच कार्यक्रम दाखवलात तर आम्हाला सर्वांत मोठा धक्का बसेल असं कळवलं होतं, हा भाग अलाहिदा) तरीही समितीलाही इतक्या तडकाफडकी कार्यक्रम कसा बदलता आला असेल, या शंकेनं सांदीपन उठले आणि त्यांनी आपल्या घराच्या बाल्कनीतून बाहेर पाहिलं.

हो, त्या काळात स्वत:च्या घराच्या बाल्कनीतून बाहेर पाहता येणं शक्य होतं.

बाल्कनीतून बाहेर पाहताना अँन्टेनाची केवढी नासधूस झाली होती याची कल्पना सांदीपनना आली. वर अँन्टेनाच्या बॉक्सचं शुद्ध पाणी साठवणाऱ्या हौदात रूपांतर तर झालंच होतं; पण त्या बॉक्सपासून निघून टीव्ही सेटपर्यंत पोचणारी लीड इन वायरही तुटली होती. आणि तिचं ते तुटलेलं टोक आता समोरच्याच उंच अशोकाच्या झाडात अडकून पडलं होतं. मान मरगळल्यासारखी खालच्या दिशेने लोंबणाऱ्या त्या अशोकाला इंग्रजीमध्ये 'वीपिंग अशोक– 'रडका अशोक' असं नाव आहे हे तेवढ्यातही मलुष्टे घराण्यातल्या कोणत्याही व्यक्तीप्रमाणे चाणाक्ष असणाऱ्या सांदीपनाच्या लक्षात आल्यावाचून राहिलं नाही. आणि त्याचबरोबर त्यांच्या काळजात एक कळ उठली व मेंदू कोणीतरी कुरतडत असल्यासारखी जाणीव झाली.

नाही, काळजातली कळ किंवा मेंदूचं कुरतडणं हे टीव्हीवरच्या त्या कार्यक्रमामुळे

झालेल्या परिणामापायी नव्हतं; कारण, विशेषत: मेंदूला कोणत्याही प्रकारची तोशीस पडू नये अशी कोशीस त्याकाळी टीव्ही कार्यक्रम अधिकारी करीत असत. ती कळ आणि कुरतडणं अनुक्रमे काळीज व मेंदू यातील – याची जबाबदारी शिवप्रसाद कोष्टांवर होती.

हे कोष्टा त्या काळच्या भारतीय अंतराळ संशोधन संस्थेतील एक वैज्ञानिक होते. बऱ्याच परिश्रमपूर्वक संशोधनानंतर प्रतिभाशाली कोष्टांनी असं दाखवून दिलं होतं की, हिरव्या हिरव्या झाडांचा उपयोग केवळ पतंग अडकवण्यासाठी किंवा त्यावर बसून तुमच्या अंगावर शुभप्रसादाचा शिडकावा करणाऱ्या पक्ष्यांवर दगड भिरकवण्यासाठीच नसून तो अॅन्टेनासाठीही करता येतो. जेवढा वृक्ष उंच, हिरवागार, डेरेदार किंवा सुबक तेवढा त्याचा अॅन्टेना म्हणून उपयोग जास्त.

हिरवे हिरवे माड, मुशीत घातलेल्या सोन्याच्या रंगाच्या रसाळ फळांनी डहुळलेला आंबा, आसमंत शुद्ध करून टाकणारे निलगिरी, उंचच उंच, आकाशाचा भेद करू पाहणारे कॅशुरिना किंवा अॅन्टेना झाली तर झाली, नाही तर मोडून खाल्ली, असा पर्याय उपलब्ध करून देणाऱ्या काजू या झाडाचा अॅन्टेना म्हणून त्यांनी यशस्वी वापर केला होता.

बरं, हे करायला फार मोठी गुंतागुंतीची साधनसामुग्री लागत असे अशातलाही भाग नव्हता. एक साधी, स्वच्छ, आवरण नसलेली वायर घ्यायची आणि हिरव्या हिरव्या झाडाच्या खोडात आतल्या ओलसर भागात खुपसून ठेवायची, की झाली अॅन्टेना तयार! हिरवट झाडं किंवा हिरवी खोडं ही जास्त प्रभावी ठरू शकतात की काय याविषयी उपलब्ध दप्तरात कसलीही टिप्पणी नाही. हं, झाडाला विशेषत: जिथे वायर खुपसली आहे त्या भागात भरपूर ओलावा हवा हे मात्र अत्यावश्यक–हो, तुमचं म्हणणं खरं आहे. कार्यक्रमात नसल्यामुळे निदान अॅन्टेनामध्ये तरी ओलावा असावा की काय हा स्वतंत्र संशोधनाचा विषय होऊ शकेल.

अगदी लघुशक्ती प्रक्षेपकांकडून आलेल्या लहरी पकडण्याची क्षमताही या अॅन्टेनामध्ये असल्याचं कोष्टांनी सिद्ध केलं होतं. त्यामुळे मिळालेलं चित्र स्पष्ट, स्वच्छ आणि प्रामाणिक असंच उमटे. परंपरागत अॅन्टेनाही त्यापुढे फिक्या पडत. कोष्टांनी तर यापुढंही मजल मारली होती. आता फणस, कॅशुरिना वगैरे झाडांचा तर त्यांनी प्रक्षेप अॅन्टेना म्हणूनही उपयोग केला होता. ह्या प्रक्षेपकाद्वारे प्रक्षेपित केलेले कार्यक्रम रंगीत, आकर्षक, वरून काटेरी वाटले तरी रसाळ गाभा असणारे आणि कलात्मकतेची उंची गाठणारे असावेत, हा तुमचा होरा खरा ठरण्यास प्रत्यवाय नाही.

हे सगळं आठवल्यामुळे रडव्या अशोकाच्या झाडांत गुंतून वायरचा आणि समोरच्या पडद्यावरच्या त्या हमखास अश्रू ढाळायला लावणाऱ्या नाटिकेचा संबंध

असावा, अशी शंका सांदीपनच्या मनात, मघाशी हा तरुण आला तशी दबकत्या पावलांनी आली. त्या विचारात त्यांनी वळून परत टीव्हीकडे पाहिलं आणि त्यांना हुंदकाच फुटला. नाही, समोरचं दृश्य जास्तच हृदयद्रावक होतं म्हणून नाही. तर ते दृश्यच नाहीसं झालं होतं. आणि तो पडदाही आपले आसू पुसून परत कोरडा झाला होता म्हणून;

पण पुढच्याच क्षणी चित्र परत प्रकट झालं. या रुदनांकिकेची जागा आता एका हलक्याफुलक्या प्रणयकथेनं घेतली होती. त्या कथेची नायिकाही अस्फुट, कोवळी, क्षणक्षणाला लाजेनं अर्धमेली होणारी अशी होती. आणि त्यामुळेच की काय पण समोरचं चित्रही तिला साजेसं, जीवन व मरण यांच्या सीमारेषेवर घुटमळणाऱ्या आत्म्यासारखं धूसर, अस्पष्ट होतं. ते स्पष्ट करावं म्हणून 'ब्राईटनेस' वाढवणाऱ्या बटनांकडे सांदीपननी आपला हात नेला होता; पण तो तिथपर्यंत पोहचलाच नाही; कारण जसजसा सांदीपनचा हात त्या टीव्हीजवळ पोचू लागला तसतसं ते चित्र जास्तजास्तच अस्पष्ट होत गेलं आणि ती नायिकाही तो हात जणू तिलाच पकडायला येत असावा, अशा भीतीनं दूरदूर पळू लागली. तो हात मागं घेताच परत चित्र जरा जास्त स्पष्ट झालं आणि ती तरुणीही भीतभीत का होईना पण परत आपल्या जागी आली. असं दोनपाच वेळा झाल्यावर वैतागून सांदीपननी बाहेर नजर टाकली आणि त्यांना एकदम कोड्याचा उलगडा झाला.

ती तुटकी वायर रडव्या अशोकाच्या मिठीतून निसटून बाजूच्याच लाजाळूच्या रोपट्याला जाऊन भिडली होती.

एवढा पुरावा मिळाल्यानंतर प्रयोग करायला पुढे सरसावले नसते तर सांदीपनना मलुष्टे घराण्याचं नाव लावायचा अधिकारच राहिला नसता!

प्रथम त्यांनी कोष्टांनीच वापरलेल्या उंचच उंच कॅशुरिनाचा ॲन्टेना म्हणून उपयोग केला. त्याबरोबर 'उँचे लोग', 'उंटावरचे शहाणे', 'गगनभेदी', घार हिंडते आकाशी', 'उडाणटप्पू', 'गेलीस उडत' या नावानंच सारे कार्यक्रम लागू लागले. त्यामधले सारे कलाकारही निदान साडेसात फूट शारीरिक उंची असलेले ताडमाड असत. साडेसहा फूट उंचीच्या एका कलाकाराला मोठ्या मिनतवारीनं बुटक्याचं काम देण्यात आल्याचं त्यांनी पाहिलं. अगदी चर्चेच्या कार्यक्रमातही, 'स्थापत्यशास्त्रात मनोऱ्याचे स्थान', शेती : देवदाराची व रेडवुडाची', 'गिरीशिखरे : ऊर्जेचे नवीन साधन' वगैरे विषयांवर होत. कदाचित हे असे उंची असलेले कार्यक्रम तळमजला, पहिला मजला वगैरे ठिकाणी दिसण्यास आडकाठी येईल या हिशोबानं कॅशुरिनाचा नाद सोडून त्यांनी जवळच्याच डेरेदार चिंचेची निवड केली. चिंचेसारखा पानं कधीही झडून न पडणारा सदाहरित वृक्ष ॲन्टेना म्हणून वापरताच कार्यक्रमाच्या स्वरूपातही फरक पडला; कारण आता सगळ्या कार्यक्रमाचे नायक वयाच्या सत्तरीतही पंधरा

वर्षाच्या कोवळ्या कुमारिकेबरोबर नायकाची भूमिका वठवणारे सदाबहार नट असू लागले. कार्यक्रमांची नावंही 'अभी तो मै जवान हूँ,' 'म्हातारा इतुका न,' 'तरुण तुर्क म्हातारे अर्क,' 'लाईफ बिगिन्स ॲट सिक्स्टी' वगैरे असत.

सांदीपननी जेव्हा मोहोरानं डंवरलेल्या आणि त्याच्या आड दडून साद घालणाऱ्या कोकिळेनं पुनीत केलेल्या आंब्याच्या झाडाची स्थापना ॲन्टेना म्हणून केली, तेव्हा तर कोकिळकंठी गायिकांच्या मैफिलीशिवाय दुसरा कार्यक्रम येईनासा झाला. कधी नाट्यसंगीत, कधी संगीत नाटक. कधी 'गीतोंभरी श्याम', कधी 'संध्या गीते' असा फरक मात्र जरूर पडे; पण ती गीतं म्हणणाऱ्या गायिकांनी कोकिळेचा कंठच नाही तर चेहराही उचलेला पाहिल्यावर मात्र सांदीपननी आंब्याचा नाद सोडला.

त्यांचे इतर प्रयोग मात्र चालूच राहिले; पण सरकारी खात्यातर्फे प्रक्षेपित होणारा कार्यक्रम अगदी पुरस्कृत असला तरी, पाहण्याचं मात्र त्यांनी साफ सोडून दिलं. त्याऐवजी मन चाहेल ते कार्यक्रम ते पाहू लागले. लहर आली की ते खजुरीच्या झाडाचा ॲन्टेना करीत आणि मग निवांतपणे मध्यपूर्वेतून येणारे अमेरिकन कार्यक्रम पाहत बसत. त्याखालची अरबी भाषेतली सबटायटल्स वाचून वाचून ते अरबी भाषाही अस्खलित बोलू लागले होते.

एक दिवस मात्र खजूर समजून त्यांनी चुकून ताडीच्या झाडाला टीव्ही जोडला. मग काय विचारता, महाराज, सगळ्याच चित्रांच्या झोकांड्या जाऊ लागल्या. चित्र स्थिर म्हणून राहिना!

एकदा असंच घराजवळ मोकाट वाढणाऱ्या झुडपालाच त्यांनी वायर कनेक्ट केली. तेव्हा तर दिवस असो, रात्र असो, नुसती हिट आणि हॉट नाटके! त्याशिवाय बात नाही! त्यांच्या कार्यक्रमाचा, शेजाऱ्यांनाही सुगावा लागला. त्यात दिवस उन्हाळ्याच्या सुटीचे. सांदीपनचं कुटुंब गावाला गेल्यामुळे ते घरात एकटेच. शेजारी सतत ठिय्या देऊन बसू लागले. त्यातल्याच एका हिंदी भाषिकानं त्यांच्या 'मुलुख में' असे पेड गल्लोगल्ली उगवतात आणि त्याचं नाव बेशरम असल्याचं सांगितलं.

असे अनेक प्रयोग सांदीपननी केले. चिमटे काढून घायाळ करणाऱ्या कार्यक्रमासाठी 'निवडुंग', भीतीनं थरकाप उडवणाऱ्या भयपटासाठी 'पिंपळ', क्षणाक्षणाला रंग बदलत जाणाऱ्या राजकीय पक्षावरच्या चर्चेसाठी 'तेरडा', 'बटाट्याची चाळ' सारखा आजवर ताजा राहिलेला कार्यक्रम पाहण्यासाठी डालडाच्या डब्यातली तुळस वगैरे झाडांचा उपयोग त्यांनी निरनिराळ्या प्रयोगांमध्ये करून पाहिला. नंतर तर त्याच्याही पुढे मजल मारून जुई, चमेली, मोगरा, गुलाब वगैरे फुलझाडांना ॲन्टेना बसवून त्यांनी रंगीत कार्यक्रमांना सुगंधीही करून टाकलं. त्यांच्या या कार्यक्रमांचा बोलबाला होऊन जो तो जिथं तिथं आमच्या पसंतीची झाडं लावू लागला. त्यामुळे जिकडे-तिकडे हरितक्रांती होऊन मुंबई हिरवीगार होऊन गेली. त्याचं श्रेय तेवढ्यातच 'सुंदर

मुंबई, सुगंधी मुंबई, हिरवी मुंबई' अशी घोषणा देऊन एका राजकीय नेत्यानं उपटलं हा भाग वेगळा.

त्यांच्याकडून त्यांच्या प्रयोगाची इत्थंभूत माहिती घेऊन एका वीरानं तर स्वत:च्या बंगल्याला द्राक्षवेलींनी– ग्रेपव्हाईननी मढवून टाकलं आणि मग घरबसल्या तो शेजाऱ्यांची लफडी, कुलंगडी, प्रकरणं याबद्दलच्या चविष्ट, खोट्यानाट्या गॉसिपची रेलचेल असलेले कार्यक्रम पाहू लागला.

तर दोस्त, असा हा ॲन्टेना महिमा. तेव्हा भर जंगलात ॲन्टेना बांधायला सांगितली म्हणून निराश होऊ नकोस. उलट नशिबाचे आभार मान. इतकी सोपी कामगिरी सोपवल्याबद्दल आनंदानं उड्या मार. त्या जंगलात यथेच्छ भटक, एखाद्या हातपाय पसरलेल्या विशाल वटवृक्षाची निवड कर आणि दे खुशाल लटकावून त्याला तुझी वायर.

"मालक, एक हिरवं हिरवं वाळ्याचं सरबत आणा बुवा!"

(अपूर्व, दिवाळी, १९८६)

●

प्रणयाची साद

"माणसं इतकी इरॅशनल असू शकतात?" थोड्याफार वैतागानं, थोड्याफार विषादानं सिन्थेटिक लिम्बूपाणीनं विचारलं.

"ती माणसं असतात म्हणून. माणसांत आणि जनावरांत हाच तर फरक आहे. माणूस भावविश्वाला, इमोशन्सना फारच महत्त्व देतो," निर्झरा म्हणाला.

"एका अर्थी हे फार विचित्रच आहे. जसजसा माणसाच्या बुद्धिमत्तेचा विकास होत गेला, तसतसा तो आपल्या भावनिक जाळ्यातही गुंतत गेला," सोया कॉफीनं सांगितलं.

'आकाशगंगा'मध्ये अनेक वेगवेगळ्या वैज्ञानिक विषयांवर मनमोकळी चर्चा होई. कोणीही त्यात भाग घेऊ शके. आजही इतरांना त्यात भाग घ्यायची इच्छा होती; पण चर्चेचा रोख कुठं आहे, हेच नेमकं नीटसं कळत नव्हतं. शेवटी न राहवून हैब्रिडोमा मिल्कशेकनं विचारलं,

"पण झालंय काय नेमकं आज?"

"व्हायचंय काय? नेहमीचंच. पुरातन काळी आपण विज्ञान-तंत्रज्ञानात एकदम प्रगत होतो. आजचं सगळं ज्ञान त्यावेळीही होतं. हे सिद्ध करण्यासाठी ही मंडळी मग पुराणांचा, उपनिषदांचा, महाभारतादी ग्रंथांचा, त्यातील श्लोकांचा आधार घेतात. या श्लोकांची भाषा काव्यात्मक जरूर असते; पण गुळमुळीत. त्यातून अनेक अर्थ निघू शकतात," सिन्थेटिक लिंबूपाणी म्हणाला.

"हे अगदी खरं," मोसंत्रीनं हातातला पेला खाली ठेवत दुजोरा दिला. "विज्ञानाची भाषा कशी रोखठोक असते. उगीच आडून पाडून मुखवटा लेवून येणं त्यांना पसंत नसतं."

"एक्झॅक्टली. परवा माझा असाच वाद झाला एकाशी. तो मला मारुती स्तोत्राची महती सांगायला लागला. त्याच्या मते, 'अणूपासोनी ब्रह्मांडा एवढा होत

जातसे' हे अणुबॉम्बचं वर्णन आहे,'' खो खो हसत सिन्थेटिक लिंबूपाणीनं सांगितलं.

''मग. 'वाढता वाढता वाढे भेदिले शून्यमंडळा' हे काय ग्रोथ हार्मोन्सचं वर्णन की काय?'' थट्टेनं मोसंत्रीनं विचारलं.

''हे हे उगीच काय. ग्रोथ हार्मोनने फार तर 'माऊस'चा रॅट होईल; पण बेडकीचा फुगून बैल थोडाच होणार आहे,'' निर्झरानं म्हटलं.

''होईल. होईल. योग्य ग्रोथ हार्मोन मिळाल्यास तेही अशक्य नाही,'' संभाषणात प्रथमच भाग घेत बंडोपंत मलुष्टे म्हणाले, ''शक्याशक्यतेच्याच वार्ता कशाला? अशा एका ग्रोथ हार्मोन घेऊन फुगलेल्या बेडकीनं मागं कलकत्त्यात बराच गोंधळ घातला होता. माझी भाची शोनालीच सांगत होती.''

आता शोनालीच्या कथेची बेडकी फुगणार किती, या विवंचनेत साऱ्याच 'आकाशगंगा'नं आपापली पेयं (आपापल्याच) ओठांना लावली.

''शोनाली तिकडे बंगालातच वाढली. आणि एक अतिशय बुद्धिमान वैज्ञानिक म्हणून तिनं नावही कमावलं. (बंडोपंत सांगू लागले). हा बेडकीचा गोंधळ झाला, तेव्हा ती ख्यातनाम बंगाली वैज्ञानिक शाँतनुकुमार भॉट्टाचार्य यांच्याबरोबर संशोधन करत होती.

हे शाँतनुकुमार त्या काळात, बदकांची वाढ जोरात होऊन ती चांगली धष्टपुष्ट, मांसल, गलेलठ्ठ व्हावीत म्हणून प्रयोग करत होते. बदकांचं मांस हे सर्वांत जास्त प्रथिनयुक्त व म्हणून पौष्टिक असा त्यांचा दावा होता. त्यामुळे आज ना उद्या त्यांना भलताच भाव येईल व मग आपल्या संशोधनामुळे सगळेजण हात जोडत आपले पाय धरायला येतील, याविषयी त्यांना शंका नव्हती. आणि या भविष्यात येणाऱ्या लक्ष्मीच्या पायी हा सरस्वतीचा उपासक आपली बुद्धी खर्ची घालत होता.

त्या बदकांचीच वाढ होईल, अशा तऱ्हेचं एक ग्रोथ हार्मोन त्यांनी बनवलंही होतं. आणि ते घेऊन बदकांची लक्षणीय वाढ होते, हेही दिसून आलं होतं. त्याच ग्रोथ हार्मोनच्या गोळ्या असलेले पेटारे घेऊन एकदा ट्रकमधून तो माल दुसऱ्या गावाला जात असताना ट्रक ड्रायव्हरला वाटेत डुलकी लागू नये या सद्हेतूनं सरकारनं नॅशनल हायवेवर जे उंचसखल भाग, काही लोक त्यांना खाचखळगे, खड्डे, ट्रक ब्रेकर्स वगैरे अनिष्ट व अयोग्य नावांनी संबोधतात, तर असे जे उंचसखल भाग ठेवले आहेत, किंबहुना जोपासले आहेत, त्यातून जाताना एक पेटारा खाली पडला आणि घरंगळत रस्त्याच्या कडेलाच असलेल्या दाट चिखलात पडला. या धडपडीत तो उघडला गेला होता. त्यातल्या त्या गोळ्या विखुरल्या गेल्या होत्या.

त्या पडल्याचं त्या ट्रक ड्रायव्हरच्या नेहमीप्रमाणेच लक्षातही आलं नाही. आणि आलं असतं तरी चिखलात पडून खराब झालेल्या गोळ्या उचलून घ्यायला तो

सायंटिस्टही नव्हता किंवा सरकारी इस्पितळांना औषधं पुरविणारा कंत्राटदारही नव्हता.

ज्यांना माल पोचवायचा त्यांनी फोन करून कळवलं तेव्हा कुठं शोनालीला ते समजलं. एरवी दुसरा खोका पाठवण्याचं आश्वासन देऊन तिनं तो विषय डोक्यातून काढून टाकला असता; पण त्या फोनच्या आधीच इतर काही बातम्या तिच्या कानांवर आल्या होत्या. त्यावरून तिनं त्या प्रसंगाचं गांभीर्य ओळखलं. काही झालं तरी मलुष्ट्यांच्या घराण्यातील ती. बंगालात वाढली म्हणून काय मूळचं तेज आणि कुशाग्र बुद्धिमत्ता हौरा ब्रिजखाली दबून जाणार की काय!

तिनं लगेच राष्ट्रीय अंतर्गत आणीबाणी केंद्राला फोन केला.

बऱ्याच वर्षांत काही काम न निघाल्यानं, केंद्रामध्ये केंद्रप्रमुख गौतम शर्मा आणि त्यांचा एकुलता एक सहाय्यक समीर काळे यांच्याशिवाय स्टाफ राहिला नव्हता.

तशा देशाच्या बाहेरून येऊन अस्थिरता माजवण्याचा प्रयत्न करणाऱ्या, देशाची घडी विस्कटू पाहणाऱ्या आणीबाणी पुष्कळ आल्या होत्या. सतत येतच होत्या. काही खुनशी मंडळी या आणीबाणीचं कारण देशातच आहे, ज्यांचं स्थैर्य धोक्यात आहे, अशी ओरड चालते त्यांच्यामध्येच सामावलेलं आहे, अशी आगपाखड करत; पण असं कित्येक कुत्रे भुंकले म्हणून त्यांच्याकडे लक्ष थोडंच द्यायचं असतं. या देशाची व्यवस्था कोलमडून पाडायची या एकमेव उद्देशासाठीच जगातले यच्चयावत देश धडपडत असतात. त्यांना भरपूर सुबत्तेमुळे त्यांच्या स्वत:च्या जनतेचे प्रश्न नसतातच. स्वदेशाच्या कारभाराची त्यांना चिंता नसते, हे सूर्यप्रकाशाइतकं उघड आहेच. त्यावेळीही होतं.

तात्पर्य काय तर देशांतर्गत आणीबाणी कित्येक वर्षांत न उद्‌भवल्यामुळे माश्या मारण्यापलीकडे गौतम व समीर यांना काहीच काम उरलं नव्हतं. त्यामुळे त्यांच्या फोनची घंटी खणखणली तेव्हा –

"गौतम, फोन," असं समीर गडबडून म्हणाला.

त्यावर "फमीर, सोन," असं आणखीनच गडबडून गौतम म्हणाला.

"गौतम, फो ऽऽ!"

"येस, समीर, फोऽऽऽऽन!!"

या अतिशय मार्मिक संभाषणापाठी आपल्याला उठावं न लागता दुसऱ्यानं फोन घ्यावा ही इच्छा तर होतीच; पण आपल्याला फोन आलाय ही केवढ्या अपूर्वाईची गोष्ट आहे, हे एकमेकांना सांगण्याचाही प्रामाणिक प्रयत्न होता.

शेवटी हो ना, फो ना, करता ज्युनिअर असल्यामुळे समीरला फोन उचलावा लागला.

"हॅलो," काहीशा घुश्श्यातच समीरनं विचारलं; पण पलीकडून आलेला आवाज त्याच्या कानावर पडला मात्र, त्याचा सारा नूरच बदलला. आपल्या कानावरून कोणीतरी मोरपीस फिरवत असल्यासारखं त्याला वाटलं.

शोनालीचा आवाज अतिशय मंजूळ होता हे मी तुम्हाला सांगितलं का? नाही? पण ती मलुष्ट्यांच्या घराण्यातली आहे म्हणताच तुम्ही ते ओळखलं असेलच.

त्यामुळे समीर लक्ष देऊन ऐकू लागला. टिपणं घेऊ लागला आणि मग ताबडतोब कारवाई करण्याचं आश्वासन देऊन त्यानं फोन ठेवून दिला.

गौतम आ वासून या साऱ्या प्रकाराकडे पाहत होता. काय भानगड आहे हेच त्याला कळेना; पण समीरनं फोन खाली ठेवण्याची वाट पाहत तो बसून राहिला होता.

समीरनं मात्र त्याला आश्चर्यानं वासलेलं तोंड मिटून ते परत उघडण्याची संधीच दिली नाही.

"गेट अप, गौतम, ॲन इमर्जन्सी ॲट लास्ट!" तो नाचतच ओरडला.

"म्हणजे?"

"म्हणजे काय, आपल्याला काम मिळालंय."

"कसलं?"

"अरे कसलं काय? इमर्जन्सी आलीय."

"इन्टर्नल आहे? एक्स्टर्नल नाही?"

"शंभर टक्के. खुद्द कलकत्ता शहरात."

"आय सी," आपलं पिस्तूल कमरेच्या होल्स्टरमधून काढून परजण्याची निष्फळ धडपड करीत गौतम म्हणाला.

"कोण आहे तो हरामखोर?"

"एक बेडूक."

"काय?"

"बेडूक."

"समीर, मस्करी नकोय, कलकत्त्यात झाली तरी बेडूक ही काय आणीबाणी आहे?"

"तो बेडूक मोठा असेल तर?"

"अरे मोठा, मोठा म्हणजे कितीसा मोठा असणार आहे?"

"समज, एका मजल्यावर चार फ्लॅट असणाऱ्या इमारतीएवढा मोठा असेल तर– तर?"

"तर-तर मग ती इमर्जन्सी नक्कीच होऊ शकते," आपली हनुवटी चोळत गौतम म्हणाला. त्याच्या चेहऱ्यावर हळूहळू खुशीची चिन्हं पसरू लागली होती.

“आणि तो बेडूक माणसांनाही खातोय,” आणखी माहिती पुरवत समीर म्हणाला, “नुकताच त्यानं एका मोटार चालकाला खाल्ला. त्याच्या मोटारीसकट.”

“कोणत्या मेकची होती मोटार?”

शोनालीनं दिलेली माहिती ज्यात उतरवून घेतली होती, त्या वहीची पानं चाळत समीरनं सांगितलं, “मारुती, स्काय ब्ल्यू रंगाची.”

“व्हॅन? की कारच?”

“नाही. व्हॅन नाही,” हळूहळू समीर म्हणाला, “कारच.”

“तरी हरकत नाही. तरी हरकत नाही,” एकदम आनंदाने ओरडत गौतम म्हणाला.

हा आनंद शेवटी एकदाचं पिस्तूल पट्ट्यातून बाहेर निघाल्याचा होता, की इमर्जन्सी हाती लागल्याचा होता, हे नीटसं सांगणं कठीण आहे.

“आता आहेत कुठं हे बेडूक महाशय?”

“मारुती स्वाहा केल्यानंतर त्यानं रविंद्र सरोवराच्या दिशेनं हनुमान उडी मारली, असा आयविटनेस रिपोर्ट आहे.”

“गुड. गुड. आपणही तिकडंच जायला निघू या. आपलं लाँग डिस्टन्स हेलिकॉप्टर तयार ठेवायला मी सविताला सांगतो. नखं रंगवून रंगवून तिलाही कंटाळा आला असेल. थोड्याच वेळात गच्चीवर ये. इथूनच निघू.”

असं म्हणून गौतम आपल्या सेक्रेटरीच्या सविताच्या खोलीच्या दिशेनं जायला निघाला. दारातच वळून तो समीरला म्हणाला.

“समीर, या साऱ्या मोहिमेला झक्कास कोडनेम पाहिजे.”

“येस! ऑपरेशन मंडूकराज. कसं वाटतं?”

“छे! फार डायरेक्ट झालं. मंडूक हे संस्कृत नाव असलं तरी बेडकाला फारच जवळचं आहे.”

“मग ऑपरेशन उगाचराव कसं काय?”

“उगाचराव? म्हणजे?”

“आमच्या लहानपणी एक कविता वाचल्याचं आठवतं.

डराँव डराँव

का ओरडता उगाच राव?

“डराँव, डराँव. दॅट्स इट. ऑपरेशन उगाचराव फायनल. सविताला लगेच फाइल बनवायला सांगतो. सी यू ऑन दि टेरेस.”

हेलिकॉप्टरनं उड्डाण केल्यावर ते जसजसं वर जाऊ लागलं, तसतशा गौतमच्या चित्तवृत्तीही बहरून आल्या. त्याचं विचारचक्रही जोरात काम करू लागलं.

“समीर, पण हा बेडूक एवढा मोठा झाला कसा?”

"त्यानं काही ग्रोथहार्मोन्सच्या गोळ्या गिळल्या."

"कोणाच्या? आपल्या की त्यांच्या?"

"दोघांच्याही नाही. आपण काय किंवा चीन काय दोघंही निदान सरकारी पातळीवर ग्रोथ हार्मोन शस्त्र म्हणून वापरत असल्याचा कोणताच पुरावा नाही. अगदी रशिया किंवा अमेरिकाही त्याचा उपयोग करत नाही. निकाराग्वातही नाही आणि अफगाणिस्तानातही नाही."

"मग?"

"कलकत्त्यात. डॉ. शांतनुकुमार भॉट्टाचार्य नावाचा एक चक्रम शास्त्रज्ञ आहे. त्यानं बदकांना गलेलठ्ठ आणि महाकाय बनवण्यासाठी या गोळ्या बनवल्या होत्या. भविष्यकाळात बदकांच्या मांसाला फार मोठी मागणी येणार आहे, असा त्याचा होरा आहे. तेव्हा भरपूर पैसा मिळवण्याची ही संधी हातची जाऊ नये म्हणून, त्यानं या तयार केल्या होत्या. त्यांचा परिणाम फक्त बदकांवरच होतो असं त्याचं ठाम म्हणणं आहे."

"तो काय म्हणतो त्याकडे लक्ष देण्याचं कारण नाही. चक्रमच आहे तो; पण मग त्या या बेडकानं कशा गिळल्या?"

"त्या ट्रकनं नेल्या जात असता, वाटेत एक खोका पडला. त्या गोळ्या रस्त्यालगतच्या चिखलात पडल्या तिथंच हा बेडूक..."

"मग आणखी किती गोळ्या उरल्या आहेत?" त्याचं वाक्य पुरं व्हायच्या आतच घाईघाईनं गौतमनं विचारलं.

"नाही. आणखी गोळ्या शिल्लक नाहीत."

"कशावरून?"

"शोनालीनं म्हणजे या चक्रम वैज्ञानिकांच्या असिस्टन्टनं, त्या गोड छोकरीनं मला सांगितलं!"

"ती गोड कशावरून? तुला कसं कळलं ते?"

"तिच्या आवाजावरून, काय गोड आवाज आहे."

"आय सी, म्हणजे आणखी गोळ्या शिल्लक नाहीत तर."

"नाहीत; पण हव्या तर तयार करता येतील, असं शोनाली म्हणते."

"नो. नो. नो. आणखी तयार करायच्या नाहीत. समजा, एखाद्या कोळ्यानं त्या खाल्ल्या आणि त्यानं संसद भवनाभोवती आपलं जाळं विणून टाकलं तर. शिवाय स्पायडरमॅन कॅन्सल करावा लागेल टीव्हीवरून. भलतीच इमर्जन्सी उपटेल. एखाद्या अजगरानं त्या खाऊन राक्षसी आकार धारण केला आणि राजधानी एक्स्प्रेस गिळून टाकली तर मग सह्या असलेली पत्रकं घेऊन आमदार मंडळी दिल्लीच्या वाऱ्या कशी करणार? ती आणीबाणीची परिस्थती हाताळणं आपल्याला जमणार नाही.

तेव्हा आणखी गोळ्या नाहीत.''

''सविताला आपण तसा फतवाच काढायला सांगूया.''

''दॅट्स राईट. एकदम बेकायदेशीर बाब ठरव. आपल्या घटनेनुसार कोणालाही मोठं होण्याचा हक्क नाही. म्हणून ग्रोथ हार्मोन बनवणं हा गंभीर गुन्हा आहे, असं काहीतरी लिही त्यात.''

इतक्यात रविंद्र सरोवराच्या परिसरात हेलिकॉप्टर पोचल्याचं पायलटनं सांगितलं.

त्याबरोबर खाली वाकून पाहत गौतम म्हणाला, ''मला कुठंच दिसत नाही हा बेडूक, समीर.''

त्यालाही तो दिसला नव्हता. त्यामुळे तो थोडासा हिरमुसल्यासारखाही झाला होता; पण उसन्या उत्साहानं तो म्हणाला, ''कदाचित एखाद्या टेकडीच्या आड जाऊन तो मारुतीचा रवंथ करीत असेल.''

''ठीक आहे. मग आपण चक्रमरावांना भेट देऊ या.''

''म्हणजे शाँतनुकुमार भॉट्टाचार्य यांना! हो. हो. तिकडेच जाऊ या,'' शोनालीही तिथंच असेल हे समीरच्या लक्षात तो मलुष्टे नसूनही ताबडतोब आलं होतं.

शोनाली त्यांची वाटच पाहत होती. समीर तिच्याकडे पाहतच राहिला. तिचा केवळ आवाज ऐकून त्याने तिच्याबद्दल केलेल्या कल्पनेहूनही ती अधिक सुंदर होती. सडसडीत बांधा. फडफडणारे मासोळीसारखे डोळे, लालचुटूक जिवणी, प्रमाणबद्ध शरीर, समीर बेडकाला विसरलाच होता.

पण तीच त्यांना आत घेऊन जात एका भल्यामोठ्या प्रयोगशाळेजवळ आली.

''डॉक्टर वरच्या मजल्यावर आहेत. त्यांना बोलावतेच; पण मला वाटलं की तुम्हाला प्रथम लॅबोरेटरी पाहण्याची इच्छा असेल. डॉक्टर पूर्वी भोपळ्यावरच प्रयोग करत होते. ते किती यशस्वी झाले, हे तुमच्या लक्षात आलं असेलच.''

त्या दोघांच्याही ते त्याआधीच लक्षात आलं होतं; कारण प्रचंड आकाराच्या भोपळ्यांनी ती खोली भरून गेली होती.

''पण भोपळ्यांना फारसं भविष्य नाही, हे त्यांच्या लवकरच लक्षात आलं.''

''खरं आहे!'' समीर म्हणाला. ''तंदूर भोपळा कोणी करत नाही. तंदूर बदकं.''

आपल्या भोपळ्यासारख्या पोटावरून नकळत हात फिरवणाऱ्या गौतमला हे संभाषण भलतीकडे चालल्याची शंका आली. गाडी परत रुळावर आणण्यासाठी तो म्हणाला,

''पण त्या बेडकाचं काय? मला वाटतं तुम्ही डॉक्टर भॉट्टाचार्यना बोलवावं.''

''आता बोलावते,'' असं म्हणत शोनाली निघून गेली आणि बरोबर एका सत्तरीच्या म्हाताऱ्याला घेऊन आली. गलेलठ्ठ मान, फुगलेलं शरीर, अंगावर रबराचा काळाकुळकुळीत पायघोळ रेनकोट आणि डोळ्यावर जाड भिंगांचा चष्मा, गृहस्थ

जरा बेडकासारखाच दिसत होता. सतत उडी मारण्याच्या पवित्र्यात असल्यासारखा. कमरेतून थोडासा वाकलाही होता.

''काय पाहिजे?'' चिडक्या स्वरात त्यांनी विचारलं. त्यांचा आवाजही बेडकाच्या चिरकण्यासारखा येत होता.

''त्या बेडकासंबंधी आलो होतो आम्ही.''

''तो बेडूक गेला मसणात. माझा काही एक संबंध नाही त्या बेडकाशी.''

''नाही कसा! तुम्ही तयार केलेल्या त्या ग्रोथ हार्मोनच्या गोळ्या गिळल्यामुळे तो असा मोठा झालाय. फुगलाय. साऱ्या राष्ट्राला अस्थिर करण्याच्या धोकादायक उद्योगात गुंतलाय. आम्ही आणीबाणीची परिस्थिती जाहीर केलीय.''

''तुमच्या आणीबाणीला मी कवडीची किंमत देत नाही.''

''हे पहा, बी रिझनेबल! बऱ्या बोलानं मी सांगतोय तर...''

''नाही तर काय कराल?'' आपल्या रेनकोटआड दडवलेली, गुंडाळलेली छत्री बाहेर काढून तलवारीसारखी परजत, त्यांच्या अंगावर धावून जात भॉट्टाचार्य म्हणाले.

''पण डॉक्टर...'' त्यांना आवरण्यासाठी शोनाली पुढे होणार, तोच बाहेरून शत्रूच्याही उरात धडकी भरेल अशी तुतारी फुंकल्याचा एक आवाज आला.

''मला वाटतं हा त्याचाच आवाज, गौतम,'' समीर म्हणाला.

''खरं आहे,'' त्याला दुजोरा देत शोनाली म्हणाली, ''रॅना कॅटेस्बियाना जातीच्या बेडकाचाच हा लाऊडस्पीकरमधून ऐकल्यासारखा आलेला आवाज वाटतो.''

शोनाली जेवढी सुंदर होती तेवढीच बुद्धिमान होती, हे सांगण्याची आवश्यकता नसली तरी दलदलीतील प्राण्यांचा तिचा खास अभ्यास होता. त्या क्षेत्रात ती ऑथॉरिटी मानली जात असे, हे सांगायला हवं?

तिनं तो आवाज त्या बेडकाचाच आहे, हे सांगताच आपलं पिस्तूल सरसावून गौतम दाराकडे धावला.

''त्याचा काही एक उपयोग नाही,'' भॉट्टाचार्य म्हणाले, ''दॅट गन इज नो गुड.''

''का नाही! का नाही!'' गेल्या सात वर्षांत आपण ते पिस्तूल वापरलेलं नाही, हे या चक्रम म्हाताऱ्याला कोणी सांगितलं, असा प्रश्न गौतमला सतावत असतानाच डॉक्टरांनी पुढे खुलासा केला,

''त्या गोळ्या त्याच्या पाठीवर आपटून परत फिरतील. या गोळ्याच काय पण तोफगोळे, बॉम्बगोळे कशाचाच त्याच्यावर परिणाम होणार नाही.''

गौतमला काहीच वळेना. वेड तर नव्हतं लागलं म्हाताऱ्याला.

''काय बडबडताहेत ते?'' स्वत:चा राग आवरत त्यानं शोनालीला विचारलं.

"हंऽऽऽ" एक लांबलचक सुस्कारा सोडत ती म्हणाली, "ती एक मोठीच अडचण निर्माण झालीय त्यांच्या प्रयोगात. या ग्रोथ हार्मोनचा एक साइड इफेक्ट म्हणजे ते खाणाऱ्या प्राण्याची बाह्य त्वचा एखाद्या चिलखतासारखी टणक बनते. बुलेटप्रुफ बनते. जाकिटं तयार करण्यासाठी त्यांचा उपयोग होण्याची शक्यता असली तरी..."

"अशी बदकं खाणं जरा कठीण जाणार आहे."

"एक्झॅक्टली. हाच प्रॉब्लेम डॉक्टरांना सतावतो आहे. त्यावरच त्यांचा सतत विचार चालू आहे. त्याचमुळे ते जरासे चिडचिडल्यासारखे झाले आहेत."

"मग आता करायचं तरी काय?"

एवढ्यात परत एकदा बाहेरून ती गर्जना ऐकू आली. त्याबरोबर डॉक्टरांनी त्यांना मदत करण्याचं मान्य करून त्यांच्या पाठोपाठ सर्वांना येण्यासाठी सांगितलं.

त्यांचा विचार बदललाय हे गौतमच्या ध्यानात येण्यापूर्वी ते बाहेर निघूनही गेले होते.

त्यांची चाल इतकी झपाट्याची होती की, एखादा बेडूकच उड्या मारत चाललाय की काय, असं गौतम, समीरला वाटून गेलं. त्यांच्यापाठी जाताजाता त्रेधातिरपीट उडाली.

शोनाली थांबल्याचं पाहून धापा टाकत तेही थांबले. दम खाईपर्यंत त्यांनी आजूबाजूला नजर टाकली; पण डॉक्टर त्यांना दिसेनात. तसे ते घनदाट जंगलात होते. त्यामुळे डॉक्टर जवळ असते तरी त्यांच्या दृष्टीस सहजासहजी पडले नसते.

"गेले कुठे हे?" त्याने तसे ते नेहमीच्याच आवाजात शोनलीला विचारलं.

"शट अप, शट अप, मी इकडे आहे," त्यांच्या पाठीमागून डॉक्टरांचा दबका आवाज आला.

गौतम, समीर, शोनाली तिकडे धावली. सुंदरबनात गौतम व समीर प्रथमच येत असल्यामुळे घनदाट झाडीबरोबरच मधून मधून दलदलीचे विस्तीर्ण प्रदेश असल्याची त्यांना माहितीच नव्हती.

अशाच एका मोकळ्या जागेत तो प्रचंड आकाराचा बेडूक बसला होता. त्याचे ते बुळबुळीत डोळे भयानकरीत्या मिचकावत होता. गळ्याजवळची श्वासोच्छ्वासाची हालचाल एखाद्या राक्षसी हृदयाच्या धडधडीसारखी भासत होती.

त्याच्यासमोर डॉक्टर उभे होते. त्यांच्या तोंडात एक विचित्र आकाराची सोन्याची शिटी होती. ती ते फुंकण्याचा प्रयत्न करत होते; पण आवाजच उमटत नव्हता.

"माय गॉड. काय जायगॅन्टिक आहे हा बेडूक!" गौतम, समीर एका सुरात म्हणाले.

"शट अप, शट अप," वैतागून डॉक्टर ओरडले, "एक शब्द बोलू नका

आणि दूर व्हा पाहू. तो तसा चपळ आहे. आणि त्याहीपेक्षा त्याची लांबलचक जीभ जास्त चपळ आहे.''

त्याबरोबर ते तिघेही जरा लांब एका झाडाआड आसरा घेत, काय होतंय त्याकडे पाहू लागले.

डॉक्टर ती शिटी फुंकतच होते. आवाज उमटतच नव्हता; पण बेडकाचे डोळे जडावल्यासारखे हळूहळू मिटत होते.

ते पाहताच शोनाली म्हणाली, ''डॉक्टर अल्ट्रासॉनिक शिटी फुंकताहेत. त्यातील ध्वनिलहरी आपण ऐकू शकत नाही; पण त्या बेडकाला त्या बरोबर ऐकू येताहेत. अन् त्याचमुळे तो असा गुंगीत असल्यासारखा पडून आहे. डॉक्टर त्याला झोप आणण्याच्या प्रयत्नात आहेत.''

''वाऽह! जवाब नहीं, डॉक्टरचा भी. काय नामी युक्ती शोधून काढलीय त्यांनी. तो झोपला की...''

''काय बडबड चालवलीय.'' डॉक्टर चिडून ओरडले. ''माझ्या सगळ्या प्रयत्नांवर पाणी ओतलंत तुम्ही...''

डॉक्टर असं म्हणताहेत तोच झोपेत असलेला तो बेडूक एकदम जागा झाला. अन् काय होतंय हे समजायच्या आतच त्याच्या तोंडातून एक लांबलचक जीभ बाहेर आली. तिनं हत्तीच्या सोंडेसारखा डॉक्टरांना विळखा घातला. आणि त्यांना गिळंकृत करून टाकलं.

त्यांच्या रेनकोट, छत्री, जाड भिंगाच्या चष्म्यासह, अगदी त्या सोन्याच्या शिटीसह देखील.

त्यामुळे त्या बेडकाचंही ओरडणं आता अल्ट्रासॉनिक होणार की काय अशी शंका समीरच्या मनात येत असताना परत एकदा पिस्तूल परजत गौतम पुढे धावला.

''मागं फिरा. मागं फिरा,'' शोनाली ओरडली आणि तिनं गौतमला जवळजवळ खेचतच परत झाडापाशी आणलं.

गौतमच्याऐवजी आपण जायला हवं होतं, असं समीरला तेवढ्यातही जाणवून गेलं.

''काय करत आहात? त्या गोळ्यांचा काही एक उपयोग नाही हे डॉक्टरांनी सांगितलं नाही का? आणि समजा असता तरी त्यामुळे डॉक्टर परत येणार आहेत का? गडबडून न जाता शांत डोक्यानं आपल्याला विचार करायला हवा.''

''बरोबर आहे,'' तिच्याशी सहमत होत समीर म्हणाला, ''पण मग करायचं काय?''

''त्या बेडकाला इथेच राहू दे. त्याला त्या ग्रोथ हार्मोनची चटक लागलेली

दिसतेय. त्या मिळतील, या आशेनं तो इथेच जवळपास राहिलसं दिसतंय. आपण परत फिरून काय उपाय करता येईल, याचा जरा सविस्तर विचार करू या.''

त्याचमुळे राष्ट्रीय सुरक्षा मंडळाची तातडीची बैठक बोलावली गेली. अध्यक्षस्थानी फील्ड मार्शल तेजेश्वर सिंग होते. भल्या भल्या शत्रूंना त्यांनी आजवर लोळण घ्यायला लावली असल्यानं, एका यत्किंचित बेडकाचं एवढं प्रस्थ का माजवलं जात आहे हेच त्यांना समजत नव्हतं.

''साधी बेडकुळीच आहे ना. मग तिला पकडायला कितीसा वेळ लागतो? माझा ऑर्डलीसुद्धा करून देईल ते काम. त्यासाठी नॅशनल सिक्युरिटी कमिटीचा वेळ कशाला दवडताय?''

''नाही, जनरल,'' गौतम धीर करून म्हणाला.

''फील्ड मार्शल,'' त्याच्याकडे ज्या नजरेनं तेजेश्वर सिंगांनी पाहिलं त्या नजरेनं त्या बेडकाकडे त्यांनी पाहिलं असतं तर कदाचित तो बेडूक भस्म होऊनही गेला असता.

''सॉरी, सॉरी, फील्ड मार्शल. बेडूक साधा नाहीय. प्रचंड आहे.''

''तरीही साधा बेडूकच ना?''

''नाही फील्डमार्शल,'' मध्येच संभाषणात भाग घेत शोनाली म्हणाली, ''रिना टिग्रीना जातीचा हा बेडूक नाही. रॅना कॅटेस्बियाना जातीचा आहे. त्याची संपूर्ण माहिती मिळावी म्हणून डॉक्टरांनी तयार केलेली एक फिल्मच मी आणली आहे. ती दाखवावी म्हणते.''

''गुड गुड. दॅट्स लाइक ए गुड गर्ल,'' खुश होत फील्ड मार्शल म्हणाले.

सिनेमा पाहायचा त्यांना भारी नाद होता. शत्रू धावून आल्यावरही समोरचा सिनेमा संपेपर्यंत ते उठत नसत, अशी त्यांची ख्याती होती. त्यामुळे शत्रूचा हल्ला रविवारी सायंकाळी किंवा शुक्रवारी देर रातसे होण्याची शक्यता असल्याचं इंटेलिजन्स विंगने केव्हाच सांगून टाकलं होतं.

शोनालीनं तऱ्हेतऱ्हेच्या बेडकांची माहिती असलेली फिल्म दाखवायला सुरुवात केली. डॉक्टर भॉट्टाचार्यनी पूर्वीच्या काळातल्या त्या डेव्हिड ॲटेनबरोसारखा पांढरा धोप सफारी घालून सुरुवात केली; पण पहिल्याच शॉटमध्ये चिखलातल्या बेडकानं त्यांच्या अंगावर उडी मारून त्यांच्या सफारीचं उद्‌घाटन केल्यावर फक्त बेडकीशिवाय काहीच दुसरं त्या फिल्ममध्ये राहिलं नाही.

शोनालीच्या आवाजातली कॉमेन्ट्री ऐकण्यात समीरसह सारे रंगून गेले होते. रॅना कॅटेस्बियाना ही बेडकातली आकारानं सर्वांत मोठी जात कशी आहे; मांसाहारी असून किडे, अळ्या, मच्छर यांच्यावर कशी यथास्थित ताव मारत असते; या जातीच्या बेडकांचा आवाजही कसा भरदार आहे वगैरे माहिती देऊन झाल्यावर

सिनेमा संपला.

सगळ्यांनी टाळ्या वाजवल्या आणि शोनालीचं अभिनंदन केलं. कॉफी, केक वगैरे आणण्यात आले. आणि बैठकीला एकंदरीत पार्टीचं स्वरूप आल्याचं पाहून गौतम फार अस्वस्थ झाला; परंतु फील्ड मार्शल आपले जोक्स सांगत असल्याचे पाहून चुळबुळत गप्प बसून राहिला. त्यांच्या जोक्समध्ये व्यत्यय आणल्याचं त्यांना अजिबात खपत नसे. शत्रूचा हल्ला होईल तेव्हा ते जोक्स सांगत असावेत, अशी प्रार्थना म्हणूनच सारे जण करीत असत.

शोनालीला अर्थात त्याची कल्पना नसल्यामुळे तिनं त्या बेडकाची आठवण करून दिलीच.

''हंऽऽ!'' भल्या लठ्ठ चिरुटाची राख झटकत फील्ड मार्शलनी तो प्रश्नही झटकून टाकला, ''आपलं एक हेलिकॉप्टर पाठवू या. त्याच्याकडे एक भलं मोठं जाळं देऊ या. भर समुद्रात कोळी घेऊन जातात तसलं. ॲडमिरल कण्णिमंगल गोपालकृष्ण राजन त्याची व्यवस्था करतील.''

ॲडमिरलच्या नावाएवढं लांबलचक जाळं मिळालं तर बेडूक ताब्यात येईल याबद्दल कोणालाही संदेह नव्हता.

फक्त शोनाली सोडून.

शेवटी तिचाच होरा अचूक ठरला; कारण तो बेडूक जाळ्यात सापडला नाही. त्याच्यावर टाकलेल्या बॉम्बना त्यानं दाद दिली नाही. रणगाडे, तोफगोळे एवढंच काय; पण लेसर गन्सनाही तो पठ्ठा पुरून उरला. त्या लेसर गन्स स्वीडनहून आयात केलेल्या नसल्यामुळे त्यांच्या मारक शक्तीविषयी सर्वांनाच खात्री होती. आणि त्याचमुळे सर्वच जण घोर चिंतेत पडले.

अगदी फील्ड मार्शल तेजेश्वर सिंगसुद्धा!

प्रसंगाचं गांभीर्य त्यांच्या लक्षात आलं होतं. आणि म्हणूनच त्यांनी तिथल्या तिथं घोषणा केली.

''आता एकच उपाय! रेड ॲलर्ट.''

''म्हणजे, सर?''

''म्हणजे काय ते तपशीलवार नाही सांगता यायचं. राष्ट्रीय महत्त्वाच्या गुप्त गोष्टी अशा उघड नाही करता यायच्या; पण एवढं समजून चला की, आता अगदी ठेवणीतलं, खास, अंतिम अस्त्र आम्ही वापरणार आहोत. ते वापरण्याची खास परवानगी मला पंतप्रधानांकडून मिळायला हवी. तो बेडूक हा अंतर्गत विरोधक आहे, की पक्षाबाहेरचा आहे, यावर मंत्रिमंडळाची बैठक बोलवावी लागेल. तो तसा आहे की नाही हे ठरेल.''

ती परवानगी मिळायला तसा त्रास पडला नाही; कारण सारं सैन्य पाठी

लागलं असताना त्यांना हुलकावण्या देत तो बेडूक ज्या हनुमान उड्या मारत होता, त्यामुळे साऱ्या देशाचंच लक्ष त्यानं वेधून घेतलं होतं. वर्तमानपत्रांतून रोज त्याच्यावर बातम्या, लेख छापून येत होते. दूरदर्शनवर बातम्यांच्या सुरुवातीसच सॅटेलाईट चित्र दाखवून तो नेमका कुठं आहे, हे प्रेक्षकांना दाखवलं जात होतं. परवानगी मिळाली तेव्हा तो राजस्थानच्या वाळवंटात असल्याने तिथंच ही कारवाई करण्याचं ठरवलं. कारवाईला 'ऑपरेशन आकाशस्तंभ' असं नाव देण्यात आलं.

कारण ते खास ठेवणीतलं अस्त्र म्हणजे एक उंचच उंच असा स्तंभ होता. या स्तंभावर दोन प्रचंड आकाराचे गोळे बसवण्यात आले होते. त्या गोळ्यांमधून प्रखर विद्युत स्पंद वाहत होता. कोणताही धातूमय पदार्थ त्या गोळ्यांमध्ये सापडला की, त्या दोन गोळ्यांमधील विद्युत प्रवाहामुळे ठिणग्या उडून, स्पार्किंग होऊन त्याची क्षणात राख होऊन जाई. हवाई हल्ल्याविरुद्ध अतिशय रामबाण असं हे अस्त्र होतं.

प्रश्न होता तो फक्त तो बेडूक धातूचा नसल्यामुळे तो या गोळ्यांमध्ये कसा अडकणार याचा!

पण त्यावर समीरनं तोडगा काढला. तो म्हणाला,

"या बेडकानं एक मोटार खाल्लीच आहे. शिवाय डॉक्टरांची सोन्याची शिट्टी."

"हो."

"मग मामला सीधा आहे. त्याला आणखी मोटारी खाऊ घालाव्यात, की त्याच्या पोटात पुरेसा धातू जमा होईल. मग आपलं काम होईल."

"पण मोटार मिळणार कशी? कोण देईल?" कोणीतरी शंका काढली.

"कोण देईल म्हणजे?" फील्ड मार्शल गरजले. "नॅशनल इमर्जन्सी आहे ही. मी मागेन ते द्यावं लागेल. कोणत्या मेकच्या मोटारी खातो हा?"

"तशा कोणत्याही खातो; पण मारुती त्याला जास्त आवडतात," समीरनं माहिती पुरविली.

यावर प्रायॉरिटी बेसिसवर मारुती पुरविण्याची ऑर्डर फील्ड मार्शलनी काढली. बेडकाची गरज पुरी होईपर्यंत सारे सप्लाय शेड्यूल फ्रीज करण्याच्या ऑर्डर्स सुटल्या.

आता फक्त त्या बेडकाला आकाशस्तंभाच्या दिशेनं आकाशात उड्या कशा मारायला लावायच्या एवढाच प्रश्न उरला होता; पण त्यासाठी गायडेड मिसाईल्स वापरून नेमक्या त्याच्या पोटाशी स्फोट घडवून आणण्याचं ठरवलं गेलं.

सगळी सज्जता झाली. कन्ट्रोल बंकरमध्ये बसून फील्ड मार्शलनी काउंटडाऊन सुरू केला.

हातातल्या घड्याळावरची नजर न उचलता फील्ड मार्शल म्हणाले,

"जन्टलमेन ॲण्ड लेडी. आता काउंटडाऊन सुरू होत आहे. मी फायर म्हटल्यानंतर दहा सेकंदांत त्या बेडकाची नामोनिशाणी राहणार नाहीय. अस्थिरतेच्या भयानक संकटातून देश वाचणार आहे. परत एकदा गरिबी हटावच्या कार्याला आपल्याला वाहून घेता येणार आहे. त्यासाठी स्वित्झर्लंडला जाण्यासाठी आपले नेते तयार होऊन बसले आहेत. तेव्हा फायर..."

मिसाईल फायर केले गेले.

फील्ड मार्शलनी आकडे मोजायला सुरुवात केली, "टेन, नाईन, एट, सेव्हन."

"उडाला तो, आकाशात उडाला, जनरल," कोणीतरी आनंदानं ओरडलं.

"फील्ड मार्शल, यू फूल," त्याच्याकडे पाहण्यासाठी त्यांनी नजर घड्याळावरून उचलली. अन् मग आपण काय केलंय याची जाणीव होऊन ते ओरडले, "पाहिलंस? आता काउंटडाऊन विसरलो मी."

"फाईव्ह, फोर," शोनालीनं आठवण करून दिली.

"थँक्यू डिअर. थ्री. टू. वन."

पुढच्याच क्षणी आकाश कोसळल्यासारखा त्या बंकरवर आघात झाला. सारी यंत्रणा बंद पडली. वीजप्रवाहही बंद पडला. इमर्जन्सी सप्लाय ऑन होऊन परत दिवे लागेपर्यंत एक गोंधळ उडाला.

"काय झालं?" सारेजण विचारत होते.

"तो जो उडाला त्याच्या पायाच्या एकाच ठोकरीनं आपला आकाशस्तंभ कोसळून पडला आणि त्या गोळ्यांमधल्या विद्युतरंगांमुळे जोरदार स्पार्किंग होऊन हाहाकार माजला आहे. पलीकडचं गाव उद्ध्वस्त होऊन गेलंय. या जागी एक अर्धा किलोमीटर खोलीचा आणि दहा किलोमीटर व्यासाचा खड्डा पडलाय.

जगाला वाटतंय की आपण एक जबरदस्त ॲटमबॉम्बची चाचणी केलीय."

या गदारोळात शोनाली तिथं नसल्याचं कोणाच्याच लक्षात आलं नाही. आलं ते प्रथम समीरच्याच. तिच्या अंगावर एखादी भिंत तर कोसळली नसावी, या शंकेनं व्याकूळ होऊन त्यानं ते फील्ड मार्शलना सांगताच त्यांनीही चौकशीला सुरुवात केली. तेव्हा त्यांच्याच एका फील्ड ऑब्झर्व्हरनं ती बाहेर पडून एका मोटारीतून नैर्ऋत्येच्या दिशेनं गेल्याचं सांगितलं.

त्याबरोबर बाहेर पडून सारे जण त्या दिशेनं गेले.

तो बेडूकही त्याच दिशेनं गेल्याचं आतापर्यंत त्यांना कळलं होतं.

ते तिथं पोचले तो त्या बेडकाच्या समोर निर्भयपणे उभी राहून शोनाली हातातली एक छोटीशी पुठ्ठ्याची डबी त्याला दाखवत असल्याचं त्यांना दिसलं.

ते जवळ आलेलं पाहताच तिनं त्यांना ताबडतोब दूर व्हायला सांगितलं आणि साऱ्या मोटारी जय्यत तयार ठेवण्याची ऑर्डर दिली.

"पण करतेस काय तू?" समीरनं विचारलं. त्याच्या स्वरातली काळजी तेवढ्या गडबडीतही तिला जाणवल्याशिवाय राहिली नाही.

"सांगायला आता वेळ नाही. गाडी चालू ठेवून तू तयार रहा. मी आलेच."

सर्वजण आपआपल्या गाड्यांत बसून उत्सुकतेने तिच्याकडे पाहत होते.

तिनं हळूच त्या डबीचं झाकण उघडलं. आतून एका बेडकाचा सांद्र सुरातला हळुवार आवाज आला.

पुढच्याच क्षणी त्या प्रचंड बेडकाच्या गळ्याची थरथर वाढल्याचं समीरला जाणवले आणि शोनाली डबीचं झाकण लावत लावतच धावत समीरच्या गाडीत शिरली.

"जोरात चालव गाडी. लाइक हेल. आणि कच्छच्या दिशेनं घे," तिनं सांगितलं.

गाडी जेमतेम किलोमीटरभर गेली असेल, पाठीमागे ती प्रचंड गर्जना ऐकू आली आणि पाठोपाठ हनुमान उडी.

आणि अशा तऱ्हेनं एक अभूतपूर्व शर्यत सुरू झाली. त्या गाड्यांच्या ताफ्यामागून तो बेडूक उड्या मारत धावू लागला; पण कधी तो त्या ताफ्याच्या पुढे जाई, तर परत उलट उडी मारताना त्यांच्या पाठी पडे.

असं करतकरत ती सारी वरात जेव्हा कच्छच्या रणाजवळ पोचली, तेव्हा गाड्या थांबवून तिनं सर्वांना तयारीत, पण दूरवर रहायला सांगितलं. आणि एकटीच ती किनाऱ्याजवळ पोचली.

तिनं ती डबी उघडून ठेवली. त्यातील तो सांद्र सूर परत एकदा बाहेर पडला.

अन् पुढच्याच क्षणी आकाश दणाणून सोडणाऱ्या त्या तुतारीचा आवाज परत एकदा ऐकू आला. आणि त्यापाठोपाठ आकाश झाकोळून टाकणारं ते धूड.

ते पडलं ते मात्र रण नावानं ओळखल्या जाणाऱ्या त्या अफाट खाजणात. आणि त्या दलदलीचा जोरच एवढा, की धडपड करूनही त्या बेडकाला त्यातून सुटका करून घेणं अशक्य झालं. जो जो जास्त जास्त धडपड तो बेडूक करे तो तो, तो जास्त जास्तच रुतत जाई.

बघता बघता त्या रणानं त्याला गिळून टाकलं. ती डबी उचलून शोनाली परत आली. तिनं ही किमया कशी साध्य केली, हा प्रश्न विचारायचं सगळ्यांच्याच जिभेवर होतं, हे ओळखून तिनंच सांगायला सुरुवात केली.

"प्राण्यांच्या या खास गुणधर्माचा उपयोग आजवर इतर अनेक कारणांसाठी केला गेला आहे. इतर अनेक गोष्टी एखादा प्राणी टाळू शकतो; पण मादीनं घातलेली 'प्रणयाची साद' कानाआड करणं कोणत्याही नराला शक्य नसतं. मी फक्त या रॅना कॅटेस्वियाना जातीच्या मादीला या डबीत पकडून तिथं ठेवलं. पुढचं

सारं काम निसर्गानंच केलं.''

'प्रणयाची साद' समीरनं तिचेच शब्द परत उच्चारले, तेव्हा त्याची नजर शोनालीकडे आणि तिची त्याच्याकडे होती.

''तात्पर्य काय, की ग्रोथ हार्मोन घेतल्यावर बेडकाचा बैलच काय, पण डायनोसॉरही होऊ शकतो. प्रणयाची साद झिडकारणं डायनोसॉरनाही शक्य नव्हतं. आणि माणूस काय, शेवटी प्राणीच. तेव्हा भावनांना बळी तो पडणारच.

तेव्हा मालक, एक ग्रोथ हार्मोन... आपलं हैब्रिडोमा शेक आणा बुवा!

(अमृत, दिवाळी, १९८७)

●

चंद्रमधूचा शाप

'आकाशगंगा'तलं वातावरण भलतंच गंभीर झालं होतं. उदास होतं. शैवालरसावर धरणाऱ्या घट्ट साईसारखी एक काळपट हिरवट किंवा कदाचित हिरवट काळपटही असेल, नक्की रंग कोणता याविषयी मतभेद, खरं म्हणजे रंगभेद होते. अशी एक दाट बीभत्स छाया सर्वत्र पसरल्याचं त्या दृष्टीनं पहाणाऱ्याला स्पष्ट दिसत होतं.

मालकांनी नेहमीप्रमाणे आठवण ठेवून प्रत्येकाच्या आवडीच्या पेयाचे प्याले प्रत्येकासमोर ठेवले होते. तरीही प्रत्येकाचा चेहरा लांब झालेला होता. चिंतेनं ग्रासलेला होता. पहिला पेला संपल्यावर मालक देतील त्या पेल्याचे पैसे द्यावे लागतील, ही चिंता त्यांना पोखरत नव्हती, असं शंभर पूर्णांक शून्य शतांश इतक्या छातीठोकपणे सांगता येणं शक्य नसलं तरी खरं कारण ते नव्हतं, असं म्हणावयास तसा पुष्कळ वाव होता. मामलाच तसा गंभीर होता. बातमीच तशी धक्कादायक होती. निश्चिततेवरचा, मानवाच्या कर्तृत्वावरचा विश्वासच मुळापासून उखडून टाकणारी होती.

चांद्रवसाहतीपैकी पृथ्वीकडे पाठ फिरवलेल्या, कधीही न दिसणाऱ्या चंद्राच्या भागावरची एक वसाहत संपूर्णपणे नामशेष झाली होती. लवंगी फटाक्याचा सर उडावा किंवा फटाक्यांचा कोट पेटताना जसे स्फोटामागून स्फोट होत जावेत तशी काही अनाकलनीय अशी स्फोटांची मालिका होऊन ती वसाहत जमीनदोस्त झाली होती. बेचिराख झाली होती.

नक्की कारण मात्र कळलं नव्हतं. किंबहुना, गेले वर्ष सहा महिने त्या वसाहतीची काहीच वार्ता पृथ्वीवर आली नव्हती. वर्तमानपत्रांतून बोटभरही बातमी प्रसिद्ध झाली नव्हती. त्या वसाहतीनं बदनाम विधेयक पास केल्यासारखी परिस्थिती निर्माण झालेली असावी, असं म्हणावं तर त्या वसाहतीचं गुणगान गाणारी वार्तापत्रंही झळकली नव्हती. यावर कोणी कदाचित तीच बदनामी ठरण्याचा धोका

आहे असा श्लेष काढू पाहील; परंतु इतकी संपूर्ण सेन्सॉरशिप आणीबाणीतही अनुभवली नव्हती, असं नव्वदीपलीकडची वृद्ध मंडळी सांगत होती.

सेन्सॉरशिप असावी हा समज मात्र दृढ होत चालला होता; कारण तिथल्या नातेवाईकांकडून पत्रं येणंही बंद झालं होतं. अगदी देण्यासंबंधीचे तगादेही येणं बंद झालं होतं.

आणि त्यानंतर आली ती बातमी अशी!

खरं म्हणजे हीही बातमी कशी फुटली याचं अनेकांना आश्चर्य वाटलं होतं; पण ही बातमी गुप्त ठेवणं अवघडच होतं, हेही तितकंच खरं.

स्फोटांची मालिकाच इतकी जबरदस्त होती, की चांद्रभूकंपनमान केंद्राची मालिकाच त्यामुळे हादरून गेली होती. त्या वेळी झालेल्या सततच्या स्फोटांनी तिथल्या यंत्रांचे काटे अजूनही थरथरत होते, अशी वदंता होती. या केंद्रांमध्ये काम करणारी सारी मंडळी निवृत्तीनंतरही पदांना चिकटून बसणाऱ्या जातीची असल्यामुळे त्यांच्या माथ्याची थरथर होत असावी आणि तिला ते काट्यांच्या माथी मारत असावेत, असा तर्कही काहीजणांनी लढवला होता.

काहींनी तर ते स्फोट प्रत्यक्ष या-या कानांनी ऐकल्याचं छातीवर (स्वत:च्याच) हात मारून सांगितलं होतं. आता या-या कानांनी ऐकल्याचं खोटं तरी कसं समजावं! फार फार तर इतक्या दूरवरचं ऐकू येतं म्हणजे त्यांचे कान चांगलेच लांब झाले असावेत, असं म्हणता आलं असतं.

ते काही असलं तरी बातमीच्या सच्चेपणाबद्दल शंकेला जागा नव्हती.

आणि त्याव्यतिरिक्त इतर कसलीही माहिती नसल्यामुळे सारेजण बुचकळ्यात पडले होते. नेमकं काय झालं असावं याविषयी तर्कवितर्क करीत होते.

''मला वाटतं, भूकंप झाला असणार,'' शैवालरसानं हळूच पिल्लू सोडून दिलं.

''शक्य नाही,'' पेयाचा घुटका घेऊनही मख्ख चेहेऱ्यानं सोयाकॉफी म्हणाला.

''का? का नाही?''

''कारण चंद्रावर भूकंप होईलच कसा?'

''होऊ शकतो,'' हैब्रिडोमा शेकनं आता वादात पडत सांगितलं, ''तिथंही जमिनीखाली अशी काही अस्थिर रचना...''

''आहे ना; पण त्यामुळे चंद्रकंप होईल. भूकंप कसा होईल?'' यावर इतर दोघांनी पडलेले चेहरे समोरच्या पेल्यामध्ये बुडवले. तरी मूळ प्रश्न तसाच लोंबकळत राहिला होता. त्याचं उत्तर कोणालाच सापडत नव्हतं.

''नेमकं काय झालंय हे मला व्यवस्थित कळलंय. अतिशय गुप्त बातमी आहे ही. ती तशीच गुप्त ठेवायचं वचनही दिलंय मी. त्यामुळेच इतका वेळ गप्प होतो. एरवीही बोललो नसतो; परंतु इथे सारी आपलीच मंडळी आहेत, ती ही बातमी

पोटाबाहेर पडू देणार नाहीत, याची खात्री आहे मला, म्हणूनच.'

यावर 'हे कोण बोललं बोला' म्हणून साऱ्यांनी माना वळवून पाहिलं. आणि बंडोपंत मलुष्ट्यांनी नेहमीप्रमाणे उशिरा पण निश्चितपणे तोंड उघडलेलं पाहून एक सामुदायिक सुस्कारा सोडला. तो इतक्या जोरानं की, त्या चांद्रवसाहतीत जर कोणी चुकूनमाकून जिवंत राहिलाच असला तर त्यालाही ऐकू गेला असता.

आता सुरू होणारी गौप्यस्फोटांची मालिका आपली सारी संध्याकाळ बेचिराख केल्याशिवाय राहणार नाही, या चिंतेनं आधीच काजळलेले सर्वांचे चेहरे आणखीच काजळले.

तरीही आपल्याकडून या स्फोटांना गती मिळू नये म्हणून प्रत्येकजण ओठ घट्ट शिवून बसला होता. पेयाचा घुटका घेण्यासाठीही ते उघडण्याची हिंमत कोणाला होत नव्हती.

तेवढ्यात कोणीतरी नवागताने अजागळपणे "खरंच, मग सांग ना. मी अगदी या कानाची त्या कानाला नाही कळू द्यायचा," असं विचारून वातीला काडी लावलीच.

आता स्फोटांची मालिका अटळ आहे, या हिशेबानं, सगळ्यांनीच घाईघाईनं पुढ्यातले पेले रिकामे केले आणि ते परत भरण्यासाठी नेऊन मालकांसमोर धरले.

"खरं म्हणजे या बाबतीत इतकी गुप्तता राखली जात असता मलाच नेमकी ही बातमी कशी कळली, याचं तुम्हाला आश्चर्य वाटलं असेल."

यावर नाही म्हणण्यासाठीही कोणी तोंड उघडलं नाही;

पण त्यामुळे नाउमेद होणारे बंडोपंत मलुष्टे नव्हते.

"माझ्या चुलतमामे भावाच्या मेव्हणीच्या पुतण्यानं सांगितलं मला हे. तोही मलुष्टेच. खरं म्हणजे या साऱ्या अनर्थाला एका अर्थी तोच कारणीभूत आहे; पण दोष त्याचा नाही.

"त्यानं दिलेला इशारा न ऐकल्याचा परिणाम आहे हा," बंडोपंत सांगू लागले.

"अविनाश हा मलुष्टे असल्यामुळे तो अतिशय बुद्धिमान व मेहनती होता हे सांगण्याचं कारणच नाही."

"म्हणूनच अल्प गुरुत्वाकर्षणामुळे रसायनावर काय परिणाम होतात याचा अभ्यास करण्यासाठी त्याची निवड झाली आणि त्या प्रयोगाशाळेत, चांद्रवसाहतीत तो रुजूही झाला. तिथंच त्यानं घर केलं."

"त्यानं एका नव्या पॉलिमरचा, महाकाय साखळीवजा रेणूंचा शोध लावला, हे तुम्ही ऐकलं असेलच."

"नाही ऐकलं? शक्य आहे; कारण उगीचच आपला बडेजाव सांगण्याची आम्हा मलुष्ट्यांची वृत्ती नाही."

"त्यामुळेच खुद्द अविनाशही त्या संशोधनाबद्दल आपणहून बोलायला तितकासा उत्सुक नव्हता; परंतु मलाच राहवेना म्हणून मीच त्याला बोलता केला होता."

"आहे तरी काय या तुझ्या पॉलिमरची खासियत?"

"तशी काही विशेष नाही; पण त्यावर एक दिवस प्रयोग करत असता आपणहून बाहेरच्या कसल्याही ऊर्जेची गरज न लागता उत्स्फूर्तपणे त्याचं विभाजन झालं आणि तेही एका दुहेरी गोफामध्ये. डबल हेलिक्समध्ये. आपले आनुवंशिक गुणधर्म ज्या रेणूमध्ये साठवलेले असतात, त्या रेणूंची रचनाही डबल हेलिक्सची असते, हे तर तुम्हाला माहीत असेलच."

मला तर ते माहीत होतंच. त्यामुळे त्या पॉलिमरचे आणखी गुणधर्म जाणून घ्यायची उत्कंठा मला लागली.

"एवढंच? आणखीही काहीतरी वैशिष्ट्ये असतीलच ना?" त्याची गाडी आणखी पुढे ढकलण्याच्या उद्देशानं मी म्हणालो.

"हो, आहेत. सांगायचं राहिलंच. त्याची चव लाजवाब. विचारूच नका. अमृतही झक मारेल त्याच्यापुढे. ते खाल्ल्यानं एक अशा आनंदाची निर्वाणाला पोचल्यासारखी, समाधी लागते की, ते घेणाऱ्याला त्याचं व्यसनच लागतं. त्या पदार्थाशिवाय जगणं त्याला अशक्य वाटू लागतं."

"तू त्याची चव स्वत: कशी घेतलीस मग?"

कोणत्याही व्यसनापासून मलुष्टे मुक्त असतात. म्हणून त्याला हे विचारावंसं वाटलं मला. "छे, छे. मी त्याची बिलकूल चव घेतलेली नाही. आणि घेणारही नाही; कारण स्वर्गीय सुखाचा आनंद जरी ते देत असले तरी त्यासाठी द्यावी लागणारी किंमत अफाट आहे; कारण केवळ दहा ग्रॅम वजनाच्या या पावडरमध्ये एक लाख कॅलरी एवढे उष्मांक असतात. म्हणजे पोटाच्या कुठल्यातरी सांदीकोपऱ्यात पडून राहील एवढ्या नगण्य वजनाच्या या पदार्थामुळे नेहमीच्या पोटभर जेवणाच्या पन्नासपट उष्मांक पोटात जातात. आहात कुठे? माझा असिस्टंट डिमिट्री पाटापोव्ह यानं केवळ चिमूटभर पावडर खाल्ली तर त्याचं गॉल ब्लॅडर फुटायला आलं होतं."

"बाप रे. म्हणजे मग हे पॉलिमर म्हणजे रसायनशास्त्रातलं एक आश्चर्य असंच त्याचं स्वरूप राहणार तर! त्याचा तसा इतर उपयोग होण्याची शक्यता फारशी नाही तर!"

आणि माझंच म्हणणं तसं खरं ठरलं. निदान काही काळ तरी. म्हणूनच तर त्या पदार्थांची इथे तर सोडाच, पण त्या चांद्रवसाहतीतही फारशी वाच्यता झाली नाही;

पण कोणत्या रसायनात कोणते गुणधर्म सापडतील तसं सांगता येतं थोडंच. त्या पॉलिमरचा सुपरकंडक्टर म्हणून काही उपयोग होतो की काय हे पाहताना योगायोगानं एक नवीनच माहिती मिळाली.

तो पदार्थ एक अत्युत्कृष्ट ॲफ्रोडिझियॅक म्हणजे कामेच्छा वाढवणारा असल्याचं आढळलं. ही बातमी तिथल्या एका वर्तमानपत्राच्या रविवार रंगीत पुरवणीत छापून आली. आणि मग काय विचारता! अविनाशवर पत्रांची आणि मनीऑर्डर्सची सरबत्तीच सुरू झाली. मोठमोठ्या ऑर्डरी येऊ लागल्या. इतके दिवस ज्याच्याकडे ढुंकूनही पाहण्यास कोणी तयार नसे त्याच अविनाशच्या पॉलिमरला सगळीकडून मागणी येऊ लागली.

दुसरा कोणी असता तर त्यानं दारी आलेली संधी साधून स्वत:चं घर सोन्यानं मढवलं असतं; पण अविनाश पडला मलुष्टे. हाडाचा संशोधक. त्यामुळे तो या पत्रापत्रीने वैतागून गेला. त्यामुळे आपल्या पत्रांना उत्तर किंवा ऑर्डरीप्रमाणे मान न मिळाल्यामुळे लोक आता प्रत्यक्षच त्याच्याकडे येऊ लागले. त्यामुळे तर अविनाश जास्तच कंटाळून गेला.

त्याच सुमारास मला तो इथे भेटला होता. त्यानं दाढीमिशा वाढवल्या होत्या. केसांचा टोप घातला होता. रात्र असो, दिवस असो, सतत काळा चष्मा डोळ्यावर घालत असे. नाही, नाही, काळे विधेयक आणण्यासाठी व त्याचा पाठपुरावा करण्यासाठी त्यानं असं केलं होतं हा तुमचा तर्क चुकीचा आहे.

पाठी लागलेल्या त्या लोकांच्या गर्दीला भिऊन, त्यांचा डोळा चुकवून त्यानं पळ काढला होता. इथेही त्याला कोणाला तोंड दाखवायचं नव्हतं.

मलाही चुकवून जायला बघत होता; पण ते शक्य नव्हतं. (अर्थात याचा अनुभव सर्वांनी यापूर्वी घेतला असल्यामुळे सर्वांना ते ताबडतोब पटलं) त्याचा हात धरून मी त्याला थांबवला. तसा हात सोडवून घेत मुद्दाम बदललेल्या आवाजात तो म्हणाला,

"थांबवू नका मला. मला गेलंच पाहिजे. इथेही माझा पिच्छा पुरवायला येतील ते, कदाचित. मला वेड लागायची पाळी आणलीय त्या सर्व मूर्खांनी."

"अरे, पण सर्वांना चुकवून जाणारं तरी कुठे तू?"

"तांबेतच्या शेखनी बोलावलंय मला. त्यांना एक नवीन विद्यापीठ वसवून त्यात रसायनशास्त्राचा नवीन विभाग सुरू करायचाय. सिमेंटला पर्यायी असं रसायन मी शोधून काढावं, असाही त्यांचा आग्रह आहे. आपल्या जनानखान्याजवळच्या पडदानशीन महालात माझी राहायची व्यवस्था करायचं कबूल केलंय त्यांनी."

यावर काहीही न बोलता मूकपणे त्याच्या पाठीवर थोपटत मी त्याला शुभेच्छा दिल्या. काही नवी घडामोड झालीच तर एकमेकांना त्याबद्दल कळवण्याचं आश्वासन देऊन आम्ही एकमेकांचा निरोप घेतला.

अविनाशला दिलेल्या वचनाला जागून मी चांद्रवसाहतीतील घटनांवर लक्ष देऊन होतो. त्यामुळे अविनाश आपल्या लॅबोरेटरीतून पळाला तरी तो पॉलिमर

मिळवण्याच्या आशेनं तिथं येणाऱ्यांची रीघ काही घटली नव्हती.

तो किंवा पॉलिमर न मिळाल्यामुळे चिडलेले आणि तो किंवा पॉलिमर मिळाल्यास चेकाळलेले लोक सर्वत्र निरनिराळ्या घोषणा चितारीत होते. ज्यांना थोडाफार पॉलिमर मिळाला होता त्यांनी तर त्या गोड पदार्थाचे गोडवे मुक्त कंठाने गायला सुरुवात केली होती.

'पॉलिमर डोक्यात पेटवते बत्ती
चरस, भांग किस झाडकी पत्ती.'

'एल. एस. डी. हटाव. पॉलिमर चढाव.'

यासारख्या घोषणा त्या काळात त्या चांद्रवसाहतीत जागोजागी दिसत होत्या. त्यामुळे खडबडून जागे झालेल्या तिथल्या शासनाने घाईघाईनं डिसइन्फॉर्मेशन बिल पास करून घेतलं. त्यानुसार त्या पॉलिमरबद्दल कोणतीही खरी बातमी देणं हा गुन्हा ठरवला गेला. त्याला प्रत्युत्तर म्हणून साऱ्याच माध्यमांनी कोणतीच बातमी प्रकाशित वा प्रसारित करायची नाही असा निर्णय घेतला. त्याचमुळे गेल्या काही महिन्यांत इथे कोणतीच वार्ता मिळत नव्हती.

आणि मग एके दिवशी शाळेत आपलं नेमून दिलेलं प्रॅक्टिकल करता करता एका विद्यार्थ्यानं तो पॉलिमर बनवण्यात यश मिळविलं. ते बनवण्याचा त्याचा उद्देश नव्हता; पण ते त्याच्या हाती लागलं. विज्ञानातले अनेक महत्त्वाचे शोध असे अपघातानंच जन्माला आले आहेत.

कोणत्याही दीडदमडीच्या प्रयोगशाळेतलं पोरही हा पॉलिमर बनवू शकेल, असं अविनाश मला म्हणाला होता; पण ते केवळ मलुष्ट्यांच्या अंगी असणाऱ्या अभिजात विनयापोटी असं मी समजत होतो;

पण इतक्या सहजासहजी तो पॉलिमर बनवता येतो म्हटल्यावर मग सर्वच शाळा, कॉलेजं, विद्यापीठं तो तयार करण्यात आपला सारा वेळ खर्चू लागले. त्याची रेलचेल झाली. चिमूटभर खाल्लं तरी महिन्याभराला पुरेल इतके उष्मांक! परत वर स्वर्गीय सुखाचा आनंद! एक प्रकारची नशाच, ग्लानीच चढत असे. मग त्याची चटक लागायला कितीसा वेळ लागणार!

साऱ्या शिक्षणसंस्था या पॉलिमर सेवनाचे अड्डे बनले. तिथल्या सरकारला चिंता वाटू लागली. त्यांनी सेन्सॉरशिपचे नियम आणखीच कडक केले.

म्हणता म्हणता गृहिणींना त्याचा पत्ता लागला. एकीनं त्याची चव घेतली, म्हणताच दुसरीनं घेतली. अशी त्याची फॅशन झाल्यावर तिसरी, चौथी – त्यापाठी लागल्या. डाएट फूड्सचे, इतर अन्नधान्याचे भाव धडाधडा कोसळले. त्यांना मागणीच येईना. डाएट फूड कारखानदारांनी मोर्चे काढले.

'पॉलिमर पॉलिमर,

उठला आमच्या जिवावर.'

अशा घोषणा देत शेतकऱ्यांबरोबर त्यांनी धरणं धरलं. तळागाळातले शेतकरी आणि त्यांची हमखास पिळवणूक करणारे कारखानदार असे एकाच समान पातळीवर आल्याचं पाहून समाजवादी, साम्यवादी मंडळींचं धाबं दणाणलं. अशी समानता प्रस्थापित झाल्यावर आपलं काय होणार, या चिंतेनं त्यांना ग्रासलं. फसव्या समानतेला बळी पडू नका. सर्व समान असले तरी काही जास्त समान असतात, या घोषणांचा त्यांनी पुनरुच्चार केला. वर्णभेद आपल्याला पसंत नाही. उच्चनीचतेच्या कल्पना, बुर्ज्वा भांडवलशहांनी मांडल्या असल्यामुळे त्या झुगारून दिल्या पाहिजेत, असं ठासून सांगतानाच त्यांनी समान वर्ग या नव्या कल्पनेचं स्वागत केलं. उच्चसमान व नीचसमान किंवा समानोच्च व समानीच हेच खरे वर्ग अशी त्यांना शिकवण द्यायला सुरुवात केली.

आपल्या पाठीराख्यांचा गोंधळ उडवण्याचं पिढीजात काम अशा तऱ्हेनं या नेत्यांनी यशस्वीपणे पार पाडल्यानंतर त्या सरकारविरोधी आंदोलनातल्या शिडातली हवा गेल्यासारखी होताच सरकारनं या प्रश्नावर विचारविनिमय करण्यासाठी मंत्र्यांची उच्च स्तरावरची, नाही, नाही, समानोच्च स्तरावरची समिती नेमली.

त्या समितीकडे कोणी फिरकत नसल्याचं पाहून मग त्यापैकी एकानं प्रीतिभोजनाची कल्पना पुढे मांडली. तिचं सर्वत्र स्वागत होऊन नेतेमंडळी भोजनाला आली. त्यांना ते पॉलिमर स्वीट डिश म्हणून देण्यात आलं. अमृततुल्य चवीचा परिचय होताच चळवळ कोलमडून पडली, हे सांगावयास नकोच.

त्याचबरोबर सर्व देशालाच त्याची चटक लागली. इतके उष्मांक सतत शरीरात गेल्यामुळे शरीरं फुग्यासारखी फुगत चालली. तोंडावर संपूर्ण समाधानचं तेज असलेल्या पण शरीरं एखाद्या अवाढव्य, वेड्यावाकड्या फुगलेल्या राक्षसी आकाराच्या फुग्यासारखी असलेल्या नागरिकांचे थवे ठिकठिकाणी नुस्ते पहुडलेले दिसू लागले. कामकाज ठप्प झालं. शेती नाही, मजुरी नाही, उत्पादन नाही. तरीही देश सुबत्तेच्या, समाधानाच्या शिखरावर असं दृश्य दिसू लागलं. त्यामुळे अर्थशास्त्रज्ञही चक्रावून गेले; पण काही काळच; कारण तोपर्यंत त्यांनीही या अमृताची चव घेतली आणि त्यांनाही साक्षात्कार झाला.

याच सुमारास मला अविनाश परत भेटला. त्या शेखच्या राज्यातून तो परतला होता. त्याच्या दाढीमिशा वेड्यावाकड्या वाढल्या होत्या. केस पिंजारलेले होते. साऱ्या जगावरचा राग एकवटल्यासारखे डोळे लालभडक झाले होते. समाजवादी नेत्यांमध्ये समानता येऊन चळवळ थंडावल्यामुळे आता हा तर नेतेपदासाठी धडपडत नाही ना, अशी शंका मला आली. त्यापासून परावृत्त करावं म्हणून मी त्याच्या त्या नव्या विद्यापीठाबद्दल बोलणं काढलं.

"मग काय म्हणताहेत, शेखसाहेब?"

"नाव काढू नका त्या हरामखोराचं. तोही सगळ्यांसारखा लुच्चा निघाला. विद्यापीठ विद्यापीठ सब झूट. त्यालाही पॉलिमरच्या कामेच्छा वाढवणाऱ्या गुणधर्माचा पत्ता लागला होता. भला मोठा जनानखाना आहे त्याचा. 'गिनिज बुक ऑफ वर्ल्ड रेकॉर्ड्स'मध्ये आपलं नाव यावं म्हणून धडपड चालली होती त्याची. म्हणून तर भोसडिच्यांनी जनानखान्याजवळच जागा दिली होती मला. म्हणजे माझ्याकडून घे ती पावडर आणि जा शेजारील जनानखान्यात. नंतर तर त्याला हलणंही मुष्कील झालं."

"का? टम्म फुगला होता की काय?"

"तर! चांगला गरगरीत झाला होता. एकसारखं ते चंद्रमधू घ्यायचं – मग काय होणार?"

"चंद्रमधू?"

"हो, त्या पॉलिमरचं नाव चंद्रमधू ठेवलं. चंद्रावर तयार झालेलं म्हणून. तरी बरं पृथ्वीवर ते सहजासहजी तयार करता येत नाही."

"का? का?"

"कारण इथलं गुरुत्वाकर्षण चंद्रावरच्या गुरुत्वाकर्षणापेक्षा सहापट आहे ना. त्यामुळे ते रसायन तयार करण्यासाठी खास सेन्ट्रिफ्यूजेस तयार करावी लागतात. किंवा अंतराळवीरांना झीरो ग्रॅव्हिटी वातावरणाची सवय लावण्यासाठी वापरण्यात येणारे स्पेशल सिम्युलेटर्स. तेच तर कारण देऊन निसटलो."

"तरीसुद्धा शेखनं सोडलं बरं?"

"तो सोडतच नव्हता. तरी तसाच पळालो. माझ्यापाठी मला पकडण्यासाठी धावत यायचं सोडाच; पण तशी आज्ञा कोणाला द्यायचंही त्राण नाही त्याच्यात. रक्त पिऊन सुस्त पडलेल्या जळवेसारखा निपचित पडलेला असतो. हलत नाही. बाकी हलत नाही तेच बरं आहे."

"का? का?"

"कारण या चंद्रमधूच्या आणखी एका भयंकर गुणधर्माची ओळख झाली मला."

आता कामेच्छा वाढविण्यापेक्षा आणखी काय भयंकर असणार आहे हेच समजेना मला.

"तिथल्या त्या तुटपुंज्या सामुग्रीनिशीही मी माझं संशोधन चालूच ठेवलं होतं. म्हणूनच हे माझ्या लक्षात आलं. चंद्रमधू अस्थिर आहे, हे मी सांगितलं होतंच तुम्हाला. तयार होताक्षणीच शीत तापमानाला न ठेवल्यास त्याचं दुहेरी गोफमय रेणूत रूपांतर होतं, हे माहीतच आहे तुम्हाला; पण ते त्याहीपेक्षा, अस्थिर आहे.

विशेषत: माणसाच्या शरीरात गेल्यावर ते तिथंच साठून राहतं. त्याचा निचरा होत नाही. आणि वर्ष सहा महिने शरीराच्या तापमानावर काढल्यानंतर त्याचं परत रूपांतर होतं एका नव्या रसायनात.''

''कोणत्या?''

''त्याचं नाव अजून नाही पक्कं केलं; पण रसायन साधारण नायट्रो ग्लिसरीनसारखं आहे. गुणधर्मही तसेच.''

''नायट्रो ग्लिसरीन? म्हणजे?''

''ट्रायनायट्रो ट्रॉलुइन म्हणा. फक्त त्याच्यापेक्षाही सवाई.''

''ट्रायनायट्रो ट्रॉलुइन म्हणजे हा – हा चंद्रमधू घेतलेला प्रत्येकजण एक जिवंत बॉम्बच झालाय असं म्हणायचंय की, काय तुला?''

''एक्झॅक्टली. म्हणून तर त्यांनी कसलीही हालचाल करणं योग्य नाही. जरासं जरी कुठं घर्षण झालं तरी तेवढ्या उष्णतेनं किंवा कंपनानंही त्या बॉम्बच्या वातीला काडी लावल्यासारखं होईल.''

''पण चंद्रमधूच्या सेवनानं कामेच्छा वाढीला लागते ना! फुलून येते ना.''

''तेच तेच म्हणतोय मी. अतिशय धोकादायक आहे ते. पंडू राजाला शाप मिळाला होता ना! माद्रीबरोबर...''

''हो, हो. त्यातच तर त्याचा अंत झाला. मरण ओढवलं बिचाऱ्याचं.''

''तसंच आहे हे. हा आहे चंद्रमधूचा शाप.''

''पण मग – त्या मंडळींनी करायचं काय?''

''खरं म्हणजे हे घेणारा प्रत्येकजण असा काही फुगतो, की कामेच्छा कितीही वाढली तरी काही हालचाल करणं तसं त्याला अशक्यच असतं. तरीही कोणताही धोका न पत्करण्याच्या उद्देशानं त्यांनी फार फार तर आपल्या जोडीदाराचं गोल गरगरीत पोट प्रेमानं कुरवाळावं असं मी त्यांना सांगेन. खरं पाहता त्यातही धोका आहे. काही जणांच्या बाबतीत तर तेवढ्यानंही तापमान चढण्याचा संभव आहे. पण–''

पुढचं त्यानी बरंच सांगितलं; पण कसला प्रसंग येऊ घातलाय त्याच्या नुसत्या कल्पनेनंच मी इतका हादरलो होतो, की त्याच्या बोलण्याकडे लक्ष देणं कठीण झालं होतं. तिथून तो सरळ चांद्र वसाहतीत गेला.

पुढे काय झालं हे मला माहीत नाही; परंतु जातेवेळी अविनाशला भयंकर सर्दी झाली होती आणि तो सटासट शिंकत होता एवढं मात्र आठवतंय.

त्यावरून काय झालं असावं याचा अंदाज बांधता येतो. तिथं पोचल्यानंतर त्याच्या संगतीत आलेल्या इतरांना त्यानं त्या सर्दीचा प्रसाद दिला असणार. आणि त्यामुळे चंद्रमधू घेऊन फुगलेल्या कोणाला तरी जबरदस्त शिंक आली असणार.

त्या शिंकेच्या हादऱ्यापुढे त्या ट्रायनायट्रो ट्रॉल्युइन घेतलेल्या जिवंत बॉम्बचा काय पाडाव लागणार!

आणि मग चेन रिॲक्शन सुरू झाली तर काय होईल हे समजण्याइतके तुम्ही सारे सुज्ञ आहातच.

"तर त्या चांद्रवसाहतीला हा चंद्रमधूचा शाप भोवला, असा माझा ठाम कयास आहे. घ्या, ह्या नुसत्या नावानंही माझ्या पोटात गोळा उठला आहे. अर्थात त्याच्या सेवनानं उठणाऱ्या गोळ्यापेक्षा किंवा लोळागोळा होण्यापेक्षा असा गोळा पोटात उठलेला परवडला."

मालक, तुम्ही आपली बिनसाखरेची सोयाकॉफी आणा बुवा!

(बुवा, दिवाळी, १९८८)

●

नीलिमा सलामत, तो...

भलताच पेचप्रसंग निर्माण झाला होता, 'आकाशगंगा'तलं वातावरण असं गंभीर, अवघडल्यासारखं यापूर्वी कधीच झालं नव्हतं. तिथल्या चर्चा तशा अनेक गहन विषयांवर होत. वेगवेगळी मत हिरिरीनं मांडली जात. निरनिराळे मुद्दे आवेशानं लढवले जात; पण तरीही वातावरण नेहमीच मनमोकळं, खेळीमेळीचं राहिलं होतं.

आज परिस्थितीनं असं वेगळं वळण कसं घेतलं हेच समजत नव्हतं. आजची बैठक एका अर्थानं नेहमीसारखं नव्हती. 'आकाशगंगा'मध्ये नेहमी जमणारी मंडळी तशी वडील, वयानं, ज्ञानानं, अनुभवानं, कर्तृत्वानं ज्येष्ठ असली तरी तरुणांना प्रोत्साहन देण्यात, त्यांचं कौतुक करण्यात नेहमीच पुढे असत. त्याचमुळे शेजारच्या नॅशनल इन्स्टिट्यूटमधील त्या तरुणानं एवढा इन्टरेस्टिंग नवा शोध लावला, याविषयीचा त्याचा पेपर तयार झाला तेव्हा त्याचं अभिनंदन करण्यासाठी त्यांनी त्याला आजच्या बैठकीला बोलावलं होतं. त्याच्याशी नेहमीचे मेंबर्स गप्पा मारणार होते;

पण झाला प्रकार विचित्रच होता. सगळेजण जमले. मालकांनीही आठवण ठेवून प्रत्येकाचं विशिष्ट पेय पुरवलं होतं. त्या तरुणासाठी त्याला काय हवं ते देण्याची जय्यत तयारी ठेवली होती. तो आलाही होता; पण नेहमीच्या उत्साहानं उड्या मारत नव्हे, तर खांद्यावर मणामणाचं ओझं दिल्यासारखा किंवा डोक्यावर चिंतेचा मुकुट चढवल्यासारखा, कशाबशा पुढे पडणाऱ्या पावलांनी तसाच लळतलोंबत तो समोर दिसल्या त्या पहिल्या खुर्चीवर कोसळला होता. आणि एक सुस्कारा सोडत, डोकं ओंजळभर खुपसून शून्यात नजर लावून बसून राहिला होता.

कोणालाच कळेना काय बिनसलं होतं. शोध लावला गेला होता हे खरं होतं. संशोधनात, त्यातल्या गणितात काहीही चूक नाही याची पुरेपूर खात्री करून

घेतली गेली होती. पेपर नाकारला जाण्याचीही शक्यता नव्हती; कारण तो अजून पाठवायचाच होता. मग त्याला असं हिरमुसायला काय झालं!

त्याचा तो अवतार पाहून साऱ्यांच्याच पोटात कालवाकालव झाली. साऱ्यांच्याच झाल्यामुळे ती त्यांनी घेतलेल्या आपापल्या पेयांच्या घुटक्यामुळे नसून त्याच्याबद्दलच्या वाटलेल्या कणवेमुळेच असावी, हे उघड होतं; पण त्याला विचारण्यासाठी पुढे होण्याचा कोणालाच धीर होत नव्हता.

शेवटी न राहवून हायब्रिडोमा मिल्क शेकनेच त्याच्या पाठीवरून हळुवारपणे हात फिरवत विचारलं.

''काय झालं?''

एका आतल्या आत निघालेल्या हुंदक्यामुळे त्याचं आणि आतल्या आत निघालेल्या ढेकरामुळे हायब्रिडोमा मिल्कशेकचं अंग एकसाथ हिंदकळलं.

''उगी, उगी,'' दोघांच्याही पाठीवर थोपटत, त्यांचं सांत्वन करत मोसंत्रीनं त्यांना धीर दिला. अन् मग हळुवार सुरात त्या तरुणाच्या कानात कुजबुजल्यासारखं करत त्यानं विचारलं,

''सांगितल्याशिवाय आम्ही काही तोडगा तरी कसा शोधून काढणार? कोणत्याही गृहीताशिवाय शून्यातून शोध लावायला आम्ही थोडेच राज्यशास्त्रविशारद आहोत.''

''किंवा सीबीआयचे चलाख अधिकारी?'' सोयाकॉफीनं त्याला साथ दिली.

''तेव्हा कसलीही अडचण असली, कसलाही गुंता झाला असला तरी निःशंक मनाने सांगून टाक,'' शैवालरसानंही आता तोंड उघडलं.

तोपर्यंत तीन तीन हात पाठीवरून फिरावयास लागल्यामुळे म्हणा किंवा त्या सर्वांच्या आवाजातल्या अनुकंपेने म्हणा तो तरुण बोलावयास सिद्ध झाला होता.

''एवढा चांगला शोध लावला.''

''लावला ना.''

''तर, तर.''

''कोण नाही म्हणतंय!''

''अरे, अरे त्याला बिचाऱ्याला बोलू द्या ना,'' तो परत गप्प होत चाललेला पाहून मधुपेयानं साऱ्यांना आवरलं.

''तर, तर विचारताहेत याचा उपयोग काय?''

त्यावर एकदम स्फोटच झाला. सारेजण खवळून उठले.

''शोधाचा उपयोग? आजवर एवढा उद्धट प्रश्न विचारला गेला नाही कधी.''

''शोध हे उपयोगासाठी असतात हे प्रमेयच मुळी चूक आहे.''

''समजा न्यूटनला कोणी त्याच्या गुरुत्वाकर्षणाच्या शोधाचा काय उपयोग असं विचारलं असतं तर-तर! आपल्या डोक्यावर सफरचंदाऐवजी एखादा नारळ

कोसळून आपला कपाळमोक्ष का झाला नाही असाच विचार त्याच्या मनात येता.''

''हो तर – अगदी आइन्स्टाइनलाही विचारलं असतं, म्हणजे तसं अगदी बाबाबुवा करत हो की बाबा रे, एवढा मोठा सापेक्षता वादाचा शोध लावलास. चांगलं केलंस. म्हणजे आमची काही तशी आडकाठी नाही हो. नाहीतर लगेच बदनामीचा खटला भरशील नवीन कायद्याखाली; पण आपली सहज शंका आली म्हणजे मला नाही त्या आपल्या त्या याला कोणाला तरी, की या शोधाचा म्हणजे उपयोग काय? असायलाच हवा असं नाही, पण उपयोग काय?''

''तर त्यानं ती सारी विचारणा पुरी व्हायच्या आत प्रकाशापेक्षाही दसपट वेगानं तिथून पळ काढत स्वत:चाच सिद्धान्त खोटा ठरवला असता.''

''शिवाय कोणत्या शोधाचा कसा उपयोग होईल हे तसं आधी सांगता थोडंच येतं! 'योजकस्तत्र दुर्लभ:' म्हणतात ते कशाला?'' संभाषणात प्रथमच भाग घेत बंडोपंत मलुष्टे म्हणाले, ''माझ्या चुलत मामेभावाच्या मावस आते मेव्हण्याच्या साडूचंच घ्या ना.''

यावर आता मिळालेल्या या संधीचा बाबूराव काय व कसा उपयोग करणार हे समजून त्या तरुणाऐवजी साऱ्यांच्याच तोंडून एक सामुदायिक हुंदका न गुदमरता बाहेर पडला.

''शेखरही मलुष्टेच. त्यामुळे आम्हा मलुष्ट्यांसारखा तोही बुद्धिवान निपजलाा यात आश्चर्य नव्हतं,'' बंडोपंत सांगू लागले, ''शेखर होता सिस्टिम ॲनॅलिस्ट कॉम्प्युटर प्रोग्रॅमर. आसेतु हिमाचल ट्रान्सपोर्ट कंपनीच्या मेन कॉम्प्युटरमध्ये डेटा फीड करून त्यानुसार आसेतुच्या अनेक लॉऱ्याचं दळणवळण नियंत्रित करण्याचं काम तो करीत असे. या लॉऱ्या कुठून कशा पळवायच्या, त्यांना कुठे कुठे वाहतूक करायला लावायची, कोणकोणता माल त्यांच्यावर चढवायचा, त्यांचं वेळापत्रक कसं आखायचं ही सारी कामं शेखर करीत असे. कमीत कमी खर्चात, इंधन व इतर सामुग्री यांची जास्तीत जास्त बचत करत, कामगारांचा सर्वाधिक उपयोग करून घेत वेळापत्रक कसं आखायचं, हे शेखरकडून शिकून घ्यावं असंच सारे म्हणत असत.

''कारण त्यानं प्रोग्रॅमच तसा तयार केला होता. त्यानुसार मग तो त्या लॉरीचं सांकेतिक नाव, ती सध्या कुठं आहे, तिला कुठं कुठं पाठवायची. कुठं कोणता माल चढवायचा आहे, कुठं कोणता उतरवायचा आहे वगैरे सारी माहिती पुरवी. निरनिराळ्या लॉऱ्या त्या क्षणी कुठं आहेत, त्यांच्या क्षमता काय आहेत, निरनिराळ्या गावातली अंतरं किती आहेत, कोणता माल किती जागा व्यापतो, तो चढवायला-उतरवायला किती वेळ लागतो, या साऱ्याचा तपशील कॉम्प्युटरच्या मेमरीत कायमचा कोरलेला असायचाच. तो सतत अपटुडेटही होत असे. त्यामुळे मग

सारा डेटा शेखरने पुरवला, की गणित होऊन प्रिंटआउटवर उत्तर येत असे.

ट्रक गिरधारी : सर्वांत अनुकूल मार्ग

कृती	माल	गाव
चढवणे	१८० पिंपे मोहरी तेल	कलकत्ता
उतरवणे	२५ पिंपे मोहरी तेल	रायपूर
उतरवणे	३० पिंपे मोहरी तेल	दुर्ग
चढविणे	५० गोणी सिमेंट	दुर्ग
मुक्काम	एक रात्र	दुर्ग
प्रयाण	०.६००	दुर्ग
उतरविणे	सर्व माल	नागपूर
मुक्काम	पुढील सूचनांपर्यंत	नागपूर

हे उत्तर काही सेकंदांमध्ये पुरवणं हा शेखरच्या व त्याच्या त्या कॉम्प्युटरच्या हातचा मळ होता.

तोपर्यंत शेखरने तिशी ओलांडली होती. आसेतुमध्ये दहा-बारा वर्षं त्याची नोकरी झाली होती. त्याची कमाईही तशी खाऊनपिऊन सुखी या सदरात मोडण्याइतपत झाली होती. आणि त्याच्या पदरी एक बायको, दोन मुले, एक उपपत्नी व दोन मैत्रिणी म्हणजेच गर्लफ्रेंड्स एवढा गोतावळा जमा झाला होता.

त्याच्या बायकोला फक्त त्या दोन मुलांची ती तिचीच असल्यामुळे माहिती होती. बाकी कोणाचाही तिला पत्ताच नव्हता. त्याच्या जीवनात आणखी कोणी स्त्रिया आहेत, तिच्या कामजीवनात आणखी कोणी साथीदार आहेत, अशी यत्किंचितही शंका तिला कधी आली नव्हती. त्यामुळे शिबानी तो केवळ आपलाच आहे, या भ्रमात होती व तिचा तो भ्रम तो तसाच राहू देणं शेखरच्या हिताचं होतं.

त्याची उपपत्नी लतिका. तिला शिबानीची माहिती होती. तसेच त्याला आपल्या व शिबानीव्यतिरिक्त आणखीही एखादी गर्ल फ्रेंड असावी, असा तिला संशय होता; पण ठाम पुरावा नव्हता. तिच्या त्या संशयाचं निराकरण करण्याचा प्रयत्न शेखरने कधी केला नाही; पण त्या संशयाला बळकटी येईल असं वर्तनही त्याच्याकडून कधी झालं नाही.

त्याची एक गर्लफ्रेंड देविका, ही शिबानीसारखीच, शेखर फक्त आपलाच आहे, परंतु लग्नसंस्थेवर त्याचा विश्वास नसल्यामुळेच तो आपल्याशी लग्न करत

नाही, अशा भ्रमात वावरत होती. सत्य परिस्थिती जाणून घेण्याचा तिनं कधीच प्रयत्न केला नाही.

अन् दुसरी मैत्रीण राधिका. फक्त त्याचं लग्न झालं असून, शिबानी व दोन मुलं यांच्याबरोबर तो राहतो एवढंच जाणून होती.

तुमचाही गोंधळ उडाला ना? ही सारी माहिती, कोणती प्रिंट कोणाची, त्यांची नावं काय व कोणाला कोणाची माहिती आहे की नाही हा सारा तपशील लक्षात ठेवता ठेवता तुमचीही त्रेधातिरपीट उडाली ना! मग बिचाऱ्या शेखरची स्थिती काय होत असेल याचा विचार करा!

बरं, त्याला एवढीच जुजबी माहिती लक्षात ठेवून भागण्यासारखं नव्हतं. शिबानीबरोबर असताना चुकूनही इतर कोणाचं नाव जिभेवर येऊन चालण्यासारखं नव्हतं हे तर उघडच आहे; पण लतिका, देविका, राधिका या तिघींच्यातल्या कॉमन 'का' मुळे भलताच कार झाला होता, 'का' तसाच राहत होता, पण राधि का, देवि का लति का असा घोटाळा उडत होता. एकदा चुकून तो शिबानीला शिबाका म्हणाला होता. तिच्या डोळ्यांत उठलेल्या संशयकल्लोळाच्या नांदीनं सारा विचका उडाला होता. त्याला चांगलाच चटका बसला होता. तेवढ्यात दूरदर्शनवर 'बिनाका नही, अब सिबाका' ही जाहिरात आल्यामुळेच तो वाचला होता.

बरं नुसत्या 'का' चाच प्रॉब्लेम नव्हता. प्रत्येकीच्या आवडीनिवडी, त्यांच्या खास लकबी, त्यांचे वाढदिवस, त्यांच्या भाषा साऱ्या बारीकसारीक गोष्टी स्मरणात ठेवाव्या लागत होत्या. स्वत:जवळच्या वेळेचा व पैशाचा जास्तीत जास्त एफिशियन्टली उपयोग करून सर्वांनाच सारखंच खुश ठेवणं त्याला दिवसेंदिवस जड जाऊ लागलं होतं.

तेव्हा मग एक दिवस नाइलाजानं त्यानं नीलिमाकडे धाव घेतली. नीलिमा म्हणजे त्याचं सर्वस्व होतं. हे त्याचं आणखी एक प्रेमपात्र असा तुमचा समज होणं साहजिक आहे; पण नीलिमा म्हणजे न्यू इलेक्ट्रॉनिक लॉजिकल इंटरप्रिटेशन ऑफ मोशन ॲनॅलिसिस म्हणजेच तो मेन कॉम्प्युटर.

शेखर नीलिमाकडे आला; कारण त्याच्या डोक्यात त्याच सुमाराला एक भन्नाट आयडिया आली होती. नीलिमा निरनिराळ्या ट्रकचं टाईमटेबल व्यवस्थित आखून देत होती. त्या ट्रकच्या खुब्या, त्यांचे गुण-दोष, त्यांचे नखरे, त्यांच्या ड्रायव्हरचे नखरे, रस्त्यावरचे खाचखळगे, एकंदरीत हवामान या सर्वांचा विचार करून ऑप्टिमम वेळापत्रक तयार करत होती.

मग त्याच्याबाबतीतही हे करण्यात का अडचण पडावी? इथेही एका प्रेमपात्राकडून दुसऱ्या प्रेयसीकडे जाण्याचा मार्ग उंचवट्यांनी व खड्ड्यांनी भरलेला होता. भेट

न्यायचा विसर पडल्यास हवामान तापत असे. नखरे, त्याबाबतीत तर चौघींच्या पाच तऱ्हा.

तेव्हा एक दिवस हिंमत करून शेखरनं नीलिमाला तो प्रश्न विचारलाच. शेखर नावाच्या ट्रकचा शिबानी, देविका, लतिका आणि राधिका या चार मुक्कामाच्या ठिकाणांमधला जास्तीत जास्त सोयीचा व कमीत कमी तापदायक असा मार्ग कोणता? आणि त्या प्रश्नाच्या उत्तराशी संबंधित असा सारा डेटाही त्यानं फीड केला.

त्यानं हा प्रॉब्लेम नीलिमावर सोपवला तो एका शुक्रवारी दुपारी तीन वाजता. पाच वाजता ऑफिस सुटणार होतं आणि वीक एण्ड सुरू होणार होता. आपल्याला कदाचित कामानिमित्त बाहेर जावं लागेल, हे त्यानं शिबानीला आधीच सांगून ठेवलं होतं.

तीन वाजून चार सेकंदांनी शेखरच्या हाती प्रिन्टआउट आला.

कृती	माल	गाव
चढविणे	२०० रुपये	बँक
उतरविणे	१५ रुपये	फुलवाला
चढविणे	२ डझन गुलाब-लाल	फुलवाला
उतरविणे	२ डझन गुलाब-लाल	लतिका
उतरविणे	१०० रुपये	शिबानी
मुक्काम	एक रात्र	देविका

नीलिमाच्या लेखी ट्रकचं नाव गिरधारी काय आणि शेखर काय एकच होतं. माल सिमेंटचा शंभर गोणी असो की गुलाबाचे लाल टपोरे गेंद असोत. नीलिमाच्या कॉम्प्युटर दृष्टीत ह्यामध्ये काहीही फरक नव्हता. नाही म्हणायला सिमेंटच्या गोणी चढवण्यासाठी काही माथाडी कामगार लागले असते. ती माथेफोड गुलाबाच्या बाबतीत होणार नव्हती.

लतिका, शिबानी, देविका, राधिका काय किंवा असनसोल, मलकापूर शिवदेव असं नावासारखं नाव आणि गावासारखं गाव. नीलिमा सर्वांकडे सब घोडे बारा टक्के भावानंच पाहणार होती.

त्यामुळे शेखरच्या गुंतागुंतीच्या कामजीवनात काही शिस्त आली होती. त्याचे उडणारे घोटाळे वाचले होते. रजनीगंधा परत करणाऱ्या राधिकेला लाल गुलाबांची भेट दिल्यावर येणारा काटेरी प्रसंग टळला होता. मागितले नसतानाही देविकाला

पाचशे रुपये दिल्यानं ती जरी खुश झाली असती, तरी जिने आठवणीनं ते बँकेतून काढून आणावयास सांगितले होते त्या शिबानीला ते न मिळाल्यामुळे ओढवणारा अनवस्था प्रसंग टाळणं आता शक्य झालं होतं.

नाही. तुमच्या मनात झालेल्या शंकांचा रोख माझ्या लक्षात आला आहे. तुमच्या चेहऱ्यावरच त्या प्रश्नचिन्हांचा साज लेवून उभ्या आहेत.

एवढी आपली ओढाताण करेपर्यंत या फंदात शेखरनं पडावंच का? चंगीभंगीपणा करायचाच तर मग त्याच्या या परिणामांनाही तोंड देण्याची तयारी ठेवावयास हवी, असंच म्हणणार आहात ना तुम्ही.

पण एक विसरता आहात तुम्ही. शेखर असा चंगीभंगीपणा करणंच शक्य नव्हतं; कारण काही झालं तरी शेखर हा एक मलुष्टे होता. आम्हा मलुष्ट्यांकडून छंदीफंदीपणा? छे, छे, छे, किंबहुना मलुष्टे असल्यामुळेच शेखरच्या पदरी जनाना आला होता. मलुष्ट्यांच्या अंगचा सच्चेपणा, स्वत:चा शब्द जीव गेला तरी राखण्याची तयारी, दुसऱ्यांना सतत मदत करण्यातली तत्परता, इतरांना कुमार्गापासून, दुर्गुणांपासून वाचविण्याची धडपड आणि कोणतंही आव्हान स्वीकारण्यात पाऊल मागे न घेणं हे सारे गुण शेखरच्या अंगीही होते. त्यामुळेच त्याचा गोतावळा हा असा इतरांच्या दृष्टीतून विचित्र वाटणारा झाला होता.

त्याचं लग्नच घ्या ना. त्याचीही कथा ऐकण्यासारखी आहे. कॉलेजात असताना त्यानंही मलुष्ट्यांच्या ब्रीदाला जागून नेहमीपेक्षा वेगळे चाकोरीबाहेरचे विषय घेण्याचा प्रयत्न केला होता. त्यामुळेच विवाहसंस्था व कुटुंबव्यवस्था हा एक त्याचा बी.ए.चा विषय होता. आपल्या संस्कृतीचं रक्षण करण्यात संस्था आघाडीवर असल्याचं त्याचं ठाम मत होतं. त्यामुळेही त्यानं त्याची निवड केली होती.

विषय आधुनिक तंत्रातल्या डायरेक्ट मेथडनं शिकवला जात होता. त्यामुळे पहिल्या दोनच दिवसांत त्याला हे कळून चुकलं, की त्या विषयाचे इतर सर्व विद्यार्थी एकटे नव्हते दुकटे होते. त्यांच्या जोड्या होत्या. काहींची लग्न झाली होती. काहींची होऊ घातली होती.

एकटा होता तो एकटाच, आणि हो, शिबानीही जरा गब्दुलच असलेली पण अगदीच घीनो डिब्बो न झालेली. शिबानीही वर्गांत त्याच्यासारखीच अस्वस्थ असे; कारण बाकीचे सर्वजण प्रोफेसरांच्या प्रश्नांना नेहमीच जोड्यानं उत्तर देत. 'निर्मला आणि मी असं समजतो,'' किंवा ''शरदला आणि मला असं वाटतं'' अशीच नेहमी उत्तरं येत.

आणि त्यांचीच भलावण प्रोफेसर मदन कामेश्वर करत. खुल्लमखुल्ला बोलण्यात त्यांचं तोंड धरणारा कोणी नव्हता. त्यातच 'छत्तीसगढी आदिवासींचं कामजीवन' हा त्यांचा खास संशोधनाचा विषय. मग काय विचारता! स्वत:च्या वैवाहिक जीवनातील

उदाहरणं देण्याची त्यांना भारी हौस. आणि अशा एखाद्या प्रसंगाची त्यांनी घोळवून घोळवून स्वत:लाच गुदगुल्या केल्यासारखी खुदखुदत आठवण काढली की, नेहमीच त्या वर्गांना हजर राहणारी आणि वाढत्या गर्भाच्या ओझ्यानं अवघडलेली त्यांची बायको मुरका मारून दाद देत असे. दिवसेंदिवस तो मुरका मारताना तिची आणि तो पाहताना इतरांची दैना उडत होती.

या साऱ्या प्रकारामुळे बुजरा शेखर आणखीनच बुजल्यासारखा होत होता. शिबानीचीही तशीच परिस्थिती असल्यामुळे हळूहळू ते एकाच बाकावर बसायला लागले. वर्ग संपल्यानंतर कॅन्टीनमध्ये चहा प्यायला बरोबर जाऊ लागले. इतरांच्या थिल्लर वागण्यावर टीका करू लागले. त्यातच दोघं खुश होते.

पण एक दिवस प्रोफेसर कामेश्वरांनी शेखरला शॉकच दिला. त्याला आपल्या खोलीत बोलावून त्यांनी शेखर त्या विषयात नापास होण्याची शक्यता वर्तवली.

"पण हे कसं शक्य आहे, सर? अजून तर एकही परीक्षा झालेली नाही."

"नसेल; पण इंटर्नल असेसमेन्टचे मार्क्स वर्गातल्या ग्रुप डिस्कशन्सवर अवलंबून असतात. त्यात तुझा सहभाग फारसा नसतोच."

"पण तुम्ही विचारून पहा ना. भरपूर अभ्यास केलाय मी. थिअरेटिकल नॉलेज अपटुडेट आहे माझं."

"पण प्रॅक्टिकलचं काय? त्या नॉलेजशिवाय व्यर्थ आहे सारं. रती, बायको माझी, तीही म्हणत होती. तिचं बारीक लक्ष असतं सगळीकडे."

यावर बोलणंच खुंटलं; कारण परत हा पुरावाही जोड्यानंच दिलेला होता. जोड्यानं मारल्यासारखा चेहरा करून शेखर कॅन्टीनमध्ये चहा घेत बसला होता.

तेवढ्यात शिबानीही त्याच्या शेजारी येऊन बसली. तिचाही चेहरा हिरमुसला झाला होता; पण शेखरचं तिकडं लक्षच गेलं नाही. स्वत:च्याच नादात चिडून त्यानं समोरच्या टेबलावर एक जोराचा गुद्दा मारला.

"काय झालं?" शिबानीनं हळुवार सुरात विचारलं. तो प्रश्न कॅन्टीनच्या दुसऱ्या टोकाला जरी ऐकू गेला असला तरी तिनं तो हळुवार आवाजातच विचारला होता.

"तो हरामखोर, कामेश्वर साला."

"काय केलं त्यानं?"

"मला म्हणतो तू फेल होणार; कारण तुझं प्रॅक्टिकल नॉलेज झिरो आहे."

"डॅम इट, मलाही हेच सांगितलं त्यानं."

"हु, काहीतरी करायला हवं. आजवर कोणताही मलुष्टे कोणत्याही विषयात फेल झालेला नाही. नापास होऊन चालणारच नाही मला."

"मलाही. मी नापास झाले तर बाबा माझं शिकणंच बंद करतील."

“आणि...”

“आणि लग्न लावतील.”

“विवाहसंस्थेच्या पेपरात नापास होऊनही?”

“हो ना. म्हणूच म्हणते, असं केलं तर–”

“कसं?”

“या वीक एन्डला आपण दोघांनी कुठंतरी जाऊन प्रॅक्टिकल नॉलेज मिळवलं तर?”

“पण–”

“मला असली तसली मुलगी समजू नकोस. मीही हेगिष्टे आहे; पण अभ्यास करण्यासाठी काहीही करण्याची तयारी असते आमची.”

“खरं म्हणजे पुढच्या आठवड्यात दोन परीक्षा आहेत माझ्या. त्यामुळे या वीक एन्डला जरा अभ्यासाचा झक्कू ताड्या लावायचा विचार होता माझा.”

“मग हाही अभ्यासच आहे. आपण थोडीच मजा मारायला जाणार आहोत?”

“तेही खरंच आहे.”

अशा तऱ्हेने ती दोघं त्या शुक्रवारी संध्याकाळीच शेजारच्याच गावातल्या हॉटेलात जाऊन राहिली. तो मलुष्टे आणि ती हेगिष्टे असल्यामुळे त्यांनी अगदी मन लावून अभ्यास केला, हे सांगण्याची आवश्यकताच नाही. हसतखेळत ज्ञान कसं मिळवायचं याचा तो आदर्शच होता.

त्यामुळे त्यानंतरच्या आठवड्यानं जेव्हा प्रोफेसर कामेश्वरांनी ग्रुप डिस्कशनला सुरुवात केली, तेव्हा त्या दोघांनी हिरिरीनं भाग घेतला. शिबानीला व मला असं म्हणायचंय, असं त्यांनी म्हणताच सगळ्यांनीच चमकून त्यांच्याकडे पाहिलं. मिसेस कामेश्वरांनी तर चक्क त्यांच्याकडे पाहून मुरका मारला. त्यामुळे शेखर क्षणभर नाउमेद झाल्यासारखा झाला होता; पण शिबानीनंही तेवढ्यात मारलेल्या मुरक्यामुळे त्याला धीर आला.

त्यानंतर त्यांनी मागं-पुढं पाहिलं नाही. दर शनिवारी-रविवारी अभ्यासाचा नुसता सपाटा लावला. त्यानं हेळसांड केली नाही. त्या अभ्यासात दोघंही रमून जात. खाण्यापिण्याचीही शुद्ध त्यांना राहत नसे.

त्याचा परिणाम व्हायचा तोच झाला. दोघंही फर्स्टक्लासमध्ये पास झाले.

त्या आनंदाच्या भरात शेखर शिबानीसह प्रोफेसर कामेश्वरांना पेढे द्यायला गेला.

“पेढे द्या; पण खरं म्हणजे आता तुम्ही लवकरच लाडू द्यायला पाहिजेत. नाही का?” मिसेस कामेश्वरांकडे वळून ते म्हणाले.

यावर मिसेस कामेश्वरांनी मुरका मारला नाही; कारण त्याचवेळी कडेवरच्या त्यांच्या मुलानं त्यांची साडी ओली केली होती. वास्तविक, त्यावेळी झालेला त्यांचा

चेहरा व मुरका यात कोणता मूलभूत फरक आहे, असा प्रश्न त्याला पडला होता; पण तेवढ्यात प्रोफेसरांच्या परत विचारलेल्या प्रश्नानं तो भानावर आला.

"मग केव्हा देताय लाडू?"

यावर "तसं काही नाही. आम्ही फक्त अभ्यासापुरतेच एकत्र आलो होतो." असं काहीसं तो म्हणणार होता; पण त्याच्या तोंडून शब्द फुटला नाही. त्याला त्या प्रश्नानं अतिशय अवघडल्यासारखं झालं होतं; पण अवघडल्यासारखं होण्याची परिस्थिती आपल्यावर येऊ घातलीय याची शिबानीला जाणीव होती. त्यामुळे तीच म्हणाली,

"अजून तसा मुहूर्त धरलेला नाही. परवा बाबा आले की भटजींना घेऊनच येणार आहेत!"

"बाबा? परवा?" भूकंपाचा धक्का बसल्यासारख्या हादरलेल्या शेखरच्या तोंडून कसेबसे शब्द बाहेर पडले.

"हो बाबा. म्हणजे वडील. मी त्यांची मुलगी व परवा म्हणजे..."

"उद्याच्या उद्या, समजलं," कोणतीही गोष्ट, कितीही अवघड असली तरी विनाविलंब समजून घ्यायची आम्हा मलुष्ट्यांची हातोटी माहितीच आहे तुम्हाला.

"किती हुशार आहेस रे तू?" असं म्हणत शिबानी एकदम लाजली आणि त्यावर काही उत्तर शेखर देणार तोच मिस्टर व मिसेस कामेश्वर दोघांनी एकदम पुढे होऊन त्यांचं अभिनंदन करायला सुरुवात केली.

शेखर मोठा प्रसंगावधानी. शिवाय एकदा काही जबाबदारी अंगावर पडली, की ती झटकून टाकण्याची मलुष्ट्यांची वृत्तीच नाही. त्यामुळे त्यानंही ते अभिनंदन स्वीकारलं.

आणि 'उद्याच्या उद्या' पूर्वी पहिलवान असलेले आणि या वयातही दररोज दीडशे जोर व अडीचशे बैठका काढणारे शिबानीचे वडील आल्यावर तर शेखरच्या मनातल्या उरल्यासुरल्या शंकांनीही काढता पाय घेतला.

त्यानंतर त्या दोघांचं यथासांग लग्न झालं. सात महिन्यांनी शिशिरचा व त्यानंतर दोन वर्षांनी शर्मिलाचा जन्म झाला, हे सांगायला नकोच.

सांगायला हवं ते देविका त्याच्या आयुष्यात कशी आली ते. त्याचं असं झालं, की एक दिवस ऑफिसातून घरी जाताना तो आपल्या दोस्तांसह एका रेस्टॉरंटमध्ये बसला होता. आता आपण बसलो आहोत ना तसा. फक्त त्यांची पेय आपल्यासारखी आपल्या बौद्धिक शक्तीला खतपाणी घालणारी नव्हती. जिभा सैल करणारी होती.

त्यामुळे एक-दोन पेले पोटात गेल्यावर त्यांच्यापैकी काहीजणांनी दोन टेबलं टाकून पलीकडे बसलेल्या दोन तरुणींची थोडीशीच खरी व बरीचशी काल्पनिक वर्णनं करायला सुरुवात केली. त्यांना काय आवडत असावं, नसल्यास ते का न

आवडावं या विषयीचे तर्क व्यक्त करावयास सुरुवात केली.

जसजसे त्यांच्या बोलण्याला धुमारे फुटत होते, तसतशी शेखरची चुळबुळ वाढत गेली. तो जास्तीत जास्त अस्वस्थ होत गेला. त्या दोघींच्या सर्वांत जवळ तो असल्यानं त्यांच्या कानी ही मुक्ताफळं पडली तर आपली काय अवस्था होईल, ही भीती त्याला वाटत होती, म्हणून तो अस्वस्थ झाला होता. हा त्यावेळीही व्यक्त केला गेलेला तर्क बदनामीचा खटला, नव्या कायद्याखाली, भरावयास पुरेसा पुरावा आहे.

कारण शेखर मलुष्टे असल्यामुळे त्याच्या मनाला असला विचार शिवलाही नव्हता. उलट दोन भल्या घरच्या तरुणींबद्दल आपण असं काही वेडंबागडं बोलावं हे त्याच्या सुसंस्कृत मनाला पटणारं नव्हतं. त्याची चीड त्याच्या चेहऱ्यावर दिसू लागली होती.

ती पाहताच त्याचा एक मित्र, गगन मेहरा म्हणाला.

"अरे यार, शेखर, बिअरही पी रहा है ना तू? मग साल्या, तुझा चेहरा असा गोमूत्र प्याल्यासारखा का?"

"हे पहा, तुमचे हे चाळे मला मुळीच पसंत नाहीत."

"ओऽहो हो, ऐका रे, आमचे शुकमुनी काय सांगताहेत ते कान देऊन ऐका. मोठा आला आहे साधुसंत. तुझ्या धमन्यांत सळसळतं रक्त नाही, फिकं रंगीत पाणी आहे, हे सांग ना."

"तुमच्यात तरी काय धमक आहे लेको. तुम्ही नुसते बडबडणार वाचावीरासारखे तोंडची वाफ दवडणारे डरपोक सालेहो! अरे, हिंमत असेल तर हो पुढे आणि पटव त्या पोरीला. आहे धमक?"

"गगन मेहरा कहते है इस नाचीजको। मला चॅलेंज करतोय! ठीक है। होऊन जाऊ दे. लगी शर्त. अभी पटाते है। पण तू साल्या आता नुसतीच वाफ दवडू नकोस. शर्त काय बोल."

"ही माझी एक जांभळी नोट. पुरे?" शंभरची नोट काढून टेबलावर आपटत शेखर म्हणाला.

"ती आता माझी झालीच समज. ती नोटही आणि ती नटखट पोरही." गगन मेहरा एका झटक्यात आपला ग्लास रिकामा करीत उठला.

त्या मुलीच्या दिशेनं गगनला जाऊन दोन-तीन मिनिटंच झाली असतील. 'चपाट' अशा उठलेल्या आवाजानं त्या रेस्टॉरंटमधल्या त्या तीन मिनिटांच्या शांततेचा भंग झाला.

गगन सणसणीत चपराकीनं सुजू पाहणारा आपला उजवा गाल चोळत चोळत परत त्या घोळक्यात येऊन बसला.

इतर कोणीही काही बोललं नाही; पण या निमित्तानं गगनच्या बथ्थड डोक्यात नीतीचे, शहाणपणाचे चार शब्द टाकता आले तर पहावे या सद्‌हेतूनेच शेखर म्हणाला,

"भागली का खाज तुमची? संपली तुमची खुमखुमी? शांत झाला तुमचा आत्मा? क्यो लाला गगनमल, गगनसे जमीनपर उतर आये ना!"

गाल चुरचुरत नसता तर कदाचित गगनला या शब्दांपाठी असलेली तो सुधारावा म्हणून शेखरला वाटणारी कळकळ जाणवली असती. त्यावेळी मात्र तो शेखरवर खवळून उठला.

"शेखर, बकवास बंद कर. मी निदान उठून तिथं गेलो तरी. तू काय साला नुसती बकबक करत बसला आहेस. तुम्ही साली खाली जबानच चालवत राहणार. दुसऱ्यांना उपदेश करत राहणार. असेल धमक तर तू जा ना. नाय इकडचं थोबाड तिकडे झालं तर गगन नाव नाय लावणार. हे तुझ्या शंभरावर माझे दोनशे."

गोष्ट इतक्या थराला आल्यावर माघार घेईल तर शेखर मलुष्टे कसा असता!

त्या तिरमिरीने शेखर खुर्चीवरून उठला खरा; पण जसजशी त्या मुलीची खुर्ची जवळ जवळ येत चालली तसतसे आपण काय बोलणार, काय करणार हे प्रश्न त्याला सतावू लागले. या बाबतीत आपण अगदीच अनभिज्ञ आहोत आणि अभ्यास करायलाही सवड नाही, याची त्याला जाणीव झाली; पण आता पाऊल मागे घेणं शक्य नव्हतं.

तो तिच्याजवळ पोचायच्या आधीच तिनं आपल्या शेजारच्या मुलीला उद्देशून उच्चारलेले शब्द त्याच्या कानावर पडले.

"आता हा दुसरा आला. हा कोणता पवित्रा घेणार? कसला तरी. आपण फार हुशार आहोत, शिकलेले आहोत, गावंढळ नाही असं दाखवणार!"

तेवढ्यात शेखरच्या तोंडून त्याला नकळत शब्द घरंगळले,

"खरं म्हणजे मला तुमची माफी मागायचीय."

"त्याला म्हणे माझी माफी मागायचीय. आता बहुतेक तो म्हणणार, की हे खरं चाललंय ते एका बेटसाठी."

आपल्या मनातले विचार आणि ओठावरचे शब्द तिला कसे समजले याचे आश्चर्य वाटलेल्या शेखरच्या तोंडून तिची नक्कल केल्यासारखे शब्द सुटले केव्हा हे त्याला समजलंही नाही.

"हे सारं चाललंय ते एका बेटसाठी."

यावर तिच्या नजरेने तिने त्यांना एकदा आपादमस्तक न्याहाळून घेतलं आणि परत आपला चेहरा आपल्या मैत्रिणीच्या दिशेने वळवत ती म्हणाली,

"आता बहुतेक हा मला विचारणार, की केवळ ती बेट जिंकण्यासाठी, आणि

त्या तिथं बसलेल्या त्याच्या मित्रांच्या विश्वास बसावा म्हणून मी त्याच्याबरोबर बाहेर जाण्याचं नाटक करेन का? काय तरी बाई दांडगटपणा! मेल्याला हे विचारण्याचा धीर तरी कसा करवतो म्हणते मी!''

कसा ते शेखरलाही नसतं सांगता आलं; पण ते विचारण्याचा धीर त्याच्यानं करवला हे खरं.

त्यावर तिनं समोरची ऑरेंजची उरलेली बाटली एका दमात संपवली. आणि आपली पर्स आवरत ती परत मैत्रिणीला म्हणाली,

''तू वेड्यात काढशील मला. हाकलून लावण्याऐवजी मी त्याचं म्हणणं कसं मानतेय, असं विचारशील मला; पण यालाही असा रिकाम्या हातानी आणि दुखऱ्या गालानी परत पाठवला तर त्या उरलेल्या तिघांना तोंड द्यावं लागेल. त्यापेक्षा याचं एकदाच ऐकलेलं बरं, असं नाही वाटत तुला?''

आणि त्याच्याकडे न पाहताच ती सरळ बाहेर जाऊ लागली. ह्या प्रकारानं स्तंभित झालेला शेखर क्षणभर तिच्या पाठमोऱ्या दूर दूर जाणाऱ्या आकृतीकडे पाहातच राहिला. आणि मग भानावर येत तिच्यापाठी धावत सुटला. तेवढ्यातही आपल्या मित्राकडे एक थोडा विजयी कटाक्ष टाकायला तो विसरला नाही; मात्र त्यावेळच्या त्याच्या गोंधळलेल्या मन:स्थितीमुळे त्याला विजयी वाटणारं त्याचं हास्य त्याच्या मित्रांना बावळट वाटलं यात नवल नव्हतं.

रेस्टॉरंटबाहेर पडून तिच्या बरोबर जाताना काय बोलावं हे शेखरला समजेना. काही पावलं तशीच गेल्यानंतर ती शांतता शेखरला असह्य झाली. तेव्हा काहीच न सुचून तो पुटपुटल्यागत म्हणाला,

''माझं नाव शेखर मलुष्टे.''

''याचं नाव म्हणे शेखर मलुष्टे. मला हे सांगतोय याचा अर्थ त्याला आता माझं नाव देविका शुक्ला आहे सांगायला हवं. वाट बघ म्हणावं.''

शेखर दचकलाच; कारण आता शेजारी तिसरं कोणी नव्हतं. इतका वेळ रेस्टॉरंटमध्ये असताना तो समजत होता, की ती तिच्या मैत्रिणीला उद्देशून बोलतेय; पण तिची ही 'आडून' लेकी बोले सुने लागे' स्टाईलच होती बोलण्याची. मग फक्त सूनच हजर असली आणि लेकीचा पत्ताही नसला तरी हरकत नसे.

तोपर्यंत ते तिच्या घरापर्यंत पोचले होते. त्याबरोबर ती म्हणाली, ''आता बहुतेक हा लोचटपणे विचारणार, 'कॉफी प्यायला नाही बोलवणार? काय गं, मग बोलवायचं का उपटसुंभाला?''

''त्या 'ग'नं बहुतेक हो म्हटलं असावं.''

कॉफी पिता पिता आता इथून सटकावं कसं, या प्रश्नाचा भुंगा शेखरला सतावू लागला; पण आतापर्यंत त्याने काही न बोलताच, काही न करताच मामला इथवर

आणि तो तिच्या घरापर्यंत आला होता. त्याची सवय झाली होती. त्यामुळे आपणच या बाबतीत पुढाकार घेऊन हालचाल करायला हवी, हे त्याच्या लक्षातच आलं नाही. तीच तेवढ्यात म्हणाली,

''आता बहुतेक याला इथेच रात्रीचा मुक्काम करू द्यावा लागणार. काय तरी बाई असतात एकेकाच्या तऱ्हा. एकट्या मुलीला तिच्याच घरात एकटी पाहून सरळ तिचं चुंबन घ्यायला पुढे सरसावतात.''

हेही देविका ज्या पलंगावर बसली होती त्यालाच उद्देशून म्हणाली. त्यामुळे तिचं चुंबन घ्यायला शेखर पुढे झाला. तो केवळ हेच पाहण्यासाठी की ती आता आपल्या उशीचं चुंबन घेणार का कॉटच्या कठड्याचं. कोणत्या 'लेकी'ला ती आता मिठी मारणार हे समजावं म्हणूनच आपण पुढे झालो हे शेखरनं शपथेवर सांगितलंय मला. त्याची पंचाईत झाली ती देविकानं लेकीला टाळून सुनेच्या गळ्यात गळा घातला त्यामुळे.

मग रात्री तिथंच मुक्काम करणं शेखरला भागच पडलं.

दुसऱ्या दिवशी सकाळी तो परत निघाला तेव्हा देविकाने परत लेकीला विचारलं,

''काय गं, आता परत बहुतेक तोंड दाखवणार नाही हा, हो ना!''

''छे! छे! तसं मुळीच नाही. मलुष्टे आहे मी. अशी जबाबदारी टाळून पळपुटेपणा नाही करणार मी.''

अन् या जबाबदारी न टाळण्याच्या गुणामुळेच शेखरला लतिकेला आपल्या जीवनात स्थान द्यावं लागलं होतं. नोकरीही टिकवायची होती, हा एक ॲडिशनल मुद्दा होताच.

त्यावेळेस शेखरकडे डेप्युटी रीजनल सेल्स मॅनेजर मिस्टर लकडावाला यांनी एक काम सोपवलं होतं. तसं ते किचकट आणि अवघडही होतं; पण शेखर मलुष्टे असल्यामुळेच अनेक अडचणींना पार करून त्याने ते यशस्वीपणे करून दाखवलं होतं. त्याचे रिपोर्ट्स पाहिल्यावर लकडावाला खुश झाले आणि त्यांनी त्याला त्या संध्याकाळी डिनरला बोलावलं.

शेखरच्या अंगावर मूठभर मांस चढलं. डे.री.से.मॅ.ने डिनरला बोलावणं हे आसेतुमधील प्रोटोकॉलमध्ये बसणारं नव्हतं. आणि ते आमंत्रण हे म्हणूनच बहुमानासारखं आहे, हेही शेखर ओळखून होता.

सूप घेता घेताच लकडावालांनी सुरुवात केली.

''अरे साला शेखर, लय हायक्लास काम केला बघ तू. साला, मी तुझ्यावर वॉच ठेवून आहे. एक टायम प्रॉजेक्ट हातमंदी घेटला की तू सोडते नाय. ते प्रॉजेक्ट टुजा अन टू प्रॉजेक्टचा बनून जाते. व्हेरी गुड! व्हेरी गुड! टुला माहिटच असेल मी

ट्रान्सफर होऊन कलकत्त्याला चालला रीजनल सेल्स मॅनेजर म्हणून. तवा माजा हिटला प्रॉजेक्ट हॅन्डल करायला कोनीतरी पायजेल हाय. टू करेल काय?''

शेखरचा विश्वासच बसेना. ध्यानीमनी नसता ही संधी चालून आली होती. सेल्समध्ये ट्रान्सफर मिळावी म्हणून सारेजण जीव टाकत असत. आणि इथे त्याला बोलावून घेतलं जात होतं.

''ऑफकोर्स, ऑफकोर्स,'' तो कसंबंस पुटपुटला.

त्याबरोबर त्याच्या पाठीवर थाप मारीत लकडावाला म्हणाले,

''गुड गुड. मला वाटलाच होटा यू वुईल नॉट लेट मी डाऊन. तर हे सगळा ठरला. तिचा नाम हाय लतिका डायर्स. शी अज अ व्हेरी चार्मिंग गर्ल.''

''लतिका?''

''डायर्स. माय मिस्ट्रेस आणि साला आजपासून तुजी मिस्ट्रेस.''

शेखरच्या हातातून चमचा आणि तोंडातून सूप बाहेर पडले. त्याला ठसका लागला. लकडावालांनी त्याच्या पाठीवर आपली सणसणीत थाप मारलेली नसतानाही.

''मिस्ट्रेस?''

''एकदम स्वीट गर्ल हाय. मी टिला कलकत्त्याला च्यल म्हणून सांगत होटो; पण टिला बॉम्बे सोडायची नाय. तवा मी म्हटला की टुला चांगला लोकम पाहून देयल.''

''पण, पण ही आपलं ती– त्या मला ॲक्सेप्ट करतील?''

''ते तू वरी नको करू. माज्यावर टिचा पूरा भरोसा हाय. माजा सिलेक्शन एकदम टॉप असणार याची गॅरन्टी हाय टिला.''

''पण- पण...''

''आता काय पन उरला?''

''नाय म्हणजे. हाऊ कॅन आय ॲफोर्ड इट? मला परवडणार कसं?''

''तेची पण चिंता नाय. हर टेस्टस आर अनएक्स्पेन्सिव्ह, टिच्या डिमांड्स एकदम रिझनेबल. आणि टुला आता प्रमोशन मिळाल्यावर साली टुजी सॅलरी पन बघारेल ना?''

''प्रमोशन?''

''हो. म्हणजे तसा अजून ऑफिशियल नाय. सो कीप इट टू युवरसेल्फ; पण मी रेकमेन्ड केलाय टुला. अन् टे ॲक्सेप्ट पन जालाय. टुला लेटर मिळेलच हे दोनचार दिवसमंदी.''

यावर मग लकडावाल्यांचा लकडा कसा नाकारावा हे शेखरला कळेना.

त्यानं केव्हा हो म्हटलं, तो लतिकाला केव्हा भेटला, आठवड्यातून दोन दिवस तिच्यासाठी कसे राखून ठेवण्याचं ठरवलं, हे शेखरला स्वतःच्या काय पण

नीलिमाच्या मेमरी बँकेतही शोधून सापडलेलं नाही.

तोपर्यंत शेखरचं कामजीवन तसं बरंच कॉम्प्लिकेटेड झालं होतं; परंतु प्रमोशन मिळाल्यामुळे त्याला आता बराच वेळ एकट्याला नीलिमाबरोबर घालवायला मिळत असे. त्यामुळे त्याने ते वेळापत्रक बनवायचं काम तिच्यावर सोपवलं होतं. आणि ते तिनं व्यवस्थित पारही पाडलं होतं.

त्याचवेळी राधिकाचा प्रवेशही त्याच्या गोतावळ्यात झाला. आधीच्या तिन्ही वेळांप्रमाणे याही वेळी त्याच्या प्रयत्नाविना, किंबहुना त्याच्या प्रयत्नांना न जुमानता, त्यांच्या कामजीवनाच्या कक्षा रुंदावल्या होत्या.

खरं म्हणजे राधिकाचं लग्न झालं होतं. ती आसेतुमध्येच रिसेप्शनिस्ट म्हणून काम करीत होती. त्या पोस्टचा परिणाम म्हणा, की तिच्या मूळच्याच खेळकर, मोकळ्याढाकळ्या वागण्याचा परिणाम म्हणा, राधिका सगळ्यांशीच फ्लर्टिंग करत असे. सगळ्याच पुरुषांना जरा चाळवायचं, त्यांची चेष्टामस्करी करायची, प्रसंगी नॉनव्हेज विनोदांना दाद द्यायची, अशा म्हटलं तर निरुपद्रवी चाळ्यांमध्येच ती भाग घेई. रिसेप्शनिस्टच असल्यामुळे तिचे पोशाखही जरा फॅशनेबल, भडकसेच असत.

शेखरच्या सुसंस्कृत मनाला एका विवाहित स्त्रीनं असं वागावं हे पटत नसे. तो तिचा नैतिक अध:पात होईल अशी त्याची धारणा होती. त्यापासून तिला वाचवायचा त्यानं पण केला होता. तिला समजावण्याची, ताळ्यावर आणण्याची त्यानं खूप धडपड केली; पण राधिकेत काही फरक पडण्याची चिन्हं दिसेनात.

शेवटी एके दिवशी त्याला हवी तशी संधी मिळाली. संध्याकाळी घरी जायच्या वेळी लाडेलाडे त्याच्याजवळ येत, आपल्या ओढणीशी दिलाची धडकन वाढवणारा खेळ करत, पापण्यांची जीवघेणी फडफड करत राधिका त्याच्याजवळ येऊन म्हणाली,

"शेखर, आज घरी जाताना लिफ्ट देणार ना मला तुझ्या मोबाईकवरून? म्हणजे मी पाठी बसल्यावर तुझे हात हॅन्डलवर आणि नजर समोर रस्त्यावर राहू शकणार असेल तर!"

शेवटचे शब्द तिनं मुद्दाम मोठ्यानं उच्चारले. पलीकडे बसलेल्या रवी मल्होत्राला खिजवण्यासाठी. ते पाहून शेखर पटकन 'नाही' म्हणणार होता; पण एक मोठी संधी चालून आली आहे, हे ध्यानात घेऊन त्यानेही तिच्या सुरात सूर मिसळून म्हटलं,

"ऑफकोर्स, ऑफकोर्स. वुइथ प्लेजर. नाहीतरी घरी एकटाच आहे मी. तेव्हा प्रथम तिथं जाऊन काहीतरी खाऊया, पिऊया. तूच पकव काहीतरी. पण तुझा नवरा रागावणार नसला तर?"

"छे, छे, त्याचा बिचाऱ्याचा माझ्यावर पुरा विश्वास आहे," सगळीच चेष्टा वाटून तिनंही तोडीस तोड जबाब दिला.

म्हणूनच जेव्हा शेखरनं मोबाईक खरोखरच स्वतःच्या घरी वळवली तेव्हा तिला आश्चर्यच वाटलं; पण शेखरबद्दल तिला एकदम तशी भीती वाटण्याचंही कारण नव्हतं. मस्करी सहज करावी असा एक साधाभोळा जीव असंच तिचं त्याच्याबद्दलचं रास्त मत होतं. घरात शिरल्यावर तिला ड्रॉईंगरूममध्ये बसवून शेखर किचनमध्ये गेला. शिबानीनं त्याच्यासाठी बनवून ठेवलेले चिवडा-लाडू व फ्रिजमधल्या सॉफ्ट ड्रिंकच्या बाटल्या घेऊन तो बाहेर आला आणि सरळ राधिकाच्या शेजारीच जाऊन बसला. जवळजवळ तिला लगटून.

तिच्या डोळ्यांत प्रथमच संशयाची झाक तरळून गेल्याचं दिसतातच शेखर खुश झाला. आता हिला परत नीतीच्या धोपट मार्गावर आणायला वेळ लागणार नाही, हे समजून तो उल्हसित झाला. आणखीच तिच्याजवळ सरकत म्हणाला,

"घे ना, घे. भूक नाही लागली तुला?"

वेफरचा एक छोटासा तुकडा कुरतडत ती घाईघाईनं म्हणाली,

"मला लवकर घरी गेलं पाहिजे हं!"

"का गं, तुझ्या नवऱ्याचा पुरा विश्वास आहे ना तुझ्यावर?"

राधिकाच्या चेहऱ्यावर त्यानंतर उठलेली लाली ही आपली चोरी पकडली गेल्यामुळे वाटणाऱ्या शरमेची नव्हती, असं शपथेवर तिलाही सांगता नसतं आलं.

ती पाहताच शेखरला आपला प्लॅन योग्य मार्गानं चालल्याची खात्री पटली. आणखीच पुढाकार घेत व कोचाच्या पाठीवर आपला हात पसरत तो म्हणाला,

"अशी लाजलीस की तू आणखीच सुंदर दिसतेस, हे कधी सांगितलंय का तुला मी?"

यावर आणखीच लाजण्याशिवाय राधिकाजवळ दुसरं उत्तरच नव्हतं.

"शिवाय खरं म्हणजे तू इतर रिसेप्शनिस्टसारखी नुसतीच मेणाची बाहुली नाहीस. तुझ्या त्या भरदार केसांखाली चांगलेच ग्रे मॅटर भरलेलं आहे. तू हुशार आहेस, खरं की नाही?"

"हं-हं-हो-हो..."

"शिवाय आयुष्य कसं मजेत घालवायचं हे तू पुरेपूर ओळखतेस. काय?"

"हो-म्हणजे त्याचं काय तसं म्हटलं तर..."

"त्यामुळेच लोक काय म्हणतील, समाज काय म्हणेल, रूढी, परंपरा याची तू मुळीच पर्वा करत नाहीस. आपल्यासारख्या हुशार मंडळींना ही कन्व्हेन्शन्स मुळीच आवडत नाहीत. मारो गोली उनको, राइट?"

तो काय बोलतोय हे जरी राधिकाला समजत नसलं, तरी त्याचा इरादा काय याची तिला कल्पना येऊ लागली होती अन् त्यामुळे ती घाबरल्यासारखी झाली होती. हातातली बाटली टेबलावर ठेवून उठावं या विचारानं ती थोडी पुढे झुकली,

तोच तिच्या हातून ती बाटली काढून घेत, आपल्या डाव्या हातानं तिला जवळ ओढून घेत, तिच्या डोळ्यांत खोलवर पाहत तो म्हणाला,

"तू ढोंगी आहेस. ए टोटल फ्रॉड. हो म्हण."

"नाही. मुळीच नाही." कोणतीही मुलगी असा आरोप सहन करणं शक्यच नव्हतं.

"येस. तुला फक्त पुरुषांना चाळवायला हवं. त्यावर भान सुटून त्यांनी पुढाकार घेतला, की तू आरडाओरड करणार. त्यांच्यावर भलभलते आरोप करणार. त्यांनाच खोटं पाडणार. खरं की नाही!"

"नो-नो. इट्स नॉट टु. मी ढोंगी नाही. प्रामाणिक आहे. सच्ची आहे."

"अस्सं! मग आता मी तुझं चुंबन घेतलं तर तू मला दूर ढकलणार नाहीस? मला बुक्के मारण्याचा प्रयत्न करणार नाहीस? हातापाय झाडत आरडाओरड करणार नाहीस?"

यावर काहीतरी बोलावं म्हणून तिनं आपले ओठ विलग केले; पण काय बोलावं हे न सुचून ते तसेच अर्धस्फुट राहिले. त्याचवेळी नेमका शेखरचा तोल जाऊन त्याचे ओठ तिच्या ओठांवर टेकले.

खरं म्हणजे तो एक अपघात होता; पण तसं शपथेवर सांगण्यासाठीही शेखरचं तोंड मोकळं नव्हतं. त्यात राधिका आता किंचाळणार, आरडाओरड करून सारी बिल्डिंग डोक्यावर घेणार, शेजारीपाजारी धावून येणार या भीतीनं तो गारठालाही होता. आणि त्याला घामही फुटला होता.

तरीही राधिका त्याला दूर ढकलत नव्हती. त्याच्या पाठीवर बुक्के मारत नव्हती. तिच्या मनात नीतिमत्ता आणि प्रामाणिकपणा यांच्यातला झगडा चालला होता, हे त्याला तिच्या धडधडणाऱ्या हृदयावरून जाणवत होतं; त्याला दूर ढकलावं तर नीतिमत्तेचा विजय होत होता. प्रामाणिकपणा हरत होता. ढोंग उघडं पडत होतं. न ढकलावं तर प्रामाणिक असल्याचं सिद्ध होणार होतं; पण नैतिक अध:पात होणार होता.

शेखरलाच दूर होता नसतं का आलं, हेच विचारायचं होतं ना तुम्हाला? जरूर होता आलं असतं; पण मग त्याच्या स्वत:च्या प्रामाणिकपणाचं काय! शिवाय तिला धडाही शिकवायचा होता ना. कितीही संकटं येवोत, प्रसंगी स्वत:ची अब्रू पणाला लागो. हाती घेतलेल्या सद्‌हेतूप्रेरित कामापासून हटणारा मलुष्टे नव्हे.

शेवटी नेहमीप्रमाणेच सर्वांच्याच प्रामाणिकपणाचा विजय झाला. राधिकाचे ओठ त्याच्या ओठांभोवती व हात त्याच्या पाठीभोवती घट्ट आवळले गेले.

त्याच्या घरातून दुसऱ्या दिवशी सकाळी ती दोघं बाहेर पडली तेव्हा ती दोघंही बदललेली होती. शेखर आता चौघीजणींचा प्रियकर झाला होता. नीलिमाला

आणखी कामाला लावयला हवं हे त्याला कळून चुकलं होतं.

राधिका तर आमूलाग्र बदलून गेली होती. त्या दिवसापासून तिचं फ्लर्टिंग बंद झालं होतं. त्यामुळे तिला धोकादायक मार्गापासून परावृत्त करण्याची शेखरची इच्छा सफल झाली होती. शेखरसारखा मासा गळाला लागल्यामुळे किंवा त्याचा मत्सर जागृत होऊ नये म्हणून राधिकानं आपले चाळे बंद केले होते, असं काही कुत्सित लोक खुशाल म्हणोत. तिच्या शुद्ध मनाबद्दल शेखरला आणि विशेष म्हणजे तिला स्वत:ला कसलीच शंका नव्हती.

चौघींच्या विविध आवडीनिवडींची आठवण ठेवत. त्यांच्याबरोबर योग्य तेवढा वेळ घालवत, त्यांचे वाढदिवस न विसरता शेखरचं प्रेमजीवन सुरळीत चाललं होतं. बहरत होतं. 'नीलिमा सलामत तो पोरगी पचास' असं अनेक वेळा शेखर स्वत:शीच म्हणत असे ते केवळ नीलिमावर असणाऱ्या त्याच्या गाढ विश्वासापोटीच.

एरवी तसा तो उच्छृंखल, मवाली धाटणीचा नव्हता. शिबानी, देविका, लतिका, राधिका यांच्याशी त्याचे संबंध नाइलाजानं आलेले असले, एखाद्या व्यापारी करारासारखे वाटले तरी त्याच्या हृदयात प्रेमासारख्या तरल, नाजूक भावनेला जागा नव्हती, असं म्हणणं हा केवळ विपर्यास झाला असता. त्याच्या या माणुसकीचा पुरावा सादर करा, असं त्यावेळी म्हटलं असतं तर कठीण होतं, हे खरं; पण म्हणून त्याला फुलपाखरासारखा या फुलावरून त्या फुलावर उडत, त्यांचा मध शोषून घेणारा स्वार्थी कॅसानोव्हा म्हणणं त्याच्यावर अन्याय करण्यासारखं होतं.

आणि तसा पुरावाही लगेच मिळाला. शेखर चक्क प्रेमात पडला. मनाली सेनगुप्ताच्या अगदी एखाद्या टीनेजरसारखा तिच्यासाठी पागलच बनला. आम्ही मलुष्टे मंडळी तशी भावनाप्रधान हे ठाऊकच आहे तुम्हाला.

आधीच हम पाच हमारे... अशी परिस्थिती असताना पांचालीसारखी आणखी पाचवी स्त्री आपल्या जीवनात आणावी या विचारानेच दुसऱ्या एखाद्याला घाम फुटला असता; पण शेखर तसा डरपोक नव्हता. शिवाय मदतीला नीलिमा होतीच.

पण तिथंच प्रथम माशी शिंकली; कारण जेव्हा त्यानं मनालीची माहिती तिला पुरवली आणि नवं शेड्यूल तयार करायला सांगितलं तेव्हा नेहमीपेक्षा लवकरच नीलिमाचं उत्तर आलं,

''शेखर, या ट्रकची आणखी पिकअप पॉइंट घेण्याची क्षमता नाही. यापूर्वीच त्याची कपॅसिटी प्रमाणाबाहेर ताणली गेलीय. त्याचे टायर्स बदलायला झालेत. इंजिनही परत ट्यून करायला हवं. बेअरिंग नक्कीच झिजलं असणार. कम्प्लीट ओव्हरहॉल होईपर्यंत पुढचं वेळापत्रक बनवणं शक्य नाही.''

शेखरनं कपाळावर हात मारून घेतला. नीलिमाची चूक नव्हती. तिच्या दृष्टीनं शेखर हा एक ट्रक होता. तो नाही असं सांगावं तर सगळंच भांडं फुटणार होतं.

बरं, मूळ प्रोग्रॅम बदलावा तर इतर ट्रकची देखभाल न झाल्यानं कुठंतरी ॲक्सिडेन्ट होण्याचा किंवा बिझनेस बिघडण्याचा धोका होता.

यावर आधीच्या चौघींपैकी एकीला डिच्चू देण्याचा मार्ग उपलब्ध होता. देविकाला दूर करणं तसं कठीण जाऊ नये असं त्यालाही वाटलं होतं. तिला कसं समजवावं, कोणत्या शब्दांत सारं सांगावं याची त्यानं बऱ्याच वेळा रिहर्सलही केली. आणि मग एका संध्याकाळी वेळ बघून तिला ते सांगण्यासाठी त्यानं आपला घसा साफ करताच समोरच्या कॅक्टसच्या कुंडीला उद्देशून देविका म्हणाली,

"आता बहुतेक हा मला सांगणार, देविका, आजवर आपण मजेत दिवस काढले; पण ऑल गुड थिंग्ज हॅव टू कम टू ॲन एन्ड. कधीतरी हे संपायलाच हवं. तेव्हा एकमेकांचा खरोखरी कंटाळा येईपर्यंत कशाला थांबा!"

"छे, छे, हे खरं नाही," असं आपण कधी म्हणालो हे शेखरलाही कळलं नाही; कारण नेमके आपल्या मनातले ओठावर आणलेले शब्द तिला कसे कळले हे न समजून तो स्तंभित झाला होता. त्यानंतर देविकाला सोडण्याचा विचारच त्याला सोडून द्यावा लागला. ती भलतीच मनकवडी होती.

लतिकाला सोडणं केवळ अशक्य होतं; कारण मिस्टर लकडावाला अजूनही कलकत्त्याला रीजनल सेल्स मॅनेजर होते. त्यांच्या मताला आसेतुमध्ये चांगलाच मान होता. लतिकाला वाऱ्यावर सोडणं म्हणजे आपल्या नोकरीवरही पाणी सोडण्यासारखं होतं. हे न कळण्याइतका शेखर मूर्खही नव्हता अन् नवखाही नव्हता.

राधिका तर ऑफिसातच होती. तिला सोडून त्यानं दुसऱ्याच कोण्या मुलीला जवळ केलंय, हे तिला आज ना उद्या कळलंच असतं अन् मग त्याच्या नव्या लफड्याचा – तिचा शब्द हं. तिनं गावभर बभ्रा केला असता.

राहता राहिली शिबानी. तिच्याशी आपण लग्न का केलं हे त्याला अजूनही समजलेलं नव्हतं; पण तिला सोडचिठ्ठी द्यायचा विचार मनात येताच तिच्या वडिलांची मूर्ती त्याच्या नजरेसमोर उभी राहत असे. आणि मग तो विचार पुसून टाकायची त्याला घाई होई.

विचार करकरून डोकं फुटायला आलं. नीलिमाही बधेना – तेव्हा नाइलाजानं त्यानं गुल हिंगोरानीला, त्याच्या बरोबरच्या दुसऱ्या प्रोग्रॅमरला सारा प्रकार सांगितला.

त्याबरोबर त्याच्या पाठीवर जोरदार दणका मारत गुल म्हणाला,

"अरे साई, तुझ्या हातामंदी तो गोल्डन एग देणारी कोंबडी हाय. अन् ते असा परेशान का होते?"

"म्हणजे मी नाय समजलो!"

"हां. तोच तर बांधा हाय नी. बिच्चार कर. या बम्बईमंदी असा तुज्यासारका, नाय नाय. ज्यादाच प्रॉब्लेम असनारा किती मानस असेल?"

"मला काय माहीत?"

"गेस कर."

"असेल दहा-बारा...'

"अरे साई, एवडा कसा बुद्दू तू. दहा-बारा हजार असेल, त्यानला आपण कॉम्प्युटर पुरवला तर ते लोग पायजे तेवडा पैसा देयल. आपल्याला येक नीलिमा घ्यायला लागेल. ते इन्व्हेस्टमेंट करायला लोन मिळेल. आपण दोघा पार्टनर होयल. तुमी मराठी लोग साई बिजनेसमंदी पाठी हाये ते एवड्यासाठीच.

इडियट. तो पन सॉल्व्ह होयल ना. आपण नवा प्रोग्रॅम बनवू."

आणि महिन्याभरातच नवा प्रोग्रॅम बनवून त्यांनी स्वत:चा बिझनेस खोलला. नवी, अल्ट्रामॉडर्न नीलिमा घेऊन त्यांनी एअरकंडिशन्ड ऑफिस उघडलं.

एक दिवस समोरच्या मिचमिणाऱ्या दिव्याच्या नीलिमाकडे पाहत आपल्या ऑफिसमध्ये बसून नुकत्याच एका क्लायंटने दिलेल्या लंचचा ढेकर देत शेखर दिमाखानं पाहत होता. तेवढ्यात गुल आला. त्याच्या आधीच गुलगुलीत असलेल्या देहावर नवी भर पडली होती.

"तू कायी बोल साई, हे सगळा ह्युमॅनिटेरियन काम हाय."

"ह्युमॅनिटेरियन? मानवतावादी? ते कसं काय?"

"ते समोरचा लाईट पायला काय? एकेक लाईट म्हणजे एकेक क्लायंट. आपल्या या प्रोग्रॅमने त्यांच्या जिंदगीत नयी रोशनी नाय आली का?"

"खरंच. हे लक्षातच आलं नव्हतं माझ्या."

तर असंच आपल्या शोधाचा खरा उपयोग काय हे सहसा लक्षातच येत नाही. तसा उपयोग करून घेणारा योजक त्याला लाभला की, मग तो शोध कुठल्याकुठे जातो. त्याच्याशिवाय लोकांचं पान हलत नाही.

म्हणून म्हणतो, निराश होऊ नकोस. आज ना उद्या असा एखादा योजक आपणहून येईल तुझ्याकडे. मालक, द्या त्याला थंड काहीतरी आणि मलाही आणा एक हैब्रिडोमा मिल्कशेक.

(बुवा, फेब्रुवारी, १९९०)

●

उलटापालट

'आकाशगंगा'तलं वातावरण आज काहीसं चिंतेनं भारून गेलेलं होतं. शैवालरसाच्या काळपट हिरव्या रंगाचा एक काळजीचा दाट पडदा सर्वत्र पसरल्यासारखा सर्वांना वाटत होता. मालकांनी सर्वांना ज्याच्या त्याच्या आवडीचा पेयाचा पेला न चुकता दिल्यानंतर, त्यातलं अर्धअधिक पेय पोटात गेल्यावरही सर्वांच्या तोंडावर एक समाधानाचं, आनंदाचं हसू फुटण्याऐवजी त्यांचे चेहरे काळजीनं कोमेजून गेले होते.

तसं होणं साहजिकही होतं. नेहमीचेच सारे मेंबर्स असल्यामुळे एकमेकांची सुख-दुःखं नेहमीच साऱ्यांनी वाटून घेतली होती. अगदी मालकांनीसुद्धा, एका पेयाचे पैसे सोडले तर, या वाटणीत मनापासून भाग घेतला होता. त्यामुळे 'क्लोरोफिल कोला'ला उद्या उपचारांसाठी इस्पितळात दाखल व्हायचंय म्हटल्याबरोबर सर्वांना त्याविषयीची चिंता लागून राहणं स्वाभाविकच होतं.

खरं म्हणजे उपचारपद्धती कोणत्या प्रकारची असावी, यावर नेहमीप्रमाणे मनमोकळी, वस्तुनिष्ठ चर्चा होण्याची वेळ आली होती. प्रत्येक बाबीवर 'आकाशगंगा'मध्ये नेहमीच अशी अटीतटीची चर्चा होत असे. इतर विघ्नसंतोषी लोक त्याला 'फुकटची वाफ', 'वायफळाचा मळा' वगैरे शेलक्या विशेषणांनी संबोधत हा भाग अलाहिदा. 'आकाशगंगा'तले मेंबर्स मात्र अशा टिप्पणीवर 'हाय कंबख्त तूने पीही नही' एवढाच शेरा मारत.

आताही एकेक संपूर्ण पेला प्रत्येकाच्या पोटात गेल्यामुळे चर्चेच्या वातीला बत्ती मिळाली होती.

"खरं म्हणजे या कृत्रिमतम औषधपाण्यावर पाण्यासारखा पैसा खर्च करणं व्यर्थ आहे," हैब्रिडोमा शेकनं दुसऱ्या पेल्यातला पहिला घुटका घशाखाली उतरवत म्हटलं.

"मग काय, आजारी पडल्यावर सरळ स्वतःच म्युनिसिपालिटीत जाऊन पास

काढून आणावा असं आपलं म्हणणं आहे की काय?'' निर्झरानं आपल्या नेहमीच्या तिरकसपणानं विचारलं.

''नाही. नाही. तसा माझ्या म्हणण्याचा अर्थ नव्हता. या कृत्रिम रासायनिक औषधांऐवजी निसर्गोपचार केंद्रामध्ये जावं की...'' हैब्रिडोमा शेकनं घाईघाईनं सांगितलं.

''निसर्गोपचार राजकीय आजारांपुरते ठीक आहेत. खरोखरीच्या आजारांना त्यांचा काय उपयोग?'' मोसंत्रीनं मल्लिनाथी केली.

''त्यापेक्षा आपली सरळसरळ शस्त्रक्रिया करून घ्यावी.'' एक घाव दोन तुकडे करत सिन्थेटिक लिंबूपाणी म्हणाला.

''आता तुम्ही म्हणताच आहात तर कदाचित शस्त्रक्रियेचा बरा-वाईट परिणाम होत असेलही; पण त्यातला बरा किती वाईट किती ही मात्र विचार करण्यासारखी गोष्ट आहे.''

यावर शस्त्रक्रियेची अशी चिरफाड करणारे हे वक्तव्य कोणाचे म्हणून सर्वांनी नजर वळवली, तो बंडोपंत मलुष्टे आपल्या पुढ्यातला पेला रिकामा करून पुढं सरसावत असलेले दिसले. त्याबरोबर शल्यविशारदानं ॲनॅस्थिशियाचा पुरता अंमल होण्यापूर्वीच पोटावर चाकू ओढावा तशी कळ सर्वांच्या मस्तकात उठली. त्यावर उपचार म्हणून प्रत्येकानं आपापल्या पुढ्यातल्या कृत्रिम 'औषधां'ना आपापलीच तोंडं लावली. 'क्लोरोफिल कोला' तर त्या कळीपायी झालेल्या आणि त्यापुढे होणाऱ्या शाब्दिक जखमांवर मलमपट्टी कशी होणार, या काळजीपायी आपला आजारही विसरला; मात्र आजार विसरण्यासाठी असा उपचार करून घेण्याऐवजी कितीही कडूशार औषध प्यावं लागलं किंवा कितीही वेदनादायक सुया दंडात टोचून घ्यावा लागल्या तरी परवडल्या, असा विचार त्याच्या मनात गाडी सुटण्याच्या शेवटच्या क्षणी धावतपळत येऊन डब्यात शिरणाऱ्या उतारूसारखा शिरला.

''गोष्ट सांगोवांगीची नाही,'' 'बंडोपंत सांगू लागले, ''माझ्या चुलत मेव्हणीच्या आतेनणंदेच्या मावसदीराची. दुर्वास मलुष्टेची. नावाप्रमाणेच तो दुर्वास मुनी आहे असं अनेकजण, अगदी खुद्द त्याची बायको आणि मुलगाही म्हणत; पण ते खरं नव्हतं; कारण कोणाही मलुष्ट्याला कधी क्रोध येत नाही. हां, मलुष्ट्यांच्याच घराण्यातला असल्यानं दुर्वास शिस्तीचा भोक्ता होता. या अनुशासनप्रेमामुळेच कोणीही बेशिस्त वागताना आढळलं की त्यांना आपलं आग्रही मत, आपला कडक आणि व्यापक शब्दसंग्रह वापरून व्यक्त केल्याशिवाय राहवत नसे. याबद्दल तुम्ही तरी त्याला दोष द्याल काय?''

''तर या दुर्वासचा एकदा तोल जाऊन तो पडला आणि त्याच्या डोक्याला इजा झाली. वास्तविक मलुष्टे असतानाही दुर्वासचा तोल गेलाच कसा, अशी शंका तुम्हाला आली असेल; पण दोष त्याचा नव्हता. त्या दिवशी एकंदरीत घटनाच

अशा काही घडल्या होत्या, की अविचल राहणारा एखादा जिओस्टेशनरी उपग्रहही आपली कक्षा सोडून भरकटला असता. तरी मलुष्टे असल्यानं दुर्वासनं आपला मानसिक तोल ढळू न देण्याचा आटोकाट प्रयत्न केला. त्याचाच परिणाम म्हणून त्याचा शारीरिक तोल सुटला आणि आपल्याच दुकानातल्या काउंटरच्या कडेवर त्याचं डोकं आपटून तो बेशुद्ध झाला. दुसरा कोणी असता तर त्याचं डोकं नांदीच्या नारळासारखं फुटलं असतं; पण आम्हा मलुष्ट्यांची डोकी म्हणजे... या साऱ्या धडपडीत दुर्वासला इस्पितळात हलवावं लागलं. त्याची शुद्ध परत येण्याची चिन्हं दिसेनात. तेव्हा डॉक्टरांनी कॅटस्कॅन घेतला. त्यात त्याच्या कवटीचा एक छोटासा तुकडा उडून त्याच्या मेंदूत शिरल्याचं त्यांना आढळलं. ताबडतोब शस्त्रक्रिया करून तो तुकडा काढून न टाकल्यास काट्याचा नायटा होण्याची शक्यता नाकारता येत नाही, असा गंभीर इशारा डॉक्टरांनी दिल्यावर दुर्वासची पत्नी आणि मुलगा यांनी शस्त्रक्रियेची परवानगी दिली. तरीही दुर्वासला विचारून पहावं, त्याच्या अनुमतीशिवाय परवानगी देणं हा दुर्वासला नक्कीच शिस्तभंग वाटेल असा विचार मायलेकरांच्या मनात आल्यावाचून राहिला नाही. शस्त्रक्रिया यशस्वी होऊन दुर्वास शुद्धीवर येण्याची चिन्हं दिसू लागताच सर्वांनाच हायसं वाटलं. तो डोळे कधी उघडतो, याकडे सर्वजण लक्ष देऊन राहिले.''

''अरे मूर्खांनो, अंधार कशाला केला आहात? एरवी नको म्हणून सांगितलं असतानाही दिवे पाजळतच असता. मग आताच ते कशाला विझवलेत?'' दुर्वास डोळे उघडताक्षणीच किंचाळला. अर्थात किंचाळला असं डॉक्टर, नर्स वगैरेंना वाटलं. त्याच्या नेहमीच्या आवाजाची ओळख असणाऱ्या दुर्गाला, त्याच्या बायकोला आणि देवदत्तला, त्याच्या मुलाला, तो इतक्या हळुवार आवाजत बोलत असल्याचं पाहून किंवा खरं म्हणजे ऐकून, त्याच्या प्रकृतीविषयी थोडीफार चिंता वाटू लागली होती.''

''उगी, उगी,'' त्याच्याइतक्याच हळुवार आवाजात त्याच्या कानाशी हितगुज करत (आणि इस्पितळाच्या पार दुसऱ्या टोकाला असलेल्यांच्याही कानावर ते शब्द पडतील याची खात्री पटवून देत) दुर्गा म्हणाली, ''उगीच त्रास करून घेऊ नका ना. दिवे ते काय कोणीही लावेल. तुम्ही नका त्याची काळजी करू.''

दुर्वासला नेहमीप्रमाणे तिच्या बोलण्याचा अर्थबोधच होईन. अन् मग त्याच्या डोक्यात प्रकाश पडला. डोक्याबाहेर अर्थात अजूनही अंधारच होता.

''काय झालंय?'' त्यानं विचारलं, ''मी आंधळा झालोय की काय?''

''किती बोटं आहेत ही, सांगा पाहू,'' कोणीतरी त्याला विचारत होतं. दुर्वासनं डोळे ताणून समोर पाहण्याचा प्रयत्न केला; पण समोर घनदाट काळोखाशिवाय काहीच दिसेना. डोळे असे ताणून धरल्यामुळे काही काजवे मात्र चमकल्यासारखे दिसले तेवढेच.

“एकही नाही,” तो परत म्हणाला. “तुम्ही कोण?”

“इथं डोळ्यात बोट गेलं तरी दिसायची मारामार असा काळोख आणि हा दीडशहाणा बोटं किती म्हणून खेळ खेळतोय!”

“मी डॉक्टर धोपेश्वरकर. तुमचं ऑपरेशन केलंय मी.”

“ऑपरेशन?”

“करणं भागच होतं, मलुष्टे. तुम्ही डोक्यावरच आपटलात ना? तसं कनेक्शनच होतं. तुमचं डोकं बाकी टणकच! तरीही एक कपची उडालीच. आणि तिनं तुमच्या मेंदूत शिरकाव केला होता. ती लगेच काढून टाकायला हवी होती.”

“ऑपरेशन केलंत ना तुम्ही?”

“हो ना.”

“तरीच. आता प्रकाश पडला.”

“आता? मघापासून प्रकाश पडलेलाच आहे, मलुष्टे.”

“असं तुम्ही म्हणताय; पण तरीही तुम्हाला दिसत नाहीय तुम्ही काय केलंयत ते. डोळे मिटून ऑपरेशन केलंत की काय? माझी नर्व्ह, बहुतेक ऑप्टिक नर्व्हच असणार, तुम्ही कापून टाकली आहे. माझी दृष्टी घालवलीयत तुम्ही.”

डॉक्टर गडबडले. त्यांना उलगडाच होईना त्याच्या म्हणण्याचा, “असं कसं होईल? तुमची दृष्टी तर शाबूत दिसतेय मला.”

“म्हणजे तुम्हालाही दिसत नाहीय की काय? इथं माझ्या डोळ्यांचे ताबूत थंडे व्हायची वेळ आलीय, अन् तुम्ही सांगताय की ते शाबूत आहेत म्हणून.”

“आहेतच; पण तसं कशाला? खात्रीच करून घेऊया ना आपण.”

“आता डॉक्टर म्हणताहेत ना, ठीक आहेत म्हणून! तर मग त्यांच्यावर असा अविश्वास दाखवू नये म्हणते मी. डॉक्टरांना जास्ती कळणार की आपल्याला?” दुर्गानं त्याला सांगण्याचा प्रयत्न केला.

“त्याला काही कळत असतं तर ही पाळीच आली नसती. त्याला सांगायला काय होतंय? डोळे माझे आहेत. दिसतंय की नाही हे मला समजणार की दुसऱ्या कोणाला! डोळे असून न दिसायला मी म्हणजे काय तू समजलीस!”

“हं, हं, मलुष्टे, राग आवरा. या कंडिशनमध्ये राग वाईट. त्यामुळे प्रकती आणखीच बिघडायची,” बोलता बोलता डॉक्टरांनी खिडकीवरचा व्हेनेशियन ब्लाईडचा पडदा खाली ओढला. त्याबरोबर बटन दाबून दिवे लावावे तसा लख्ख उजेड पडला. निदान तसं दुर्वासला वाटलं; कारण त्याला आता स्वच्छ दिसू लागलं.

“आता कसं! अरे, रात्रीचा – काळोख पडणारच. त्यावेळी दिवे लावायला हवेत. ते न लावून काय विजेची बचत करत होतात की काय, डॉक्टर?”

"रात्र? रात्र म्हणालात तुम्ही?" दुर्गा चित्कारली. "रात्र कसली! चांगली टळटळीत दुपार आहे. बाहेर लख्ख ऊन पडलंय. डॉक्टरांनी उलट तो बाहेरचा भगभगीत उजेड नको म्हणून खिडक्यांवरचे पडदे ओढून घेतलेत."

त्यावर दुर्वास काही तरी मौलिक मल्लिनाथी करणार होता; पण तेवढ्यात डॉक्टरांनी सर्वांनाच अडवलं. ते म्हणाले,

"मिसेस मलुष्टे, प्लीज, मलुष्ट्यांना काय सांगायचं ते मी सांगेन. मला त्यांची पूर्ण एक्झॅमिनेशन करू दे आधी. मग सगळाच खुलासा होईल."

हातात एक ऑप्थॅल्मोस्कोप घेऊन ते दुर्वासच्या जवळ गेले. आणि त्यातला दिवा पेटवून त्याचा प्रकाश त्यांनी दुर्वासच्या डोळ्यांत सोडला. साधारणपणे तिरीप अकस्मात डोळ्यात घुसली की माणसं डोळे मिटून घ्यायची घाई करीत; पण दुर्वासनं पापणीही लववली नाही. नाही, तो मलुष्टे असल्यामुळे त्या एवढ्याशा प्रकाशानं त्याचे डोळे दिपणं शक्यच नव्हतं, हा तुमचा तर्क एरवी जरी खरा ठरला असता तरी यावेळी तो तसा बरोबर झाला नसता; कारण तो प्रकाश दुर्वासच्या डोळ्यांत शिरताच डोळ्यांवर झापड बसवावं, तसं त्याला दिसेनासं झालं, त्यानं ते कुजबुजल्यासारखं बोलूनही दाखवलं.

कानठळ्या बसल्यासारखे डॉक्टर दचकले; पण स्वत:ला सावरत त्यांनी दुर्वासला विचारलं.

"काळोख? नक्की, मिस्टर मलुष्टे? प्रकाशाची तिरीप येऊन डोळे दिपल्यामुळे अंधारी आल्यासारखं तर नाही ना झालं?"

"थांब, एक झापड लगावतो की तुझ्या डोळ्यांसमोर अंधारी येईल, मग दिसायला लागेल तुला, की मला दिसत नाहीय ते. मी सांगतोय की मला संपूर्ण अंधार झाल्यासारखं वाटतंय म्हणून. ज्या ठिकाणी तुम्ही मला दिसत होतात, तिथं आता फक्त एक काळा ठिपका नाचू लागलाय. आणि मला ते साधू वगैरे झोपतात तशा खिळ्यांच्या पलंगावर का झोपवलंयत?"

"खिळ्यांचा? काय बोलताहात, मिस्टर मलुष्टे! अहो चांगली डनलॉपिलोची गादी आहे ती, चार इंच जाडीची, टेरिकॉटची स्वच्छ, परीटघडीची चादर पसरलीय त्यावर."

"बनवाबनवी नका करू. खिळ्यांचाच बिछाना आहे हा, आणि ही उशी..."

"तिचं काय?"

"काय दगडधोंडे भरलेत की काय तिच्या खोळीत?"

तीही डनलॉपिलोचीच आहे हे सांगायचं डॉक्टरांच्या ओठावर आलं होतं; पण तोवर त्यांना या विचित्र प्रकारानं भोवंडून गेल्यासारखं होऊ लागलं होतं. कसंबसं स्वत:ला सावरत त्यांनी विचारलं.

"आणखी काय काय होतंय तुम्हाला?"

"थंडी वाजेतय मला. गारठून गेलोय मी," दुर्वासच्या स्वरात आता थोडी भीती डोकावू लागली होती, "भयंकर थंडी, म्हणजे हिवाळा. मी आपटलो तेव्हा तर कडक उन्हाळा होता. घामाच्या धारा लागत होत्या, म्हणजे काय मी पाच-सहा महिने बेशुद्ध होतो की काय?"

"नाही. नाही, बाबा, कालच तर..." देवदत्त आणखीही काही त्याला सांगणार तोच डॉक्टरांनी त्याला अडवलं.

"हे पहा, अजून काही टेस्ट्स झाल्याशिवाय त्यांच्या सगळ्या प्रश्नांची व्यवस्थित उत्तरं देता येणार नाहीत, तेव्हा मला त्या टेस्ट्स निवांतपणे करू द्या पाहू, तुम्ही आता बाहेर जाल तर मेहेरबानी होईल."

"पण बरे होतील ना हो ते?" दुर्गानं काकुळतीनं विचारलं.

"हो, हो," त्यांच्या बोलण्याकडे फारसं लक्ष न देता डॉक्टरांनी सांगितलं. "बहुतेक शॉकचा परिणाम असणार हा," आणि मंडळी बाहेर गेल्यावर "निदान मला तसं वाटतं," हे ते स्वत:शीच पुटपुटले.

दुर्वासनं तोवर बिछान्यावर असणारी सोलापुरी चादर अंगाभोवती लपेटून घेतली होती; पण त्याला वाजत असणाऱ्याला थंडीला ती चादर बिचारी किती आवर घालणार!

"ब्लँकेट्स, रजया, कांबळी मिळतील तितक्या आणा," दुर्वास डॉक्टरांना उद्देशून ओरडला, "मला काय न्यूमोनियानं ठार मारायचा तर विचार नाही ना तुमचा! तुमच्या ऑपरेशनमधून वाचल्याचा असा वचपा काढायचा तर इरादा नाही ना तुमचा?"

पण त्याकडे तात्पुरतं दुर्लक्ष करत डॉक्टर धोपेश्वरकरांनी खिडक्यांवरचे पडदे हळूच बाजूला केले आणि त्याला विचारलं,

"आता काय दिसतंय?"

"डोंबल तुमचं! बाहेर रात्र झालीय. खोलीतले दिवे मालवताहात तुम्ही. अन् मला विचारताहात काय दिसतंय म्हणून? मांजराच्या जातीतले समजलात की काय मला? तुम्ही असाल गुरांचे डॉक्टर, म्हणून मला काय जनावर मानाल की काय!"

डॉक्टरांनी पडदे परत ओढले. त्यांच्याच टोकानं कपाळावरचा घाम पुसला आणि कॉल बटन जोरानं दाबलं, दाबूनच ठेवलं. त्याला प्रतिसाद देऊन एक नर्स आत आली आणि दारातच अडखळली. बाहेरच्या प्रकाशातून आल्यामुळे खोलीतला अंधार तिला अधिकच गडद वाटला होता.

"अंधार कशाला करून ठेवला आहात तुम्ही? दिवे का नाही लावत?" तिनं स्वाभाविकपणे विचारलं.

"काय आंधळीबिंधळी आहे की काय ही? की ठार पागल?" दुर्वासनं

विचारलं, "इतके दिवे लावलेले दिसत नाहीत हिला! असे अकलेचे दिवे पाजळणाऱ्या बाईला ठेवताच कसे डॉक्टर, रोग्यांची सेवा करायला?"

त्यावर ती आणखी काही बोलणार तोच घाईघाईनं डॉक्टर धोपेश्वरकरांनी सारी सूत्रं आपल्या हातात घेतली.

"हे पहा सिस्टर," ते म्हणाले, "मी डॉक्टर धोपेश्वरकर बोलतोय. मला एक सॅन्डपेपर, कापसाचे बोळे आणि थोडा बर्फ आणून द्या. आणि हो, पेशंटचं जेवणही आणा."

"जेवणात काही पथ्य, डॉक्टर? काही हवं नको?"

"तेच तर पाहायचं आहे मला. चला, वेळ घालवू नका. हरी, सिस्टर."

"आणि ब्लँकेट्सही आणा," ती निघण्यापूर्वी कडकड वाजणाऱ्या दातांना निर्धारपूर्वक आवरत दुर्वास म्हणाला.

"ब्लँकेट्स, डॉक्टर? ब्लँकेट्स?" चमकून सिस्टरनं विचारलं.

"हो अर्धा एक डझन तरी आणा. तेवढी पुरावीत, आय थिंक."

ऑर्डरीप्रमाणे साऱ्या गोष्टी घेऊन यायला सिस्टरला दहा एक मिनिटं तरी लागली असावीत. तोवर थंडीनं दुर्वास अर्धमेला व्हायची वेळ आली होती.

ब्लँकेट्स येताक्षणीच त्यानं ती अंगावर घालायला सांगितली. एकावर एक त्याच्या अंगावर चढत असतानाही तो आणखी, आणखी अशी मागणी करतच होता. शेवटी सहाच्या सहा आणि ती जाडीभरडी सोलापुरी चादर अंगावर घेऊनही त्याचं थडथडणं चालूच राहिलं, तेव्हा डॉक्टरांनी त्याच्या शरीरात ऊब आणण्यासाठी त्याला गरमागरम कॉफी देण्याचा घाट घातला. तिथं आल्यापासून पहिल्यांदाच दुर्वासनं डॉक्टरांचं म्हणणं मानलं. सिस्टरनी कॉफी तयार केली. त्यात त्याच्या सांगण्यानुसार दीड चमचा साखर घालून ती चांगली ढवळली आणि तो कॉफीचा वाफाळता कप तिनं दुर्वासच्या पुढ्यात धरला.

तिच्या हातातून त्यानं तो घेतला. मोठ्या उत्साहानं त्या कॉफीचा एक घुटका त्यानं घेतला अन् पुढच्याच क्षणी एखादा स्फोट झाल्यासारखा आवाज करत आणि सगळीकडे शिंतोडे उडवत त्याच्या तोंडातून तो बाहेर पडला.

"थूः थूः थूः, शी शी, ही काय कॉफी आहे! गारढोण नुसती. आणि तिच्यात मीठ घालण्याची भन्नाट कल्पना कुणाची?"

"मीठ?" सिस्टर म्हणाली, "या अंधारात आधीच दिसत नाहीय. इथं साखर..."

"...आहे ना. आहे ना," तिला घाईघाईनं दरवाज्याच्या दिशेनं ढकलत डॉक्टर म्हणाले.

"सिस्टर, राहू दे. मी बघतो सारं. तुम्हाला इतर पेशंटकडे बघायचं असेल. तुम्ही निघा."

ती तशी तिथं रहायला फारशी उत्सुक नव्हतीच. तरीही ती जड, अडखळत्या पावलांनी बाहेर गेली ती तिथं केवळ अंधार होता म्हणून. ते स्पष्ट पाहणाऱ्या दुर्वासची मात्र ती निदान अर्धी आंधळी असल्याबद्दल खात्री पटली.

"ही घ्या," दुसरा कप तयार करून डॉक्टरांनी त्याच्या हातात ठेवला.

"हं. ही ठीक आहे," चवीनं त्या कॉफीचा घोट घेत दुर्वास म्हणाला, "तुमची ती नर्स येडचापच दिसतेय. कसकसले पोरखेळ खेळतेय. हॉस्पिटल ही काय असले पोरखेळ खेळायची जागा आहे?"

"आता तुमची हरकत नसेल तर आणखी काही टेस्ट्स कराव्या म्हणतो मी," त्याला जरा शांत झालेला पाहून डॉक्टर धोपेश्वरकर म्हणाले.

त्या नर्सच्या खोडसाळपणानं खरं म्हणजे तो चिडला होता; पण त्यानं डॉक्टरांच्या कलानं घेऊन त्यांना पूर्ण सहकार्य दिलं.

जसजसा एकेक नव्या टेस्टचा रिझल्ट मिळत होता, तसतसा डॉक्टरांचा चेहरा पडत चालला होता. शेवटची टेस्ट संपली तेव्हा तर ते स्वतःच शेजारच्या खुर्चीत कोसळले. त्यांच्या चेहऱ्यावरून घाम उतू जात होता. अंगावर सहा सहा ब्लँकेट्स असूनही कुडकुडणाऱ्या दुर्वासला त्यांना घाम कसा काय येतोय हेच कळेना. अन् त्याची ट्यूब पेटली तशी त्या थंडीत त्यालाही घाम फुटण्याची चिन्हं दिसू लागली.

"डॉक्टर, डॉक्टर, काय झालंय मला? तुम्ही एवढे घाबरलेले का? म्हणजे मी, मी, मला, म्हणजे तसा काही धोका..."

"छे, छे, तशी काळजी करण्याचं काही कारण नाही," घाईघाईनं डॉक्टर म्हणाले; अन् थोडा वेळ थांबून हळूच पुटपुटले, "म्हणजे नसावं, नसेल अशी मी आशा करतो. देवा, नसू दे बाबा."

"म्हणजे इथं माझ्या जीवनमरणाचा प्रश्न आहे आणि तुम्हाला नुसता देव आठवतोय! डॉक्टर आहात की कम्पाउंडर? की कसाई?"

दुर्वासला कधी न येणारा राग यावेळी आलाच तर परिस्थिती पाहून ते क्षम्यच नाही का मानता येणार?

पण त्याच्या या उद्‌गारांनी डॉक्टर धोपेश्वरकरांचाही काहीतरी निश्चय झाल्यासारखा झाला. निर्धार करून ते खाकरले आणि सांगू लागले,

"हे पहा, बाहेर टळटळीत दुपार आहे. उजेड नुसता पावसानं कोसळणाऱ्या दरडीसारखा अंगावर कोसळतोय. तरीही तो बाहेरच ठेवून इथं मिट्ट काळोख केल्याशिवाय तुम्हाला काही दिसत नाहीय. मघाशी तुम्हाला दिलेली कॉफी जीभच काय पण हातही भाजेल इतकी कडकडीत होती. त्यात पाक होण्याइतपत साखर घातली होती; पण ती तुम्हाला प्रेतासारखी थंडगार आणि खारट लागली. उलट तुम्हाला दिलेल्या दुसऱ्या कपात बर्फाचा खडा आणि चमचाभर मीठ घालताच ती

तुम्हाला व्यवस्थित वाटली. आज उन्हाळ्याचा कडाका आहे. रेकॉर्ड ब्रेक करणारं टेम्परेचर आहे. आणि तुम्ही अर्धा डझन ब्लँकेट्स अंगावर घेऊनही थंडीनं कुडकुडताय. मी तुमच्या गालावर सॅन्डपेपर फिरवला तेव्हा तुम्हाला कोणीतरी मोरपीस फिरवल्यासारखं हुळहुळलं. उलट कापसाच्या बोळ्यांत कोणी टाचण्या का ठेवल्यात म्हणून तुम्ही बोंब ठोकलीत. निरनिराळे रंग मी तुम्हाला दाखवले तेव्हा जांभळ्याच्या ठिकाणी तुम्हाला पिवळा दिसला, तांबड्याच्या जागी हिरवा आणि नारिंगीच्या ऐवजी निळा. आता समजलं, तुम्हाला काय झालंय ते?''

''नाही, नाही, डॉक्टर,'' घाबराघुबरा होत दुर्वास म्हणाला, ''काय झालंय डॉक्टर?''

''ते मलाही नीटसं समजत नाहीय; पण तुमच्या मेंदूत घुसलेला तो हाडाचा ढलपा काढताना तुमच्या सेन्सरी नर्व्हज बहुतेक शॉर्ट सर्किटसारख्या जोडल्या गेल्या असाव्यात.''

''म्हणजे?''

''त्यामुळे तुमच्या संवेदनांची साफ उलटापालट झालीय. गरम वस्तू तुम्हाला थंडगार वाटतात. गोड पदार्थ खारट लागतात, तर खारट पदार्थ गोड लागतात. रेशमासारखा मऊ पदार्थ काटेरी वाटतो तर निवडुंगाचा स्पर्श मऊसूत भासतो. रंगही वेगळ्या क्रमानंच दिसताहेत तुम्हाला.''

ते ऐकताच मलुष्टे असनूही दुर्वास खवळून उठला.

''खुनी, मर्डरर, स्काऊन्ड्रल...'' अंगावर रातारात्रा ब्लँकेटांचं ओझं घेऊनही तो बेफाम होण्याची चिन्हं दिसताच डॉक्टरांनी घाईघाईनं सहा-सात वॉर्डबाईजना बोलावून त्याला कसंबसं घट्ट धरून ठेवलं. आणि त्याला झोपेचं इंजेक्शन देण्याच्या तयारीला ते लागले. सुई त्याच्या दंडात ते खुपसणार तोच ती सुई स्वतःच्याच पार्श्वभागात टोचल्यासारखी त्यांना कसलीतरी जाणीव झाली. भरलेली ती सिरिंज बाजूला ठेवून त्यांनी दुसरी एका उत्तेजक औषधानं, स्टीम्युलन्टनं भरली व दुर्वासच्या शरीरात ते औषध मोकाट सोडून दिलं. त्याचा योग्य तो परिणाम होऊन पाचच मिनिटांत दुर्वास गाढ झोपी गेल्यानंतरच त्यांनी आपलं घामानं थबथबलेलं कपाळ पुसलं.

दुर्वास शुद्धीवर आला तेव्हा त्याच्या अंगावरच्या ब्लँकेटांची संख्या नऊ झाली होती आणि पाण्यात भिजून कडक झालेल्या सिमेंटची गोणी त्यानं उशाला घेतली होती. त्यानं आपल्या वकिलालाही बोलावून घेतलं होतं. तो येताच आपल्या नेहमीच्या चार कोसांवरही ऐकू जाणाऱ्या प्रेमळ आवाजात तो त्याला डॉक्टरांवर नुकसानभरपाईचा दावा लावायला सांगत होता.

''खरं सांगतो, विश्वास ठेवा माझ्यावर, मिस्टर दोराबजी,'' क्षणभर श्वास घ्यायला दुर्वास थांबल्याची संधी साधून डॉक्टर धोपेश्वरकर वकिलांना म्हणाले, ''मी

सर्व रेकॉर्ड्स पालथी घातली; पण अशा केसची एकही नोंद आढळली नाही. ही पहिलीच. आणि हिचीही अजून नोंद झालेली नाही. ती करावी लागू नये अशीच अपेक्षा करतोय मी. बऱ्याच वेळा ही अशी उलटापालट टेम्परारी असते. काही वेळानं सारं काही आपोआप परत ठीक होतं.''

''काही वेळानं! वा ऽ ह!'' दुर्वास पुटपुटला. त्यामुळे समोरच्या टेबलावरच्या काचेच्या वस्तू भूकंप झाल्यासारखा थरथरल्या. ''आणि तोपर्यंत मी काय शीर्षासन करत हिंडायचं? कडक उन्हाळ्यात मला स्वेटर्स आणि ओव्हरकोट्स घालून हिंडावं लागेल, तर भर हिवाळ्यात फक्त बनियन, चड्डी. लोक धोंडे मारतील पागल समजून. ते तर ते समजणारच आहेत. दिवसाढवळ्या माझं दुकान बंद ठेवून फक्त रात्रीच जर मी ते उघडं ठेवू लागलो तर दुसरं काय होणार आहे? आणि माझ्या दुकानातल्या कापडांची निवड कशी करणार मी? तलम रेशमी कापड मला घोंगडीसारखं जाडंभरडं लागू लागलं आणि गिऱ्हाइकानं पोपटी रंग मागताच मी त्याच्यापुढं भगवा ठेवू लागलो तर ते माझ्या थाऱ्याला तरी उभं राहील का? आणि काय हो, डॉक्टर धूतपापेश्वर...''

''धूतपापेश्वर नाही, धोपेश्वरकर.''

''नाही, आग रामेश्वरी लागली असताना बंब सोमेश्वरी पाठवायला लावणारे तुम्ही सोमेश्वरकरच. आयुष्यभर आमटीत साखर आणि चहात मीठ घालावं लागलं तर तुम्ही काय कराल हो?''

''अरे, पन तुज्या डॉक्टर काय सांगटे ते सांभळ नी,'' दोराबजी म्हणाले, ''ते सांगटे की हे कंडिशन टेम्परारी अशेल आनि ऑटोमॅटिकली परत सुधारेल. काय खरा ने, डॉक्टर धूतपापेश्वर?''

''धूतपापेश्वर नाही. धोपेश्वरकर...''

''अरे, टेच टे; पन मी म्हनला ते खरा के नाय?''

''बऱ्याच केसेसमध्ये तसं होतं, मिस्टर दोराबजी; पण ही केसच इतकी विचित्र आहे, की तशी खात्री मी कशी देऊ?''

''टशी खॅट्री मी कशी देऊ?'' त्याला वेडावत दुर्वास म्हणाला, ''ते काही नाही, दोराबजी, माझ्या केसबद्दल हा ढोरांचा डॉक्टर खात्री देऊ शकत नसेल; पण मी मात्र त्याच्या केसबद्दल खात्री देतो. केस आपण जिंकणार, तो हरणार. त्याला दहा-पंधरा लाखांची तरी नुकसानभरपाई द्यावी लागणार.''

नुकसानभरपाईचा तो आकडा ऐकूनच डॉक्टर धोपेश्वरकरांच्या डोळ्यांपुढे अंधारी येऊन काजवे चमकल्यामुळे आपल्यालाही दुर्वासच्या त्या विचित्र रोगाची बाधा तर झाली नाही ना, अशी शंका त्यांना येऊन गेली आणि त्याचबरोबर तो रोग संसर्गजन्य असल्याचा संशय येऊन ते नकळत चार पावलं मागं सरकले.

दोराबजी हा सारा प्रकार होईतो गप्पच होते. आपली दाढी कुरवाळत ते विचार करत होते. अकस्मात तिथं पडलेल्या त्या शांततेनं सर्वांनाच अवघडल्यासारखं झालं होतं. शेवटी दुर्वासलाच राहवलं नाही.

''तर मग, मिस्टर दोराबजी, केव्हा करताय खटला दाखल? अन् कितीचा?''

''टेचा असा हाय, मलुस्टे, आपला केस स्ट्रॉंग असल्याची काय पन खाट्री नाय.''

''आता तुम्ही खात्रीच्या गोष्टी करताय?''

''अे, हे आपला सदासिवेस्वर हाय ने...''

''धोपेश्वरकर...''

''टेच टे. तेणी साला इमर्जन्सी ऑपरेशन केला टुज्यावर. काय! इमर्जन्सी. टेला ऑपरेशन करायलाच लागला. चोक्कस वार्ता के नाय, सिवरामेस्वर?''

''नाही...''

''नाय?''

''सिवरामेश्वर नाही. धोपेश्वरकर...''

''टेच टे. पन वार्ता चोक्कस के नाय?''

''हं. हं. बरोबर, एकदम सेन्ट पर्सेन्ट,'' कपाळावरचा घाम पुसत धोपेश्वरकर म्हणाले. त्यांना उजेडात परत दिसू लागलं होतं. त्यांनी मग दुर्वासच्या मेंदूवर त्या धक्क्यानं कसं प्रेशर आलं होतं, त्याचं निवारण करणं, व तेही तातडीनं, कसं आवश्यक होतं, त्याच्या मेंदूत पुरालेला तो कलटीचा टवका लगेच काढला नसता तर कसा आत आत खोलवर चरत गेला असता. त्यामुळे मग पॅरॅलिसिस कसा आला असता, मृत्यू ओढवण्याचीही कशी शक्यता होती, याचं सविस्तर, हातचं न राखता चविष्ट वर्णन केलं.

''मेलो असतो तरी बेहत्तर, सुटलो असतो. असा गावच्या जत्रेतल्या पाच पायांच्या आणि तीन डोक्यांच्या शिंगरासारखा प्रदर्शनीय वस्तू बनून नसतो राहिलो. मरू द्यायचं होतंत मला.''

''अरे, टू पन काय वार्ता करटे, मलुस्टे! हे डॉक्टरला साला काय मॉरल ड्यूटी, एथिकल व्हॅल्यू हाय के नाय. समोर कोनी पन मरत अशेल तर गप्प बसून ऱ्हायला टे काय युनोचा ऑब्झर्व्हर हाय! खरा के नाय, रतिकामेस्वर?''

''नाही.''

''नाय?''

''मी रतिकामेश्वर नाही. युनो ऑब्झर्व्हरही नाही. मी धोपेश्वरकर; पण तुमचं म्हणणं एकदम बरोबर.''

''दुसरी वार्ता असी की इमर्जन्सी पयले आला. टेचा आफ्टरइफेक्ट काय होएल

हे काय सांगणार? काय खरा के नाय...''

"...धोपेश्वरकर,'' दोराबजींनी नाव घेण्याआधीच घाईघाईनं डॉक्टर म्हणाले. "येस, येस. कुठलंही ऑपेरशन म्हटलं की त्यात थोडंफार रिस्क आलंच. अगदी साधी चामखीळ कापून टाकायची म्हटलं तरी, तेवढा धोका पत्करणं भागच होतं मला, मिस्टर मलुष्टे.''

"हँ, ही छान तऱ्हा आहे तुमची रिस्क घेण्याची. आयजीच्या जीवावर साली बायजी उदार. ते काही नाही, दोराबजी, तुम्ही केस कधी करता बोला.''

"अरे डिकरा, केस करून काय फायदा? आपन ते केस हरेल.''

"हरलो तरी पर्वा नाही; पण या खाटकाला धडा शिकवलाच पाहिजे. एकदा याच्यावर केस झाली की कुत्राही फिरकायचा नाही यांच्याकडे, गुरांचा डॉक्टर असूनही. मग भरपूर वेळ मिळेल याला या असल्या केसेसवर काय इलाज करायचा ते शोधून काढण्यासाठी.''

हे ऐकल्यावर वास्तविक डॉक्टर धोपेश्वरकरांनी आपलं काय होणार या भीतीनं थरथर कापायला हवं होतं. दुर्वासची, दोराबाजींची क्षमायाचना करायला हवी होती. आपल्यावर केस करू नये म्हणून त्यांच्या नाकदुऱ्या काढायला हव्या होत्या;

पण परिणाम नेमका उलटाच झाला. मलूल चेहऱ्यानं एका कोपऱ्यात भेदरलेल्या खारीसारखे उभे असलेले धोपेश्वरकर टुणकन उडी मारून पुढे आले आणि म्हणाले,

"इलाज! इलाज शोधून काढण्यासाठी एवढा आटापिटा कशाला करायला हवा? इलाज तर आताही शोधून काढता येईल.''

"शोढून कॅढता येईल,'' परत त्याला वेडावत दुर्वास म्हणाला, "मग मघापासून मी इथे ठणाणा करतोय ते काय या स्थितीत मला तुम्ही आणल्याबद्दल तुमचं अभिनंदन करण्यासाठी! मूर्ख कुठला! अरे, इलाज आहे, उपाय आहे तर मग मुहूर्त कशाचा पाहतोय? मी ठार आंधळा, बहिरा किंवा पागल होण्याचा?''

"तसं नाही, मिस्टर मलुष्टे. इलाज तसा बाहेरचा नाहीय. उपाय म्हणजे तुमच्यावर परत ऑपरेशन करून ज्या काही नर्व्हज शॉर्ट होऊन जोडल्या गेल्या असतील त्या वेगळ्या करण्याचा आहे. वायर शॉर्ट होऊन फ्यूज गेला म्हणजे जोवर त्या जोडल्या गेलेल्या वायर्स वेगवेगळ्या होत नाहीत तोवर कितीही फ्यूज घातले तरी ते उडतच राहतील, नाही का?''

"च्यायला! डॉक्टरकी जमत नाही म्हणून आता इलेक्ट्रिशियनची भाषा बोलायला लागला की हा!''

"म्हणजे टू फरीथी एक वार ऑपरेशन करून हे जे काय प्रॉब्लेम जाला हाय ते सॉल्व करेल, कासिविस्वेस्वर?'' दुर्वासकडे लक्ष न देता दोराबजींनी विचारलं.

"नाही, मी...''

''हां. हां. समजला. टू कासिविस्वेस्वर नाय टू टे, अरे जे कोन टू हाय टे. टू प्रॉब्लेम सॉल्व करेल के नाय टे सांगनी.''

''ट्राय करणार आहे मी. मनापासून. नर्व्हज इतक्या असतात की कोणत्या नेमक्या जोडल्या गेल्या आहेत ते नीट माहिती करून घेणं तितकसं सोपं नाही. शिवाय ऑपरेशन म्हटलं की रिस्क आलंच. तेव्हा...''

''हां, ते बराबर हाय. रिस्क हायेच. टेसंबंधी टुला कोन पन नावा ठेवत नाय, रेवनसिड्डस्वर.''

''तुम्ही ही नावं ठेवताहात ती, मिस्टर दोराबजी,'' सहनशक्ती संपून धोपेश्वरकर म्हणाले.

''अरे, टे मामला एकदम डिफरन्ट हाय. माजी ही टी साला हॅबिट हाय. अन् मी टी साला एडवोकेट हाय. मी नाय नावा ठेवनार तर... पन ते जावंदे. टू टे प्रॉब्लेम सॉल्व करेल के नाय टे बोल. हां पन फुकटमंदी. चार्ज लावायचा नाय.''

''मी तर त्याला पहिले पण चार्जेस देणार नाहीय,'' दुर्वास तरीही बोललाच.

''जरूर, जरूर, मिस्टर दोराबजी. आय वुइल डू इट फ्री. ॲन्ड वुइथ टोटल इन्व्हॉल्व्हमेन्ट.''

''टर मग केस एकदम फ्लॉप. साली स्टॅन्ड पन होनार नाय. टू मांजा सांभाळ. डिकरा,' दुर्वासला दोराबजी म्हणाले, ''आपली मिस्टेक करेक्ट करायला मांगटे हे डॉक्टर...''

''धोपेश्वरकर. धोपेश्वरकर,'' डॉक्टरांनी घाईघाईने त्यांना प्रॉम्प्ट केलं.

''करेक्ट. टेच टे, रामराजेस्वर. तर मग मलुस्टे, केस सेटल जाली हाय. डॉक्टर इमिजिएटली दुसरा ऑपरेशन करेल.''

दुर्वासला खरं म्हणजे शंका होत्याच; पण दुसरा उपाय दिसत नव्हता. अगदी अंधारातही. शिवाय दोराबजी, दुर्गा, देवदत्त, साऱ्यांनीच त्याच्या पाठी टुमणं लावून त्याला तयार केला.

ऑपरेशनच्या सुरुवातीलाच एक अभूतपूर्व अडचण निर्माण झाली होती. ॲनॅस्थेटिस्ट जसजसा दुर्वासला ॲनॅस्थेशिया द्यायला लागला तसतसा दुर्वास अधिकाधिक उत्तेजित होऊ लागला. एक औषध काम करत नाही हे पाहिल्यावर डॉक्टर त्याच्याहून स्ट्रॉंग औषध देत. त्याचा परिणाम होऊन दुर्वास आणखीनच एक्साइट होई. डोस वाढवावा तरी तीच तऱ्हा. ॲनॅस्थेटिस्ट बेशुद्ध व्हायची पाळी आली तरी दुर्वास आपला खडखडीत जागा.

ऑपरेशन सुरू करायला उत्सुक असलेल्या धोपेश्वरकरांच्या ध्यानात सारा मामला आला. तेव्हा त्यांनी ॲनॅस्थेटिस्टला त्या स्टिम्युलन्टचा भलामोठा डोस द्यायला सांगितला. त्याबरोबर तो डोस स्वतःलाच दिल्यासारखा तो ॲनॅस्थेटिस्ट

चमकून जागा झाला.

सुरुवातीला तो धोपेश्वरकरांचे मानायलाच तयार नव्हता. त्यामुळे ॲनॅस्थेशियाशिवायच ऑपरेशन करावं, जखमेची वेदना होण्याऐवजी दुर्वासला त्यातून अवर्णनीय आनंदच मिळेल, अशी एक कल्पना धोपेश्वरकरांच्या मनात चमकून गेली. नाही असं नाही; पण तेवढं रिस्क घ्यायची त्यांच्या मनाची तयारी तोवर झाली नव्हती.

स्टिम्युलन्टसचा योग्य परिणाम होऊन दुर्वास एकदम बेशुद्ध झाल्यावर धोपेश्वरकरांनी ऑपरेशन करायला सुरुवात केली. अतिशय काळजीपूर्वक, तलम धाग्यासारखी असणारी एकेक नर्व्ह वेगवेगळी तपासत डॉक्टरांनी तिच्यावर आपलं भरतकाम करण्याची जबाबदारी घेतली. आपलं सारं कौशल्य पणाला लावून त्यांनी ते ऑपरेशन पार पाडलं.

तोपर्यंत ते, नर्सेस, ॲनॅस्थेटिस्ट इतके थकून गेले होते, की त्यांनाच स्टिम्युलन्ट देण्याची गरज उत्पन्न झाली होती; पण कोणीतरी चुकून ॲनॅस्थेशियाचा डोस देईल या भीतीनं सर्वांनाच जाग आली.

दुर्वास हळूहळू शुद्धीवर येत होता. दुर्गा, देवदत्त, दोराबजी, धोपेश्वरकर सारीच मंडळी त्याच्याभोवती जमली होती. त्याच्या पापणीचा एखादा केसही हलला की ती बातमी समोरचा कोणीतरी ओरडून सांगत होता. मग ती बातमी एखादं पार्सल पास केल्यासारखी पुढून पाठी पाठवली जात होती. थोड्या वेळानं तर कोणीतरी रनिंग कॉमेन्ट्री सुरू केली.

"आता त्यांच्या उजव्या पापणीचा डावीकडून तिसरा केस हलला. तो डावीकडून उजवीकडे हलल्यासारखा वाटला. ऑर वॉज इट अ रॉंग वन? तुम्हाला काय वाटतं, मिस्टर एक्सपर्ट?"

"इन नाइन्टीन हन्ड्रेड ॲन्ड ट्वेन्टी टू, व्हेन द ग्रेट मामाजी वॉज इन अ सिमिलर पोझिशन त्यांच्या डाव्या पापणीचा उजवीकडून तिसरा केस..."

"...डाव्या पापणीचा?"

"येस. ही वॉज अ लेफ्टहॅन्डर, यू नो तर."

"ते पहा, बाबांनी डोळे उघडले." तेवढ्यात देवदत्त ओरडला. त्यामुळे मग एकोणीशे बावीसमध्ये काय प्रकार झाला ते कोणालाही समजण्याचं राहूनच गेलं.

"बरे झाले असतील ना हो ते, डॉक्टर?" दुर्गानं विचारलं.

""अरे बसवेस्वर, टे मलुस्टे कसा काय बग नी," दोराबजी म्हणाले.

"ठीकच आहेत. नक्कीच. प्रश्नच नाही," धोपेश्वरकर म्हणाले. त्यांनी डोळे उघडलेत. सभोवार भरपूर उजेड आहे; पण ते दिसत नसल्याची तक्रार करत नाहीयेत. इथल्या गर्दीमुळे एअरकंडिशनिंग असूनही जाम उकडतंय; पण ते थंडी वाजत असल्याची बोंब ठोकत नाहीयेत, तेव्हा..."

तोवर दुर्वासनं डोळे टक्क उघडले होते. सभोवतालची गर्दी त्यानं उघड्या डोळ्यांनी चक्क दिसत असल्यासारखी न्याहाळली. अन् मग त्याच्या नाकपुड्या फुरफुरू लागल्या. एक खोल श्वास त्यानं घेतला आणि तोंड वेडवाकडं करत त्यानं विचारलं.

"हा बैन्गणी वास कसला येतोय?"

तर ही अशी तऱ्हा ऑपरेशनची. तुम्ही एक आपली बर्फ नसलेली, चॉकलेटी रंगाची आणि बिनमिठाची सोयाकॉफी आणा बुवा, मालक.

(बुवा, दिवाळी, १९९०)

●

मारोतायटिस

डॉक्टर यमाजीराव झाडबुके आपल्या वातानुकूलित कचेरीत बसून होते. हवा थंड असूनही यमाजीराव अतिशय अस्वस्थ होते. त्यांची सारखी चुळबुळ चालली होती. सकाळपासून विचार करकरून डोक्याचं भुस्कटं पडलं होतं; पण अजूनही काही मार्ग दिसत नव्हता. यमाजीराव वैतागले आणि एक सणसणीत शिवी हासडून स्वत:शीच म्हणाले, "भडवं आपलं नशीबच गांडू!"

वास्तविक हे काही तितकंसं खरं नव्हतं. यमाजीराव जन्माला आले तेच नशिबाचं भलंमोठं गाठोडं बरोबर बाळगूनच; कारण ते जन्माला आले ते यंकटराव झाडबुक्यांचे चिरंजीव म्हणून नव्हे तर मारोतराव हणमबांडे यांचे भाचे म्हणून. आता नामदार (माजी) मारोतरावांसारखा मामा मिळाल्यावर आणखी नशिबाची साथ हवीच कशाला?

म्हणून तर यमाजीराव जेव्हा बारावीच्या परीक्षेला बसले, तेव्हा शिक्षणमंत्री असलेल्या मारोतरावांनी शालान्त परीक्षेत होणारे पास-नापासचे घोटाळे, प्रत्येक विषयातील तज्ज्ञांनाच परीक्षक म्हणून नेमण्याचे गैरप्रकार, परीक्षेच्या वेळी कॉपी न करू देण्याचे जुलूम वगैरे भ्रष्टाचार निपटून काढण्यासाठी या परीक्षेच्या व्यापात जातीनं लक्ष घालायचं ठरवलं. स्वत: डोळ्यांखालून घातल्याशिवाय ही परीक्षा घेण्याबाबत कोणतीच हालचाल करायची नाही, असाच हुकूम त्यांनी काढला होता. त्याची तंतोतंत अंमलबजावणी करायची तर त्या वर्षीची बारावीची परीक्षा घ्यायला अजून अडीच वर्षं लागली असती. आणि तेवढ्यात त्यानंतरच्या आणखी दोन तुकड्या परीक्षेवाचून खोळंबल्या असत्या, हे त्यांच्या सचिवांनी आठवडाभर केलेल्या मेहनतीनंतर त्यांना समजावून दिलं तेव्हाच त्यांनी तो हुकूम मागं घेतला. तरीही 'दरवर्षी बारावीची परीक्षा घेण्याचा अडाणी कारभार तुम्ही केलातच का' असं त्यांनी सचिवांना खडसावून विचारलं होतंच; पण पूर्वीच्या राजवटीकडून आलेला हा वारसा

आहे, आपला त्यावर नाइलाज आहे हे सचिवांनी सांगताच त्यांना पटलं. आणि पाठच्या राजवटीनं केवढा गोंधळ घालून ठेवलाय हे श्रेष्ठींना सांगण्यासाठी त्यांनी लगेच दिल्लीला प्रयाण केलं.

मारोतराव दिल्लीला पोचेतो दिवस पार बुडाला होता. रात्रीला रंग फुटू लागला होता. अर्थातच दिवसभराच्या दगदगीनं डोकं वर काढून मारोतरावांना त्रास द्यायला सुरुवात केली यात नवल नव्हतं. तेव्हा मग श्रेष्ठींशी कानगोष्टी करण्याचा नेहमीचा समय मध्यरात्रीचा असला तरी या थकलेल्या मनानं आपण त्यांना मुद्दा पटवून देऊ शकणार नाही, याची त्यांना खात्री पटली. तेव्हा मग आजची रात्र श्रमपरिहार करावा अन् मग उद्या तातडीनं आणि तिडकीनं श्रेष्ठींची भेट घ्यावी, असा सुज्ञ विचार त्यांनी केला.

रात्रभर चाललेल्या पंचतारांकित आणि पंचतारकांकित श्रमपरिहारानंतर दुसऱ्या दिवशी सूर्य डोक्यावर येईपर्यंत मारोतरावांच्या डोळ्यांच्या पापण्या जडावलेल्याचा राहिल्या यात त्यांचा दोष मुळीच नव्हता. वास्तविक, आणखी दोन प्रहर तसेच गादीला पाठ टेकून काढावेत असाच अतिशय शहाणपणाचा विचार त्यांनी केला होता; पण उशालगतच्या फोननं एकच खणखणाट करून त्यांच्या या निर्धारापासून त्यांना परावृत्त केलं. नाहीतरी राजकारणाच्या या धर्माची दीक्षा पत्करल्यापासून जे काही करायचं ते स्वत:साठी; पण स्वत:च्या निर्धारानं अथवा स्वत:च्या विचारानं नव्हे, अशी शिकवणच त्यांनी लावून घेतली होती. तेव्हा अनिच्छेनं का होईना पण त्यांनी फोन उचलला.

फोन मुंबईचा होता. यमाजीरावांनी केलेला होता. मारोतराव श्रेष्ठींच्या भेटीला दिल्लीला गेल्यापासून ते हादरूनच गेले होते; कारण श्रेष्ठींच्या भेटीसाठी महिनोन् महिने काही मंडळींना ताटकळत दिल्लीला मुक्काम ठोकावा लागल्याची वार्ता त्यांच्या कानी आली होती.

"कोन हाये भ...!"

"मी... मी... यमाजी," मारोतरावांनी अतिशय प्रेमानं आपल्याला दिलेल्या पदव्यांनी डगमगून न जाता यमाजीरावांनी सांगितलं.

"काय हाय? येवडं काय आर्जेन्ट काम निगालंय की फाटचं झुंजूमुंजू व्हायच्या अदुगर फोन क्येलास?"

"झुजूमुंजू? आंऽऽ?" यमाजीरावांनी रिसीव्हर खाली ठेवून गॅलरीत जाऊन पाहिलं. सूर्य डोईवरून मावळतीच्या दिशेनं चालला होता. मग मामा काय झुंजूमुंजू बोलताहेत? की दिल्लीत पोचायला सूर्याला विमान नाही मिळालं? पण तेवढ्यात खाली ठेवलेल्या फोनमधून परत एक 'भकार' सहस्त्रनामाचं पठण दहा लाखांच्या विराट सभेत भाषण ठोकल्याच्या आवाजात आल्याबरोबर काय प्रकार असावा

याविषयी यमाजीरावांच्या डोक्यात बाहेरच्या सूर्याचा लखलखीत प्रकाश पडला.

त्याबरोबर धावत जाऊन रिसीव्हर उचलून यमाजीराव घाईघाईनं म्हणाले, ''तसं काही नाही मामा, पण – पण मी अजून बारावीलाच आहे आणि परीक्षा जवळ आलीय.''

''च्या बायली! खरंच की! म्या तर शाप विसरूनशानच गेलो व्हतो.''

''चालायचंच मामा. सगळ्या राज्याच्या कारभाराची तुम्हाला काळजी. घरच्या कटकटीकडं लक्ष द्यायला फुरसत कशी गावणार तुम्हाला?''

''अक्षी बरुबर बोललास बग. पर त्ये कायी न्हाई. अरं मंत्री झालो म्हून आमाला कायी घरदार, आमचा संसार, नातलग, पावनेरावने हायीत का न्हाई? तू कायी काळजी करू नगंस. मी लगूलग येतूच बग.''

अन् मग श्रेष्ठींपुढं जागतिक महत्त्वाचे प्रश्न असताना राज्यातील अडचणींची भुणभुण त्यांच्यापाठी लावून त्यांना त्रास देणं आपल्याला बिलकूल पसंत नाही, अशी बाणेदार वार्ताहर परिषद घेऊन पुढच्याच विमानानं मारोतराव मुंबईला परतले. आणि त्यांनी परत बारावीच्या परीक्षेच्या गहन समस्येवर लक्ष केंद्रित केलं.

बारावीच्या परीक्षेबाबत सगळ्यात मोठा प्रश्न होता तो परीक्षार्थींनी दिलेले पेपर्स तपासण्याचा. त्यात कोणताही घोळ होऊ नये म्हणून मारोतरावांनी जातीनं सारे पेपर्स तपासण्याचा मनोदय व्यक्त केला. सचिव त्या वेळी हजर होतेच. त्यांना एकंदर परिणामांची जाणीव झाल्याबरोबर त्यांनी मारोतरावांना सांगितलं, ''पण साहेब, या वर्षी परीक्षेला एकूण तीन लाखाच्यावर विद्यार्थी बसलेत.''

''मग–''

''प्रत्येकाचे आठ-नऊ पेपर्स म्हणजे एकूण पंचवीस लाख तरी पेपर्स असणार.''

''येवढं गनित तर आमालाबी येतंय, सचिव. आठ त्रिक्कं पंचवीस. तुमी फुडं बोला.''

''एवढे सारे पेपर्स तुम्ही स्वत: तपासायचे म्हणजे केवढं काम!''

''त्याला विलाज न्हाई. जनतेची शेवा करायचा विडा उचललाय आमी. तुमान्‌ला न्हाई समजायचं. जणतेची शेवा करन्याचं कंकन बांदलेल्या आमाला मेहनतीला डरून भागनार नाय.''

''खरं आहे साहेब. आणि तुम्ही तसे मेहनतीला डरणारे नाही, हे मला माहीत आहे; परंतु यामुळे निकाल तयार व्हायला वेळ लागण्याचा संभव आहे. आजकाल जनता भलतीच शहाणी झाली आहे. एप्रिलमध्ये झालेल्या परीक्षेचा निकाल डिसेंबरच्या आत लागला तरी ती खवळून उठते. उशिराबद्दल रान उठवते. त्यात परत विरुद्ध पक्षाचे लोक आहेतच त्यांना भरीला घालायला.''

''छ्या छ्या छ्या! या इरुध पक्षाच्या भोसडीच्यांनी तर लईच कार आनलाय.''

सचिवांनी खुशीत मान डोलावली. गोळी बरोबर लागू पडली होती.

"मग कसं करावं म्हनता?"

गाडी रुळावर आली होती.

"मी म्हणतो की परीक्षकांना नेहमीप्रमाणंच काम करू द्यावं; मात्र ते आपलं काम योग्य रीतीनं करत आहेत याची खात्री करून घेण्यासाठी काही निवडक पेपर्स आपण जातीनं नजरेखालून घालावेत. हवं तर आपल्या यमाजीरावांचे पेपर्स मागवून घेऊ आपण. त्यांच्या बुद्धिमत्तेची कल्पना आहेच आपल्याला."

यमाजीराव परीक्षेला बसले असल्याचं सचिवांना माहीत होतंच. त्यामुळंच हा तोडगा सुचवताच मारोतरावांनीही सुटकेचा सुस्कारा सोडला.

अशा तऱ्हेनं बारावीची परीक्षा साग्रसंगीत पार पडली. यमाजीराव चांगल्या गुणानं उत्तीर्ण झाले; परंतु सचिवांनी सांगितल्याप्रमाणे जनता चांगलीच शहाणी झाली होती. त्यातली काहीकाही पोरं तर भलतीच बेरकी निघाली होती; कारण त्यांनी चक्क यमाजीरांवापेक्षा वरचढ गुण पैदा केले होते. त्यामुळं यमाजीरावांना मेडिकल कॉलेजात प्रवेश मिळणंच अवघड होऊन बसलं होतं.

या नवीनच उपटलेल्या अडचणीनं सचिंत होऊन बसलेल्या मारोतरावांना पाहताच सचिवांचं धाबं दणाणलं; परंतु सचिवही काही कच्च्या गुरूचे चेले नव्हते. तेही शेवातत्पर होते. त्यामुळं त्यांनी लगेच सुरुवात केली,

"साहेब, आज वैद्यकीय सेवा केवळ शहरांपुरतीच मर्यादित राहिली आहे. केवळ श्रीमंत, उच्चभ्रू वर्गाची मिरासदारी झाली आहे. खेड्यापाड्यातील गरीब, शोषित, पीडित जनता रोगांनी नाडलेली आहे. वैद्यकीय सेवेपासून वंचित आहे."

याच्या टकलावर कोणी खादीची टोपी तर नाही ना ठेवली, असा एक चमकदार विचार कधी नव्हे तो मारोतरावांच्या डोक्यात येऊन गेला. उघडपणे मात्र ते वैतागूनच म्हणाले, "अवो, काय टकळी चालीवलीय तुम्ही सचिव? आमी हितं कोनाच्या उलघालीत हावोत अन् तुमचं आपलं..."

"नाही साहेब, तुमच्या काळजीच्या स्वरूपाची तशी कल्पना आहे मला. मी जे सांगत होतो, ते त्याच्याशी संबंधितच आहे; कारण मी आताच सांगितलेल्या परिस्थितीला कारण आहे. डॉक्टरांची कमतरता. यावर उपाय म्हणून आपल्याला अधिक डॉक्टर्स तयार करायला हवेत."

"तुम्ही पन सचिव कंदीकंदी अफाटच बोलता बगा. अवो डॉक्टर्स करायचं मंजे काय मिशीन हाय, का साचा हाय, आमच्या त्या गनपती करनाऱ्या नाना बोडक्यागत. ओत गोळा, की काड गणपती भाईर."

"तसंच म्हणा ना, साहेब; कारण जास्त डॉक्टर तयार करणं आपल्याच हातात आहे, साहेब. राज्यातील मेडिकल कॉलेजमधल्या जागा वाढवल्या तर जास्त मुलं

शिकतील. जास्त डॉक्टर तयार होतील.''

''हां. ह्ये तर खरंच हाय, पर...''

''मला वाटतं आपण अजून १२७ जागा वाढवल्या तर राज्याची गरज बऱ्याच प्रमाणात भागेल. आणि यंदाच्या वर्षी अठ्याहत्तर पूर्णांक दोन दशांश टक्के गुण मिळवणाऱ्यांनाही प्रवेश मिळू शकेल.''

सकाळी येतायेताच यमाजीरावांना भेटून त्यांच्या गुणांची टक्केवारी विचारून सचिव आले होते.

''ब्येस! ब्येस! लई नामी शक्कल हाये,'' खूष होत मारोतराव बोलले. एवढा वेळ त्यांच्या डोक्यात गिरमिटासारखा फिरणारा अठ्याहत्तर पूर्णांक दोन दशांशाचा आकडा नाहीसा झाला होता. ठणकणाऱ्या दाढेत अडकलेला माशाचा काटा निघावा तसं त्यांना वाटत होतं.

अशा तऱ्हेनं एकदाचे यमाजीराव मेडिकल कॉलेजात दाखल झाले. त्याबरोबर परीक्षेत नापास होण्याचे गैरप्रकार केवळ बारावीपुरतेच मर्यादित नसून, वैद्यकशास्त्रासारख्या उच्च शिक्षणातही होतात, याचा मारोतरावांना शोध लागला. अर्थात गैरप्रकार दिसतात तिकडे जातीनं लक्ष घालण्याचा मारोतरावांचा बाणाच असल्यामुळे त्यांनी तिकडे ताबडतोबीनं आपली नजर वळवली, हे योग्यच होतं. अशा रीतीनं यथासांग, मजलदरमजल करत यमाजीराव डॉक्टर बनले. मामांनी त्यांना नेहमीच दिलेल्या उत्तेजनामुळे त्यांनी भारतीय रोगनियंत्रण संस्थेतील ही वातानुकूलित कचेरीची जागाही पटकावली होती.

तेव्हा आपलं नशीबच फुटकं या त्यांच्या तक्रारीत तसं तथ्य नव्हतं; पण एवढा सारासार विचार करण्याएवढं यमाजीरावांचं डोकं ठिकाणावर होतंच कुठं! गेला महिनाभर त्यांची सारखी घालमेल चालली होती. काय होतंय उमजत नव्हतं. काय करावं समजत नव्हतं. नुसता वैताग आला होता. अन् त्यातूनच हे असं नशिबाला बोल लावत ते उदासीन बसून स्वत:शीच बडबडत रहात.

''सालं आपलं नशीबच रांडमुंडं, त्याला आम्ही तर काय करणार? सदा उठून आम्ही आपलं मागं; पुढं म्हणून कधी नाहीच. अगदी नावापासून सुरुवात. काय पण सालं नाव! यमाजी झाडबुके 'वाय' फॉर यमाजी. 'झेड' फॉर झाडबुके. च्यायला रोलकॉलमध्ये पण शेवटचा नंबर! नाहीतर तो भडवीचा जयंत अजिंक्य. नावातच जय. शिवाय अजिंक्य. वर परत 'ए' फॉर अजिंक्य. रोल कॉलमध्येही पहिला!

जयंत अजिंक्यचं नाव निघताच उघड्या जखमेवर कोणीतरी आयोडिनची बाटली उपडी करावी तसं यमाजीरावांना झालं. ते आणखीच भडकून उठले.

या जयंत अजिंक्यनंच त्यांची झोप हराम करून टाकली होती. खरं पाहता जयंतानं यमाजीरावाचं काही एक घोडं मारलं नव्हतं. आपण बरं, आपलं काम बरं,

या न्यायानं वागणारा साधा, प्रसन्न वृत्तीचा, हुशार डॉक्टर होता तो. त्यानं कधी यमाजीरावांना कसला त्रास दिला नव्हता की त्यांच्या डिपार्टमेंटमधल्या नर्सेसना सिनेमाला नेलं नव्हतं; पण त्यानं आपल्या नेहमीच्या सवयीनुसार वैद्यकीय व्यवसायात पडताना घेतलेल्या शपथेला जागून, संशोधन करून कॅन्सरवर उपचारासाठी उपयोगी पडणारं एक औषध शोधून काढलं होतं. ते खरोखरीच परिणामकारक आहे, याविषयी देशातीलच नव्हे तर परदेशांतील तज्ज्ञांचीही खात्री पटली होती. अन् त्यामुळे त्याच्या नावाचा उदोउदो होत होता. नुकतंच त्याला वीस हजारांचं एक पारितोषिकही मिळालं होतं. राष्ट्रीय पातळीवरही त्याचा सन्मान करण्याचे बेत चालले होते.

अन् तेव्हापासून यमाजीराव हे असे हडबडून गेले होते. आपलंही असं नाव व्हावं, मानमरातब मिळावा अशी त्यांची त्यांच्या दृष्टीनं रास्त अपेक्षा होती; पण या जयंतासारखे उपद्व्यापी लोक असंच संशोधन करत रहाणार असतील, असेच शोध लावत रहाणार असतील तर या अडाणी जनतेची दिशाभूल होत रहाणार आणि आपल्यासारख्या सुयोग्य व्यक्तीकडे तिचं लक्षही जाणार नाही, याविषयी त्यांची खात्री पटत चालली होती. त्यामुळेच ते असं मनातल्या मनात कुढत बसले होते.

दुसरा उपायच दिसत नव्हता. ही परिस्थिती वेगळी होती. या वेळी मारोतरावांची मदत उपयोगी पडणारी नव्हती. शिवाय ती मदत करायला मारोतराव तरी मंत्रिमंडळात कुठं होते? साधारण महिनाभरापूर्वीच एका संध्याकाळी मुख्यमंत्री दिल्लीहून जे परत आले ते तडक आपल्या बंगल्यावर गेले आणि लगोलग आपल्या दोन विश्वासू सहकाऱ्यांना मारोतरावांकडे धाडून त्यांनी त्यांचा राजीनामा मागितला होता. मारोतरावांनीही ताबडतोब, ''मी पक्षाचा निष्ठावंत सेवक आहे. श्रेष्ठींची आज्ञा मला शिरसावंद्य असून, माझ्या मंत्रिमंडळाबाहेर जाण्यानं राज्यातील गरिबांचे हाल संपणार असतील, त्यांची उन्नती होणार असेल तर मी खुशीनं बाहेर राहून सेवा करायला तयार आहे,'' अशी जोरदार प्रतिक्रिया व्यक्त करीत राजीनामा देऊन टाकला होता. आणि मुख्यमंत्रीही पदावरून बाजूला गेले तर एका रात्रीत क्रांती झाल्यासारखी केवळ गोरगरिबांचीच नव्हे तर साऱ्या राज्याची कशी भरभराट होईल, हे श्रेष्ठींना पटवून देण्यासाठी पुढच्याच विमानानं दिल्लीला रवाना झाले होते.

ते गेला महिनाभर तिथंच मुक्काम ठोकून होते.

त्यामुळे यमाजीरावांच्या विवंचनेत भरच पडली होती. आपल्याला काय होतंय या विषयी कोणाकडे बोलताही येत नव्हतं त्यांना. नाही म्हणायला हॉस्पिटल क्वार्टर्समध्ये त्यांच्या शेजारी रहाणारे बाबू काळभोर तेवढाच एक आधार होता. आदल्या संध्याकाळीच त्यांच्याशी त्यांचं बोलणं झालं होतं.

''तुम्ही काही म्हणा यमाजीराव, हे काही खरं नाही. त्या जयंतासारखा तुमचा

पण सत्कार व्हायला पायजेल हाय,'' बाब्या म्हणाला होता.

''ते सांगायला तू कशाला हवास! ते मलाही समजतंय; पण तो कसा व्हावा हाच खरा मुद्दा आहे.''

''त्यात काय हाय? आपणही संशोधन करायचं त्या जयंतासारखं.''

''अरे, पण कसलं? नुसतं करायचं म्हणून सांगायला तुला काय होतंय!''

''मग आपण विचारू या ना त्या जयंतालाच.''

''समजली तुझी अक्कल. नाव काढू नकोस त्याचं!'' यमाजीराव चिडून ओरडले होते. त्यांना रागच आला होता त्या जयंताचा, अरे, फालतू माणूस! ना याचा काका मंत्री की मामा खासदार! बाप, आजा, सासरा, मेव्हणा सगळी साधी सरळ मंडळी, आणि तरीही याच्या हातून शोध लागतात! अन् त्याला मान मिळतो! खरं म्हणजे हा घोर अन्याय होता; पण या अडाणी भारतीय जनतेला जोपर्यंत या अन्यायची चीड येत नाही तोवर हे असंच चालणार होतं.

त्यांच्या या विचारतंद्रीतून बाब्याच्या ओरडण्यानं त्यांना जाग आणली होती.

''यमाजीराव, एक एकदम अफलातून आयडिया सुचलीय बगा. हे पहा; आपल्याला त्या जयंतावर बाजी मारायचीय की नाय?''

''आपल्याला नव्हे. मला–''

''तेच हो! म्हणजे आपल्यालाच की.''

''बरं, बरं, तुझी आयडिया काय ते सांग. फालतू वटवट नको.''

''हे पहा, या जयंतानं कसलंसं औषध शोधून काढलंय ना त्या कॅन्सरवरचं! मग आपण त्यावर वरताण करायची. आपण एक नवीन रोगच शोधून काढायचा. धम्माल नुसती!''

''अँ हँ हँ! उचलली जीभ लावली टाळ्याला! नवीन रोग शोधून काढायचा म्हणे! नवीन रोग शोधायचा म्हणजे काय गादीतून ढेकूण शोधून काढायचाय.''

यमाजीरावांनी त्यावेळी जरी बाबूला असं उडवून लावलं असलं तरी त्यांनाही त्याची ती कल्पना पटली होती. लेप्रसी, टी.बी. वगैरे रोग, त्यांची कारणं, त्यांची लक्षणं वगैरे शोधून काढणारे अजरामर होऊन गेले होते. ते ते रोग त्यांच्या नावानं हॅन्सन्स डिसीज, कॉख्य डिसीज असे ओळखले जात होते. मग आपल्यालाही –

सुखस्वप्नांत रंगून गेलेल्या यमाजीरावांना परत धरतीवर यायला वेळ लागला नाही; कारण त्यांनी बारकाईनं जेव्हा पहायला सुरुवात केली तेव्हा त्यांना असं दिसलं की आधीच्या लोकांनी बदमाषगिरी करून सर्दीपासून कॅन्सरपर्यंत साऱ्या रोगांचा शोध आधीच लावून टाकला होता. औषधाला म्हणून रोग शिल्लक ठेवला नव्हता. सकाळपासून शरीरातील निरनिराळे बारीकसारीक अवयव ठळकपणे दाखवणारा तक्ता घेऊन यमाजीराव बसले होते. असा एखादा तरी अवयव असेल की जो अजून

या पाजी लोकांच्या नजरेतून सुटला असेल आणि त्याला होणारा रोग अजून तरी शोधून काढायचा राहिला असेल, या आशेनं ते त्याची तपासणी करत होते; पण मायक्रोस्कोपमधून पाहूनही त्यांना असा अवयव आढळेना. नाही म्हणायला जिभेच्या हाडाचा कोणताही रोग कोणीही वर्णन केलेला नव्हता; पण जिभेला हाडच नसल्यानं यमाजीरावांची तीही आशा खुंटली होती.

विचार करकरून त्यांना पेंग यायला लागली होती. तसं थोडंसं दुपारचं जेवणही जड झालं होतं. त्याची पावती म्हणून एक भली मोठी ढेकर यमाजीरावांनी दिली. त्याच वेळी जेवताना खाल्लेल्या मिरचीच्या भज्यांची चव परत एकदा त्यांच्या जिभेला चाटून गेली.

''भजी कसली ती! उशीला खोळ चढवावी तशी पिठाच्या खोळीत कोंबलेल्या मिरच्या! ती खोळही जागजागी विसविशीत झालेली, विरलेली, अंतरंग कसं? तर नर्व्ह फायबरवर मज्जातंतूवर – असणाऱ्या मायलिन शीथसारखं.''

अन् त्या क्षणी यमाजीरावांच्या डोळ्यांतली झोप, डोक्यातील मायलीन शीथ आणि जिभेवरची भज्यांची झणझणती चव यांचं असं काही बेफाम मिश्रण होऊन गेलं, की त्यांच्या डोक्यात या नवीन रोगानं मूळ धरलं.

शरीरात एखादा विषारी पदार्थ शिरला तर तो रक्तावाटे सर्व भागांत पसरू शकतो. मेंदूमध्ये जर तो शिरला तर ते अतिशय अपायकारक ठरेल; कारण मेंदूकडे सर्वच शरीराचं नियंत्रण असतं. या आपत्तीपासून बचाव करणारी एक यंत्रणा शरीरात आहे. याला शास्त्रज्ञांनी 'ब्लडब्रेन बॅरिअर' रक्त आणि मेंदू यामधील पडदा असं नाव दिलं आहे.

हा पडदाच जर त्या भज्यांच्या वरच्या बेसनाच्या खोळीसारखा विरला, विसविशीत झाला तर! तर मग हळूहळू विषारी पदार्थांचा संचय मेंदूत होऊ लागेल आणि त्यामुळे एखाद्या असाध्य रोगाची लागण सहजी होऊ शकेल.

मनात कल्पना येताच यमाजीराव हुशारून गेले. त्यांच्या डोळ्यांवरची झोप पार पळाली. त्यांनी या रोगाविषयी आणखी विचार करायला सुरुवात केली. रोग तसा बराच पसरलेला असणार होता. त्याची बाधा झालेला इसम लोळागोळा होत जाणार होता आणि त्याला अतिशय वेदनाही होणार होत्या.

आता यात एक अडचण होती; कारण प्रत्यक्षात असा एखादा ठोस पडदा शरीरात सापडणार नव्हता. ती एक केवळ कल्पना होती. तशा प्रकारच्या यंत्रणेला दिलेलं ते एक प्रतीकात्मक नाव होतं; पण यमाजीराव एवढ्यातेवढ्यावरून डगमगून जाणारे नव्हते. शिवाय तो पडदा काल्पनिक असला म्हणून काय झालं. रोगही काल्पनिकच होता ना! झालं तर मग!

एकेक गोष्ट सुचत होती. या रोगासंबंधी लिहावयाच्या प्रबंधाचं शीर्षक प्रथम

सुचलं, तेव्हा यमाजीरावांनी न राहवून उडीच मारली होती; कारण शीर्षक महत्त्वाचं होतं. ते आटोपशीर आणि तरीही छाप पडणारं असल्यावर खालील मजकुराची तेवढी पर्वा नव्हती. 'सम स्टडीज ऑन दि डिजनरेशन ऑफ ब्लड-ब्रेन बॅरियर' वा! वा! काय शीर्षक होतं!

लगोलग यमाजीराव कामाला लागले. पुढच्या आठवड्यात त्यांनी वीस-पंचवीस जाडेजुडे ग्रंथ सभोवार पसरून दिवसरात्र मेहनत घेतली. यातले दोन शब्द, त्यातली तीन वाक्यं असं करत करत संपूर्ण प्रबंध गोधडी शिवावी तसा शिवून टाकला. त्या रोगानं पछाडलेल्या पाच रोग्यांच्या, केस-हिस्टरीजही लिहून टाकल्या. आणि मग तो जाडजूड प्रबंध टाईप करून, पाकिटात घालून 'इंडियन जर्नल ऑफ एक्सपेरिमेन्टल मेडिसिन' या नियतकालिकाच्या मुख्य कचेरीत दिल्लीला धाडून दिला.

याच जर्नलकडे पाठवण्यात दोन उद्देश होते. एक तर जर्नल सरकारी होतं. तेव्हा त्यात एकदा प्रसिद्धी मिळाली, की सरकारी मान्यता सहज मिळाली असती. शिवाय आजकाल दिल्लीत मुक्काम ठोकून बसलेल्या मारोतरावांच्या निवासाजवळच त्याची कचेरी होती. तेव्हा त्यांनाही पत्र घालता आलं असतं.

मारोतरावांना घातलेल्या त्या पत्राचा परिणाम म्हणा, की आदल्या रात्री रेघोटी लॅन्डमधून आलेल्या मेडिकल डेलिगेशननं जर्नलच्या संपादकांना दिलेल्या पार्टीचा परिणाम म्हणा, यमाजीरावांचा प्रबंध संपादकांना बेहद्द पसंत पडला. त्यांनी तो स्वीकृत करून पुढच्याच महिन्यात पहिल्याच पानावर छापूनही टाकला.

यामुळे यमाजीरावांची तशी पंचाईत झाली; कारण या रोगाची लक्षणं कोणती याचा त्यांनी पुरता विचारही केला नव्हता. शिवाय महत्त्वाचं म्हणजे त्या रोगाला अजून नावही नव्हतं; पण यमाजीराव कृतघ्न नव्हते. आपल्याला आजवर मिळालेल्या यशाचा आणि पुढं मिळणाऱ्या मानमरातबांचा सिंहाचा वाटा मामांकडे जातो याची त्यांना जाण होती. म्हणून कृतज्ञ बुद्धीनं त्यांनी त्या रोगाला नाव दिलं 'मारोतायटिस'. मराठी वृत्तपत्रांनी ताबडतोब त्याचं 'मारुती रोग' असं रूप करून तो हत्तीरोगाच्या जातकुळीतला आहे असंही ठोकून दिलं.

राजधानीतूनच प्रकाशित होणाऱ्या 'चंद्रा' मासिकानं प्रथम या नवीन संशोधनाची दखल घेतली. त्यावर एक भला मोठा लेख लिहिला. यमाजीरावांची एक मुलाखतही त्यांची भेट न घेताच छापून टाकली. आता 'चंद्रा'नं प्रसिद्धी आणि सरकारी मान्यता दिल्याबरोबर इतरांना मागं राहून चालणार नव्हतं. 'वीकएन्ड'नं लगेच आपला ताफा यमाजीरावांच्या दिशेनं धाडला. 'चंद्रा'नं पानं खर्ची घातली होती तर 'वीकएन्ड'नं अख्खा अंक, खास अंक म्हणून प्रकाशित केला. त्यात यमाजीरावांचे निरनिराळे फोटो छापले. आरोग्यमंत्र्यांशी विचारपरिलुप्त चर्चा करताना, खादीच्या पांढऱ्याधोप

लॅबकोटमध्ये प्रयोगशाळेत एक नळी उंचावून त्यातील द्रवाकडे बघताना, आपल्या कचेरीत विचारात गढून जाऊन डोळे मिटलेल्या अवस्थेत, हॉस्पिटल क्वार्टर्समधील आपल्या छोटेखानी खोलीत टायची गाठ मारताना – असे ते वेगवेगळ्या 'पोझेस'मधले फोटो होते. प्रत्येक फोटोत अर्थातच नजर कॅमेऱ्याकडे वळवून चेहऱ्यावर स्मित खेळवायला यमाजीराव आणि फोटोग्राफर दोघंही विसरले नाहीत.

'महाराष्ट्र-वार्ता', 'तारीख', 'मानव' वगैरे नियतकालिकांना आता गप्प बसणं शक्य नव्हतं; परंतु वैचारिक अधिष्ठान असलेली बुद्धिजीवी वर्गाची ती नियतकालिकं असल्यामुळे फोटो छापणं वगैरे थिल्लर गोष्टी त्यांना पसंत नव्हत्या. तेव्हा त्यांनी या संशोधनाविषयीचे परिसंवाद तज्ज्ञ मंडळींमार्फत लिहून प्रकाशित केले.

एवढं झाल्यावर दूरदर्शनलाही मागं राहून चाललं नसतं. 'आरोग्य साधेना' या कार्यक्रमात त्यांनी यमाजीराव आणि दुसरे एक तज्ज्ञ डॉक्टर यांना बोलावून त्यांची मुलाखत घेतली. त्यात यमाजीरावांनी रोग शोधून काढला असला तरी त्याबद्दल आत्ताच पुरत्या अभ्यासाशिवाय आणि तेही शास्त्रीय जगतापासून दूर असलेल्या दूरदर्शनसारख्या माध्यमातून त्यासंबंधी अधिक माहिती देणं प्रशस्त नसल्याचं सांगितलं. दुसऱ्या तज्ज्ञ डॉक्टरांनी प्रथमच या रोगाचं नाव ऐकलं होतं; परंतु मुलाखत घेणाऱ्यांनीच जास्त वेळ बोलत राहण्याचा रिवाज असल्यामुळे कार्यक्रम यशस्वी झाला. त्यानंतर 'भूल गये हम रोशन रोशन' या कार्यक्रमात केवळ यमाजीरावांची मुलाखत झाली. त्यात भव्यदिव्य, रोशन असणाऱ्या आपल्या देशाच्या इतिहासाचा, भूतकाळाचा आपल्याला कसा विसर पडला आहे, त्या काळी कसे नवनवे रोग देशात सापडत, आज ते दिवस राहिले नाहीत याविषयी हळहळ व्यक्त करण्यात आली. 'हाय सोसायटी', 'वलयांकित' वगैरे गुळगुळीत मासिकांनी यमाजीराव सूट कोणते वापरतात, त्यांना सिगरेट कोणती पसंत आहे वगैरे उपयुक्त माहिती पुरवली. 'शर्मिष्ठा खळबळ' या स्तंभेलखिकेने तर यमाजीरावांच्या खासगी जीवनात डोकावून कोणत्या नर्सबरोबर त्यांचं काही लफडं आहे की काय हे शोधण्याचाही प्रयत्न केला.

या साऱ्या घडामोडींकडे मुख्यमंत्र्यांचंही बारकाईनं लक्ष होतंच. शिवजयंतीनिमित्त झालेल्या उत्सवात त्यांनी यमाजीरावांची भलावण केली. आणि जगातील यच्चयावत रोगांची सुरुवात भारतातच कशी झाली आणि त्यांचा शोधही इथेच प्रथम कसा लागला याची माहिती दिली. त्यावरची औषधं जरी परदेशीयांनी शोधून काढली असली तरी रोगांचं श्रेय आपल्यालाच मिळायला हवं, या दिव्य परंपरेचा आपण अभिमान बाळगला पाहिजे. एवढंच नव्हे तर यापुढंही अशा नवनवीन रोगांची लागण प्रथम भारतातच विशेषत: महाराष्ट्रातच व्हायला हवी व त्यासाठी आपलं शासन सतत कार्यरत राहील, अशी ग्वाही दिली. शिवाजी महाराजही गुडघी रोगानं, नाही

तर या 'मारोतायटिस'नंच निधन पावले याविषयी आपली खात्री असल्याचंही त्यांनी सांगितलं.

आता त्यांची खात्रीच पटल्यावर तशा पुराव्याची गरज नाही, हे ओघानंच आलं.

एवढं सगळं झालं तरी यमाजीराव मात्र अस्वस्थ होते. 'मारोतायटिस' या त्यांनी शोधून काढलेल्या रोगाला एवढी प्रसिद्धी मिळाली होती, त्यांना एवढी प्रतिष्ठा मिळाली होती; परंतु त्या रोगानं पछाडलेला एकही रोगी अजून त्यांनाच काय पण कोणालाही मिळाला नव्हता. अन् अशा या असाध्य रोगानं जर कोणीच ग्रासला जाणार नसेल तर मग त्या रोगाची काय मातब्बरी राहिली?

जनतेची त्यांना चीड आली होती. अशी कशी ही कपाळकंरटी जनता! एवढा मोठा ऐतिहासिक रोग सापडला; पण त्याची लागण होण्याची बुद्धी कुणालाही सुचू नये ना! या कचखाऊपणामुळेच आजवर देश असा मागं राहिला होता. अविकसित राहिला होता.

मामांना सांगून या रोगाची लागण झालेले रोगी शोधण्यासाठी वटहुकूम काढायचा प्रयत्न करावा, असंही त्यांच्या मनात येऊन गेलं. म्हणजे मग जिल्हा परिषदांना, शासकीय शाळांमधील शिक्षकांना दरडोई कोटा ठरवून देता आला असता; पण मामा आता मंत्रिमंडळात नाहीत, मंत्र्यांच्या कोट्यात स्वत:ची वर्णी लावून घेण्याच्या खटपटीत आहेत, हे लक्षात येऊन त्यांचा वरवर जाणारा पतंग मांज्यानं काटल्यासारखा जमिनीवर येऊन आदळला;

पण पुढच्याच आठवड्यात यमाजीरावांची याही विवंचनेतून सुटका झाली; कारण झुमरी तलैयाला असा एक रोगी आढळल्याची बातमी खास चौकटीत त्या दिवशीच्या 'भारतवर्ष टाइम्स'मध्ये ठळक टाइपात छापून आली होती. अन् मग आज इथं एक, उद्या तिथं तीन, या कोपऱ्यात दोन, असे रोगी आढळू लागले. लवकरच त्यांची संख्या चाळीस-पन्नासच्या घरात गेली. त्या त्या रोग्यांनी त्या रोगाची लक्षणंही सांगितल्यामुळे यमाजीरावांचं तेही काम हलकं झालं. कानात बंदुकीचा बार ठासून भरावा तसे होणारे आवाज, डोक्यात होणारी किंचित भिरभिर, अधूनमधून गळक्या नळासारखे वाहणारे नाक, पार्श्वभागी चारचौघांत उघडपणे सांगता येऊ नये अशा ठिकाणी सणकून लाथ बसल्यावर व्हावी तशी होणारी ठुसठुस आणि किंचित अडळखणारं, वाकडं पडणारं डावं पाऊल ही त्याची पाच लक्षणं ज्याच्या त्याच्या तोंडी झाली. वर्तमानपत्रांनीही या पंचकल्याणी लक्षणांना लगेच भरपूर प्रसिद्धी दिली. शासनानंही 'मारोतायटिस'च्या या पाचकलमी कार्यक्रमाची पोस्टर्स जागोजागी झळकवली. यमाजीरावांना कृतकृत्य झाल्यासारखं वाटू लागलं. रात्री सुखासमाधानाची झोप लागू लागली;

पण या सुखासमाधानाच्या गुलाबी झोपेतून एका सकाळी यमाजीराव जागे

झाले, तोच त्यांच्या कानात ॲटमबॉम्ब फुटल्यागत आवाज येऊ लागले. दचकून ते उठून बसणार तोच डोक्यात गरगरल्यासारखं होऊ लागलं. नाक आपलं पाईपलाईन फुटल्यासारखं भसभसा वाहायलाच लागलं. डनलॉपिलोच्या गुबगुबीत मऊमऊ गादीवरच ते अजूनही असले तरी पार्श्वभागी अणकुचीदार दगडावर बसल्यासारख्या कळा मारू लागल्या. ते घाबरले आणि बाबू काळभोरला बोलावण्यासाठी हाका मारत बिछान्यातून उठत त्यांनी डावं पाऊल पुढं टाकलं; पण ते अडखळत एकदम वाकडं पडलं.

आता मात्र यमाजीराव हादरलेच. त्यांनी मोठमोठ्यानं बाब्याच्या नावानं शंखध्वनी केला. त्याबरोबर पायजम्याची नाडी बांधतबांधतच बाबू काळभोर त्यांच्या खोलीत आला. यमाजीरावांचा अवतार बघून त्याला प्रथम काहीच कळेना.

"अरे, काय झालं काय यमाजीराव, असं रेड्यागत कोकलायला?"

"हे, हे पाहिलंस? हे पाहिलंस, काय होतंय मला?"

"काय होतंय?"

"माझ्या कानात कानठळ्या बसाव्यात असे आवाज होताहेत.'

"आणि–"

"आणि डोक्यात – भिरभिरतंय."

बाबूच्या डोक्यात एकदम पेट्रोमॅक्सची बत्ती भक्कन पेटावी तसा प्रकाश पडला. त्याचं चक्र फिरू लागलं. यमाजीरावांना पुढं बोलू न देता त्यानं संध्या म्हटल्यासारखी पाठ केलेली पंचकल्याणी लक्षणं म्हणून टाकली, "नाक गळतंय, ढुंग – आपलं – पार्श्वभागी नको तिथं ठणकतंय, आणि डावं पाऊल वाकडं पडतंय!"

"बरोबर! अगदी तसंच."

"मग शंकाच नको. तुम्हाला 'मारोतायटिस'ची लागण झालीय."

"अरे, पण कसं शक्य आहे?"

"का नाही, का नाही? दिवसरात्र तुम्ही त्यावरच काम करताय. 'मारोतायटिस'च्या संपर्कात सतत आहात. तेव्हा लागण होणं स्वाभाविक आहे."

"नाही, नाही."

"नाही कसं, यमाजीराव? लक्षणंच सांगताहेत. सारीच्या सारी मौजूद आहेत. एकही कमी नाही."

"तरीही नाही, मी सांगतो; कारण–"

"कारण काय?"

"कारण असा रोगच नाहीये. मी तो शोधून काढला–"

"तेच म्हणतोय मी. तुम्ही शोधून काढलात–"

"मूर्खासारखं बरळू नकोस," यमाजीरावांचा संयम सुटत चालला होता,

“शोधून काढला म्हणजे मी तो कल्पनेतून तयार केला. अशा प्रकारचा कुठलाही खराखुरा रोग अस्तित्वातच नाहीये!”

“असं कसं होईल? मग इतके पेशंट्स सापडले ते! ते सांगताहेत ते काय खोटं?”

“ते मला माहीत नाही; पण मला जे काही झालंय तो ‘मारोतायटिस’ नाही. काहीतरी फ्लू वगैरे सारखं साधंच असलं पाहिजे. एखादी एपीसी घेतली की बरं वाटेल–”

बोलता बोलता यमाजीराव एकदम थांबले. त्यांची दातखीळ बसली की काय अशी शंका येऊन बाबू काळभोरनं पुढं होऊन त्यांना गदागदा हलवलं; पण तसं काही नव्हतं. यमाजीराव एकदम गप्प झाले होते ते त्यांच्या डोक्यात त्याचवेळी एक अफलातून कल्पना चमकून गेली म्हणून.

शीळ घालत त्यांनी आता बाबूलाच गदागदा हलवलं आणि ते म्हणाले, “हे बघ बाबू, ‘मारोतायटिस’ हा रोग काल्पनिक आहे हे फक्त मला आणि तुलाच माहीत आहे. तेव्हा मला झालेली लक्षणं कसल्यातरी साध्यासुध्या व्याधीमुळेच झालेली असणार. त्यावरचा रामबाण उपायही असाच साधासुधा असला पाहिजे. ॲस्पिरिनची अर्धी गोळी किंवा कुठल्यातरी व्हिटॅमिनचे चारपाच थेंब. तेव्हा चल, चल माझ्याबरोबर. आपण ते औषध माझ्या स्वतःवर प्रयोग करून शोधून काढू. आणि मग ते चार आण्याचं औषध तीन पैशाच्या पाण्यात मिसळून झगमगीत बाटलीतून दहादहा वीसवीस रुपयांना विकू. ‘मारोतायटिस’नं मानरातब दिला. त्याच्यावरचं औषध पैसा मिळवून देईल. चल, सहकारी कारखाना काढू. तुझी माझी भागी फिफ्टी फिफ्टी.”

आणि मग आपला अडखळणारा डावा पाय बाबूच्या दोन्ही धडधाकट पायांबरोबर टाकत तीन पायांच्या शर्यतीत पळाल्यासारखं दुडक्या चालीनं ते दोघं हॉस्पिटलच्या दिशेनं धावत सुटले.

(मोहिनी, मे, १९८३)

●